துருத்தி நடனம்

என். ஸ்ரீராம்

டிஸ்கவரி பப்ளிகேஷன்ஸ்
எண்: 9, பிளாட் எண்: 1080A, ரோஹிணி பிளாட்ஸ்
முனுசாமி சாலை, கே. கே. நகர் மேற்கு,
சென்னை - 600 078. பேச: 99404 46650

வெளியீட்டு எண்: 0292

துருத்தி நடனம் (சிறுகதை)
ஆசிரியர்: என்.ஸ்ரீராம்©
Thuruthi Nadanam (Short Stories)
Author: **N.Shriram**©

ISBN: 978-81-19541-74-4

Print in India

Discovery 1st Edition: Dec - 2023

Pages - 162

Rs - 180

Publisher • *Sales Rights*

Discovery Publications
No. 9, Plot,1080A, Rohini Flats,
Munusamy Salai,
K. K. Nagar West, Chennai - 78.
Tamilnadu, India.
Mobile: +91 99404 46650

Discovery Book Palace (P) Ltd
No. 1055-B, Munusamy Salai,
K. K. Nagar West,
Chennai-600 078.
Ph: (044) 4855 7525
Mobile: +91 87545 07070

discoverybookpalace@gmail.com / www. discoverybookpalace. com

இந்த நூலில் பிரசுரமாகியுள்ள எந்த ஒரு பகுதியையும் எழுத்துபூர்வமான முன்அனுமதி பெறாமல் எடுத்தாள்வதோ, மறுபிரசுரம் செய்வதோ, மொழியாக்கம் செய்வதோ, ஊடகங்களில் மறுபதிப்புச் செய்வதோ, காப்புரிமைச் சட்டப்படி தடை செய்யப்பட்டுள்ளது. இந்த நூலிலிருந்து சில பகுதிகளை மேற்கோள்காட்டி நூல்அறிமுகம் செய்யலாம்.

உங்கள் மொபைல் போனிலிருந்து ஸ்கேன் செய்து 'டிஸ்கவரி புக் பேலஸ்' மொபைல் ஆப்பை டவுன்லோடு செய்து, புத்தகங்களை வாங்குங்கள்.

Scan and download

சமர்ப்பணம்

அப்பாரய்யன் என்று பிரியமாக நாங்கள் அழைத்த தாத்தா மாரிமுத்துவிற்கு...

உள்ளே

துருத்தி நடனம்	09
வேட்டைப் பூதம்	38
உருவிலிக் கண்ணி	52
நதிப்பிரவாகம்	68
மீசை வரைந்த புகைப்படம்	82
மண் உருவாரங்கள்	99
நீலவானம்	110
பரஞ்சேர்வழி	130

நிதர்சன நதி

பருவமழைக் காலம் தொடங்கிய நாளிலிருந்து அமராவதியில் பெருவெள்ளத்தை எதிர்ப்பார்த்து என் மனம் காத்திருக்கும். பலவருடங்கள் இயல்பான நீரோட்டம் கூட இருப்பத்தில்லை. ஆறு கதியிழந்து காணப்படும். அணையிலிருந்து நீர் திறப்பதே சந்தேகம் ஆகிவிடும். கரைவெளி நெல்வயல்களில் நாற்று நடவுகூட நடப்பதில்லை. நெல்வயல்கள் மேய்ச்சல் காடாகி அனல் வெயிலில் நிற்கும். கரைமேட்டில் காற்றாடும் நாணல்கள் பூப்பதில்லை. தோகைகள் வாடி வதக்கிக் காய்ந்து தரை உதிரும். தாழை மரங்கள் புடை தள்ளுவதில்லை. மடல்கள் கறையான் ஏறி தெரியும். ஆகாயத்தில் நீர்க் காகங்களும், கொக்குகளும், நாரைகளும் ஆற்றைக் கடந்து செல்வதில்லை.

இருப்பினும், நான் வருஷா வருஷம் அமராவதியில் பெருவெள்ளத்தை எதிர்ப் பார்க்கிறேன்! விரைந்துக் கடக்கும் காலத்தில் ஏதோ ஒரு வருஷத்தில் ஆற்றில் பெருவெள்ளம் வருகிறது. கரைவெளியில் நெல் நடவு நடக்கிறது. நாணல்கள் பூத்து காற்றாடுகிறது. தாழை புடைத் தள்ளி மணக்கிறது. இப்படிதான் வாழ்வும் எழுத்தும் இருக்கிறது.

எனக்கு தொடர்ந்து எழுதும் நேரத்தை கொடுத்து உதவும் என் மனைவி ராதா, மகன் அபிஷேக் குமார் ஆகியோருக்கும் இத்தொகுப்பை வெளியிடும் டிஸ்கவரி புக் பேலஸ் மு.வேடியப்பனுக்கும் மனமார்ந்த நன்றி...

பிரியமுடன்
என்.ஸ்ரீராம்
9841716099
6.11. 23

துருத்தி நடனம்

1

உப்பாற்றின் சரிவை நோக்கி இறங்கிய மண்சாலையின் குறுக்காகப் பாம்புத்தாரை நெளிந்து போயிருப்பதை விசு கண்டான். செவலையும் மயிலையும் பாம்புத்தாரையைத் தாண்டி நடந்தபோது லாடக் குளம்புக்கால் புழுதியில் பாதி அழிந்து போயிற்று. விசுவுக்கு சகுனம் சரியில்லை எனப் பட்டது. எருதுகளை விற்க வேண்டாம் எனவும் தோன்றியது. அரைமனதாகவே எருதுகளின் பின்னே நடந்தான்.

ஆவணி வானம் உக்கிரம் கண்டுவிட்டது. கூடிய சீக்கிரத்தில் பருவமழை இறங்கிப் பெய்யும் காலம் துவங்கிவிடும். எருதுகளைக் கட்டுத்தரையிலேயே வைத்திருப்பதில் சிக்கல் ஒன்றுமில்லை. போர்ப்பட்டறைகளிலும்கூடத் தீனிகள் எதம்மிஞ்சியே கிடந்தன. விசு யோசனையாய் நடந்தபடியே செவலையையும் மயிலையையும் பார்த்தான். எருதுகள் இரண்டுக்கும் பெருமயிர் கண்டுவிட்டது. கண்கள் ஓரம் நீர் ஒழுக ஆரம்பித்துவிட்டது. பின்னங்கால் முட்டிகள் உராய்ந்து நடையில் தள்ளாட்டம் வந்துவிட்டது. பற்கள் கடை சேர்ந்துவிட்டன. கிழடுதட்டிவிட்டது. இனி வளத்திக்காரர்கள் வாங்கமாட்டார்கள். அடிமாட்டு வியாபாரிக்கு விற்க மனமில்லை.

அந்திப் பொழுது முகில்களுக்குகிடையே விழுந்தது. திடீரென மஞ்சள் வெயில் மறைந்து நிழல் கட்டியது. ஆளில்லாத வறண்ட உப்பாற்றுவெளியின் மேலாக ஆள்காட்டிகள் பறந்தபடி வீறிட்டுக் கத்தின. அக்கரை மேடேறும்போது விசு மீண்டும் செவலை மயிலையின் நினைவுகளிலேயே மூழ்கினான்.

கார்மழையற்ற வெக்கை கொண்ட பங்குனி மாதம். பொம்மைக் கூத்துக்காரர்கள் ஊருக்குள் வந்திருந்தார்கள் பதினைந்து நாள் தங்கி

கூத்து நடத்தினார்கள். அரிச்சந்திரன் சந்திரமதி கதை. விசு எல்லா நாளும் இளவட்டப் பசங்களோடு கூத்து பார்க்கப் போனான். கடைசி தினத்துக்கு முந்திய இரவு. மயானத்தில் சந்திரமதி பையனைக் சடலமாகக் கிடத்தியிருந்தாள். மயான வரைமுறைப்படி அரிச்சந்திரன் தானம் கேட்டான். கொடுக்க அவளிடம் எதுவுமேயில்லை. தான் உடுத்தியிருந்த சேலையைப் பாதி கிழித்துத் தருவதாகச் சொன்னாள். அடக்கம் செய்யும் மகன் தன்மகன்தான், தானம் கொடுக்க முடியாமல் எதிரே நிற்பவள் தன்மனைவிதான் எனத் தெரிந்தும் அரிச்சந்திரன் மனமிறங்கவில்லை. சந்திரமதி பாடத் தொடங்கினாள்.

“துஞ்சி மைந்தனை எடுத்து சுமந்து போந்து
சுடுவாறற்று இடுகாட்டில் தோண்மேல் ஏற்றிப்
பஞ்சுபடும் பாடுபடும் பாவியேற்கு
பணமேது கொள்ளிமுறி பாதி ஏது
நெஞ்சு தளர்ந்து அருவினையேன் வருந்தக் கண்டு
நீ இரங்காய்... ...

கூத்து பார்த்த ஊர்சனங்கள் அழுதேவிட்டார்கள். விசுவுக்கும் கண்ணீர் முட்டியது. உடனே பெரிய கோமாளியும் சின்னக்கோமாளியும் மேடையில் நிழலுருவாய்த் தோன்றினார்கள். அழுத ஊர்சனங்கள் சிரிக்கத் துவங்கிவிட்டனர்.

“ பத்து காசு கடனைத் திருப்பிக் குடுக்கலையின்னா மூக்குலுட்டு ஏத்திருவேன்... . ”

பெரியகோமாளி கையில் பிடித்திருந்த தடி சின்னக்கோமாளியின் மூக்குக்குள் முழுவதும் உள்ளே போய் வெளியே வந்தது. சின்னக்கோமாளி அலறித் துடித்தான். சின்னக்கோமாளியின் சேஷ்டைகள் சிரிப்பை மூட்டின.

விசு ஊருக்குக் கிழக்கான பனையடிப் பாதையில் நடந்தபடியே சிரித்தான். அனாதரவான மேய்ச்சல் காடுகளில் பதுங்கியிருந்த செங்காடைகள் குரலிட்டபடி பறந்தன. விடியும் தருவாயில் தோட்டத்துக் கட்டுத்தரை சென்று சேர்ந்தான். பனையோலை சாய்ப்பில் கயிற்றுக் கட்டிலோடு கிடை சேர்ந்து படுத்திருந்த அய்யன் பேசினார்.

“தலையீத்துக் கெடாரி ஏனோ வெடிய வெடிய மொளக் குச்சிய சுத்தி கத்திட்டுக் கெடந்துச்சு... . நீ எங்க போய் தொலஞ்சே... ?”

விசு பதில் பேசாமல் கறவை மாடுகளைத் தாண்டி தலையீத்துக் கிடாரியிடம் போனான். தலையீத்துக் கிடாரி நஞ்சுக்கொடி தொங்க

நின்றது. கீழே சாணியின் மேல் கன்று மல்லாந்து கிடந்தது. கன்றுக்குப் பின்னங்காலிடையே கருவிரை தெரிந்தது. விசு மௌனமாகத் திரும்பி பனையோலை சாய்ப்புக்கு வந்தான். எழுந்தமர முடியாத அய்யன் நடுங்கும் கைகளை ஆட்டியபடி பேசினார்.

"கொற மாசத்துல ஈத்தெடுத்திருக்கு…. என்ன கன்னு…. ?"

"காளக் கன்னு… "

"நாசமா போச்சு போ… அப்ப விருத்தியில்ல…. துருத்திய செஞ்சு பாலக் கற போ…. "

விசு அய்யனையே ஆழமாகப் பார்த்தான். அய்யனின் விழிக் கடையோரம் கண்ணீர் திரண்டு சொட்டிட்டது. விசுவுக்கு நினைவு தெரிந்ததிலிருந்து காளைக்கன்று கட்டுத்தரையில் தங்குவதில்லை. எவர் கொடுத்த சாபமோ தெரியவுமில்லை. அய்யனும் சொன்னதில்லை. கட்டுத்தரையில் காளைக்கன்று சாகும்போதெல்லாம் அய்யனும் அம்மாவும் கண்ணீர் விட்டு அழுதனர்.

தலையீத்துக் கிடாரியில் சீம்புபால்கூடப் பீய்ச்ச முடியவில்லை. மடி கட்டி வீங்கிக் கொண்டது. கன்றைப் பார்த்துக் கத்திக்கொண்டேயிருந்தது. சீம்பு அறுத்து வளவுக் குழந்தைகளுக்கு எல்லாம் கூப்பிட்டுக் கொடுக்கும் அம்மாவின் முகம் ஒருகணம் ஞாபகம் வந்து போனது. அம்மா இறந்தும் ஆறேழு வருஷம் ஆகிவிட்டது. அதன்பின்பு அய்யன்தான் வீட்டில் சமைத்துக்கொண்டு இருந்தார். அய்யனும் மாடு கன்று போட்ட தினம் சீம்பு அறுத்து அம்மா போலவே வளவுக் குழந்தைகளுக்கு கூப்பிட்டுக் கொடுத்து வந்தார். இந்த வருஷம் அய்யனும் கிடை சேர்ந்துவிட்டார்.

விசு செத்த கன்றைத் தூக்கிக்கொண்டு வந்து பனையோலை சாய்ப்பின் முன்பு இறக்கினான். பழைய சாக்கு ஒன்றை விரித்துப் போட்டு அதன்மேல் கன்றைக் கிடத்தினான். அதற்குள் கன்றுக்கு வயிறு உப்பி கனம் கூடிவிட்டது. தலையீத்துக் கிடாரி கன்றை நோக்கிக் கயிற்றை இழுத்தபடிக் கத்தித் தவித்தது.

கிழக்கே செவ்வானத்தில் உதயரேகை படர்ந்து வெளிச்சம் பரவி வந்தது. போர்ப்பட்டறையின் பின்புறமுள்ள பூவரசங்கிளையில் குக்கில் பறவை குரலிட்டது. விசு சூரிக்கத்தியுடன் கன்றின் முன்பு குத்த வைத்து உட்கார்ந்தான். துருத்தி செய்வதற்கான வேலையில் இறங்கினான். கன்றை மல்லாக்கத் திருப்பிப் போட்டான். அடிவயிற்றின் அருகில் சூரிக்கத்தியைக் கொண்டு சென்றவனுக்கு குத்திக் கிழிக்கத் தயக்கம் ஏற்பட்டது. பச்சிளங்கன்றைப் பார்க்க பார்க்கப் பாவமாக

என். ஸ்ரீராம் | 11

இருந்தது. வேறு கட்டுத்தரையில் பிறந்திருந்தால் இந்நேரம் இந்தக் கன்று உயிரோடு இருந்திருக்கும் எனப் பட்டது. தலையீத்துக் கிடாரி சப்தமாகக் கத்தத் துவங்கிவிட்டது. இரவெல்லாம் ஊரைச் சுற்றித் திரிந்த நாய் இளப்பெடுக்க வந்து நின்று வாலைக் குழைத்தது. பூவரசமர உச்சிக்கிளையில் காக்கைகள் வந்தமர்ந்தபடியிருந்தன.

விசுவுக்கு தலையீத்துக் கிடாரியைப் பார்க்க பார்க்க நேற்றிரவு சாமத்துப் பொம்மைக்கூத்தில் பாம்பு கடித்து மாண்டு போன மகனைக் கண்டு சந்திரமதி கதறும் அவலப் பாடல் ஏனோ திரும்பவும் செவியெங்கும் ஒலித்தது.

“பனியால் நனைந்து வெயிலால் உலர்ந்து
பசியால் அலைந்து உலவா
அனியாய வெங்கண் அரவால் இறந்த
அதிபாவம் என்கொல் அறியேன்
தனியே கிடந்து விடநோய் செறிந்து
தரைமீது உருண்ட மகனே
இனி யாரை நம்பி உயிர் வாழ்வம் என்றன்
இறையோனும் யானும் அவமே... . ”

சந்திரமதி பொம்மைக்குக் குரல் கொடுத்த பொம்மைக் கூத்துக்காரப் பெண்ணின் குரலில் துயரம் தொற்றிப் படர்ந்தது. யாருமில்லாத சந்திரமதியைப் போல இன்னும் தலையீத்துக் கிடாரி உரக்கக் கத்தியபடியே இருந்தது.

விசு சூரிக்கத்தியினால் கன்றின் அடிவயிற்று மேல்தோலை நேர்க்கோடாக வகிர்ந்து கிழித்தான். விலா எலும்புக்கூட்டோடு பிணைந்த சதையிலிருந்து ரத்தம் பீறிட்டுச் சொட்டியது. அடுத்து கன்றின் கழுத்து, தலை, கால் என ஒவ்வொரு பகுதியாகக் கிழித்து மேல்தோலை மட்டும் தனியாகப் பிரித்தெடுத்தான். உப்புத் தண்ணீரில் நனைத்து வைக்கோல்போரின் மீது விரித்துக் காயப் போட்டான். கறி வாசனைக்கு கட்டுத்தரையைச் சுற்றி சுற்றிப் பறந்த காக்கைகளை நாய் குரைத்தபடி ஓடி ஓடி விரட்டியது. விசு சாக்குப் பையோடு கன்றின் சதைத் துணுக்குகளையும் எலும்புகளையும் சுருட்டி எடுத்துக்கொண்டு சாணிக்குழிக்குப் போனான். மம்முட்டியில் குழி தோண்டிப் புதைத்தான். காய்ந்த எருகாமுட்டிகளை பொறுக்கிக்கொண்டு வந்து வைக்கோல்போரடியில் போட்டான். வெய்யிலில் உலர்ந்த கன்றின் மேல்தோலினுள் வைக்கோலையும் எருகாமுட்டியையும் சிறிது சிறியதாகத் திணித்தான். மேல்தோல் விரிந்து விரிந்து கன்றின்

ரூபமானது. நாலுகாலும் அகற்றி கன்று எழுந்து நின்றது. வால் நட்டக்குத்தாக நிமிர்ந்தது. கோணூசி கொண்டு சாக்குச் சரட்டால் கன்றின் அடிவயிற்றை தைத்தான். இறைச்சி வாசனை மறைந்திருந்தது. துருத்தி தயாராகிவிட்டது.

பொழுது மேலேறி வந்தது. விசு துருத்தியை தூக்கிக்கொண்டு போய் தலையீத்துக் கிடாரியின் மடியோரம் நிறுத்தினான். கிடாரி நிஜக்கன்று என நினைத்து துருத்தியின் பின்புறத்தை நக்கத் துவங்கியது. விசு பால்போசியில் சீம்புபாலைப் பீய்ச்ச ஆரம்பித்தான். கிடாரி ஏமாந்துவிட்டது. சாதுவாகி அசை போட்டது. மடியில் சுரந்த முழுப்பாலையும் கறந்து முடித்து எழுந்தான். சீம்புபாலை நாய்ச்சட்டியில் கொட்டினான். நாய் முகர்ந்து பார்த்துவிட்டு குடித்தது. இரை எதுவும் கிடைக்காத காக்கைகள் கரைந்தபடி கலைந்து பறந்து போயின.

விசு துருத்தியை தூக்கிக்கொண்டு வந்து சாய்ப்பின் ஒதைகால் ஓரம் சாய்த்து நிறுத்தினான். மோட்டுவளையை வெறித்தபடிப் படுத்திருந்த அய்யன் பேசினார்.

“அடேய்... . ஏங்காலந்தான் இப்படி போச்சுன்னா... ஊங்காலமும் இப்படிப் போகனுமா... சந்தைசாரிக்கு போய் ரெண்டு வளர்த்திக் கன்னா வாங்கிக்கிட்டு வந்து... . வண்டி ஒழவு பழக்கப் பாரு... ””

விசுவுக்கு அய்யன் சொன்னது அந்தவாரமெல்லாம் ஞாபகத்திலேயே எதிரொலித்தது. லேசான கோடைமழை தூறிகொண்டிருந்த திங்கள்கிழமை. அதிகாலை எழுந்து முதல் பேருந்து பிடித்துக் காங்கேயம் சந்தை போய் சேர்ந்தான். சந்தை பூராவும் தேடிச் சுற்றிய போதும் சரியான வளர்ப்புக் காளைக்கன்றுகள் அகப்படவில்லை. வெறுங்கையோடு ஊர் திரும்ப விசுவுக்கு மனசு இல்லை. ஏறுவெயில் பரவிய நேரம். வட்டமலை குடியானவர் ஒருவரிடமிருந்து மயிலைக் கன்றோடு தொத்தல் கிழட்டு மாட்டை வாங்கினான். மாடு அரைப்படி பால் கறப்பதே சந்தேகம். கன்று ஈனி பத்து நாள்தான் இருக்கும். இளைத்துக் கிடந்தது. மாட்டின் தலைக்கயிற்றை மாற்றி பணம் கொடுத்தபோது மயிலைக் காளைக்கன்றுக்கு ஜோடியாக இன்னொரு காளைக்கன்று மாட்டையும் வாங்கிவிட ஆசை எழுந்தது. மாட்டையும் கன்றையும் பிடித்துக்கொண்டே சந்தையை மீண்டும் ஒருமுறை சுற்றி வர ஆரம்பித்தான். பற்கள் கடை சேர்ந்த கிழட்டு மாட்டை இளங்கன்றுடன் வாங்கிய விசுவை எதிர்ப்படும் சந்தையாட்கள்

ஏமாளிபோலப் பார்த்தனர். இளமதியமாயிற்று. தோதான காளைக்கன்று மாடு கிடைக்கவில்லை. சந்தை வாயிலை நோக்கி நடந்தான்.

அப்போது செவலைக்கன்றுடன் ஒரு பில்லை மாட்டை பிடித்துக் கொண்டு சிறுக்கிணற்று ஏவாரி நின்றிருந்தார். மாட்டை விற்க முடியாத நிராசை ஏவாரி பேச்சில் தெரித்தது. செவலைக் காளைக்கன்றுக்கும் பத்துநாள்தான் பூர்த்தியாகியிருக்கும். விசுவுக்குச் செவலைக்கன்றை பிடித்துவிட்டது. அதற்குள் செவலைக்கன்று தானாகவே மயிலைக்கன்றை ஒட்டி வந்து நின்றது. மயிலைக்கு ஏற்ற ஜோடியாக செவலை மாறும் என்கிற நம்பிக்கை வந்தது. விலையில் பேரம் பேசாமல் செவலைக்கன்றோடு பில்லை மாட்டை வாங்கினான்.

டெம்போவில் ஏற்றி மாடுகளையும் கன்றுகளையும் கட்டுத்தரை கொண்டுவந்து கட்டிய நாள்முதலே பருவமழை பிடித்துக்கொண்டது. மேய்ச்சல் காடுகளில் கொழுக்கற்றையும், செவ்வருகம்புல்லும் செப்புநெருஞ்சியும் அடர்ந்து வளர்ந்தன. கிழட்டு மாட்டிலும் பில்லை மாட்டிலும் விசு பால் கறக்கவேயில்லை. கன்றுகள் ஊட்ட விட்டுவிட்டான். கட்டுத்தரையில் மயிலையும் செவலையும் சதா குதியாளம் போட்டுக்கொண்டு சுற்றின. அய்யன் முகம் மெல்லப் பூரித்தது.

அன்று புரட்டாசியின் நாலாம் சனிக்கிழமை. கொண்டல் காற்றில் பவளமல்லிகை விரிந்து வீசிய நறுமணம். கண்ணன்கோயில் நடை சாத்திவிட்டு பூசாரியோடு தாசரும் பண்டாரமும் பேசியபடி வீதியில் போனார்கள். ஊர் அடங்கிய கும்மிருட்டு நடுநிசியின் பூரண நிசப்தம். கருவானத்தில் பளீரென்ற மின்னல் வெட்டியது. நிலம் அதிரும் இடி இடித்தது. பெருமழை பெய்யத் தொடங்கியது. வீட்டின் வெளித்திண்ணையில் படுத்திருந்த விசுவுக்கு ஏனோ உறக்கமே வரவில்லை.

“மங்கை நனைந்து மகன் நனைந்து மன்னன் நனைந்து
அங்கை நடுங்கி அடி நடுங்கி மெய் நடுங்கி
பங்கமதுபட்டு பற்கிடுகிடுவென்று அடிப்ப... .

நாடு நகரம் இழந்த அரிச்சந்திரனும் சந்திரமதியும் மகன் தேவதாசனும் கொடுமழையில் நடக்கும்போது பொம்மைக் கூத்துக்காரன் பாடுவது கேட்டது. ஈரம் பட்ட சுவரெல்லாம் இந்தப் பாடல் எதிரொலித்தது. கனத்த மழை முறைச்சலின் ஊடே இந்தப் பாடல் எல்லாத் திசைகளிலிருந்தும் துயரம் நிரம்பிய தொனியில்

நெருங்கி வந்து செவியெங்கும் துளைத்தது. தூரத் தொடுவான விளிம்பில் கருமுகில் கூட்டம் நெருங்கி வெடிபட இடித்தது. விசுவின் உள் மனசு காளைக்கன்றுகளுக்கு ஏதோ ஆபத்து என நினைக்கத் தொடங்கியது. ஏன் அப்படி ஒரு நினைப்பு வந்தது எனத் தெரியவில்லை. மனசு நிலைகொள்ளாமல் தவித்தது. எழுந்து ஊரின் கிழக்காகப் பனையடிப்பாதையில் நடந்தான். மறுபடியும் நெடிய மின்னலுடன் கூடிய ஓர் இடி பெரும் ஆங்காரத்துடன் இடித்தது. கருமுகில் கூட்டம் ஆகாயத்து உச்சிக்கு வந்து துளி அடர்வு கொண்டது. எங்கும் சேற்றோடு கலங்கிய மழை வெள்ளம் கரை கட்டி ஓடியது. வாடை விசைக் காற்று வீசியது.

கட்டுத்தரையில் சங்குக்கண்கள் மினுங்க காளைக்கன்றுகள் இரண்டும் முதுகில் மழைத் துளிகள் ஒழுக சாதுவாகப் படுத்திருந்தன. விசுவுக்கு நிம்மதிப் பெருமூச்சு வந்தது. திரும்பி ஊருக்குள் வந்து முன்புபோல வெளித்திண்ணையில் படுத்துக்கொண்டான். உறக்கம் வரவேயில்லை. கருமுகில் காலூன்றி மழை பொழிந்தது.

"நவ கண்டம் அதிர மழைக் காலூன்றி வீழ்ந்தனவால்..."

பொம்மைக் கூத்துக்காரனின் மதுரமான குரல் துயரத்தோடு கேட்டபடியே இருந்தது. விடிந்து வெளிச்சம் பரவியபின் மறுபடியும் எழுந்து கட்டுத்தரைக்குப் போனான். காளைக்கன்றுகள் பாலூட்ட ஆவலாய்க் கத்திக்கொண்டிருந்தன. சாணிக்கூடையுடன் மாடுகளிடம் போனவனுக்குப் பில்லைமாடு படுத்திருந்த விதம் விநோதமாகத் தெரிந்தது. நாலுகாலும் பரப்பிக் கிடந்தது. வெறித்த கண்களில் இமை மூடவில்லை. விரித்த பூவரச இலைகளில் மழை நீர் சொட்டிட்டபடியே இருந்தது.

உச்சிப்பொழுது ஏற மாதாரி வளவிலிருந்து ஆட்கள் வந்தனர். பில்லை மாட்டை மூங்கில் சட்டத்தில் கட்டி கூறுகறி போடத் தூக்கிப் போயினர்.

செவலைக்கன்று பாலூட்ட வழியின்றி கத்திச் சலித்தது. புல் தின்னாத செவலைக்கன்றின் பசியாற்றும் வழி விசுவுக்குத் தெரியவில்லை. சாயங்காலத்தில் கட்டிலடியில் கிடைமல்லு சட்டியை சுத்தம் செய்யச் சென்றபோது அய்யன் நடுங்கும் குரலில் பேசினார்.

"கட்டுத்தரைச் சாபம் நம்மை விடாதுடா.... பேசாம எல்லாத் தையும் வித்து தல முழுகிட்டு... எங்காச்சும் கண்காணாத எடத்துக்கு போயிரு..."

விசுவுக்கு ஒருநாளும் இல்லாத கோபம் வந்தது.

“உங்களுக்குக் கொள்ளி வெச்சுட்டா எல்லாம் செரியாப் போயிரும்...”

“கெழவஞ் சொன்னா கிண்ணாரக்காரனுக்கு ஏறுமா... எப்படியோ நாசமாப் போ...”

மேலும் அய்யன் ஏதோ முனகிக்கொண்டே இருந்தார். விசு கோபத்துடனே கட்டுத்தரையில் உள்ள மொத்த உருப்படிகளையும் அவிழ்த்து தோட்டத்தின் தென்புறமுள்ள மானாவாரி மேய்ச்சல் காட்டுக்கு ஓட்டிப் போனான். காடெங்கும் கொழுக்கற்றைப் புற்கள் பசுத்துப் புடை தள்ளும் தருவாயில் இருந்ததன. மாடுகள் கடவடியில் நுழைந்ததிலிருந்து மேய ஆரம்பித்துவிட்டன. செவலைக்கன்று மட்டும் அனாதைபோல கடவடியிலேயே நின்று தாய்ப் பசுவுக்காகக் காத்துக் கிடந்தது. பசி தாளாமல் கத்தியது. பிழைக்காது எனத் தெரிந்துவிட்டது.

மறுதினத்திலிருந்து விசு மண்தாழியில் தண்ணீர் ஊற்ற மட்டுமே மேய்ச்சல் காட்டுக்குப் போய் வந்தான். செவலைக்கன்று விசுவைக் கண்டதும் கத்தியபடி கடவடிக்கு ஓடி வருவது வழக்கமாயிற்று. அது இன்னும் பிழைத்திருப்பது ஆச்சரியமாகவே பட்டது. புல் கொறித்தும் பார்க்கவில்லை. அதனுடைய சாவை எதிர்பார்த்துக்கொண்டே நாட்களைக் கடத்தினான். செவலைக்கன்று மயிலைக்கன்றைப் போலவே வளர ஆரம்பித்ததும் புதிராகவே இருந்தது. மழை வெயில் கண்ட நாளொன்றில் விசு மேய்ச்சல் காட்டுக்குத் தண்ணீர் ஊற்றப் போனபோது கிழட்டு மாடு செவலைக்கன்றுக்கும் மடி சுரந்து பால் கொடுத்துக்கொண்டுடிருப்பதைக் கண்டான். ஆச்சரியம் தாங்கவில்லை. இதனைச் சொல்ல சாய்ப்பு வந்து அய்யனை எழுப்பினான். அய்யன் எழுந்திருக்கவேயில்லை.

மயானத்தில் கொள்ளி வைக்கும்போது அய்யனைக் கடைசியாகத் திட்டிய வார்த்தைகள் விசுவுக்கு ஞாபகம் வந்து கண்ணில் நீர் முட்டியது. இழவுக்கு வந்த ஒறம்பறைச்சனங்கள் கிழட்டுமாடு இரண்டு கன்றுகளுக்கும் பால் கொடுப்பதை அதிசயமாகப் பேசிப் போயினர்.

கிழட்டுமாடு செவலையும் மயிலையும் ஒரு தாய்ப்பிள்ளை போலவே வளர்த்திவிட்டது. இரண்டுக்கும் அவ்வளவு சினேகம். கார்ப்போக மேய்ச்சல் முடிந்தபோது இரண்டுக்கும் மேல்தோல் பூச்சிக் கரம்பை தட்டிவிட்டது. தாடையிலும் துமிலிலும் நல்ல மினுக்கம். துமில் அடிக்கடி சிலிர்த்துக்கொண்டேயிருந்தது. பூச்சிக்காளையைப்

போலவே கொடி உருவி தன் இளங்கொம்புகளால் நிலத்து மண்ணை வாரித் தூற்றின. கட்டுத்தரையில் அவ்வப்போது புழுதி கிளம்பியது.

கார்மழை ஓய்ந்து பருவமழை துவங்குவதற்கு முன்னான மழை பொழியாத ஆனி மாதம் பிறந்தது. காளைகள் இரண்டுக்கும் காயடிப்பதற்கு இதுதான் சரியான தருணமென விசு யூகித்தான்.

அமாவாசை வந்தது. அன்று விசு காளைகளுக்குத் தீனி போடவில்லை. தண்ணீர் கட்டவில்லை. இளமதியம் வரை காத்திருந்தான். பின் காளைகளைப் பிடித்துக்கொண்டு செங்காட்டூர் கிட்டப்ப கவுண்டரின் தோட்டம் போனான். சுற்றுவெளி ஊர்களிலேயே ஒடைத் தட்டுவதற்குக் கைராசியான ஆள் கிட்டப்ப கவுண்டர்தான். செம்மறியாட்டுப் பட்டித் தரம்புகளுக்கு மின்ன விளார் அரக்கிகொண்டிருந்த கிட்டப்ப கவுண்டர் விசுவையும் காளைகளையும் கண்டதும் அறுவாளை மரக்கனுவில் கொத்திவிட்டுக் கிட்டத்தில் வந்தார். காளைகளைச் சுற்றி ஒரு சிறு நோட்டம்விட்ட கிட்டப்ப கவுண்டர் விசுவைப் பார்த்துக் கேட்டார்.

"கன்னுக ரெண்டும் வெறுவயிறுதானே அப்புனு ...."

"ஆமாங்க"

"சேமம்... புழுதிக் காட்டு மர நெழலுக்கு கன்னுகள புடிச்சுட்டு போயி கட்டு..."

விசு மிரட்சியாக நின்ற செவலையையும் மயிலையையும் பிடித்திழுத்தான்.

"அப்புனு... நா வண்டிச் சாய்ப்பு போயி ஒடை தட்டுற வெள்ளிக் கோலையும், காளைகளைக் கட்டிப் போடறதுக்கு வடக்கயித்தையும் எடுத்துக்கொண்டு சுருவா வந்தறேன்... நீ என்ன பண்ணறே... கெணத்து மேட்டுக்குப் போயி... மேற்கே ஊரப் பாத்து சீக்கியடி... வெனாயங் கோயில் திண்ணையிலே எளவட்டப் பசங்க ஆராச்சும் உக்காந்து இருந்தாங்கன்னா... சீக்கி சத்தம் கேட்டதையும்... காளைகள அமுத்திப் புடிக்க வந்துருவாங்க... "

சீனிப்புளியாமர நிழல் பரவிய உழவுப் புழுதிக் காட்டில் விசு காளைகளை இழுத்துப் போய்க் கட்டினான். கிழக்கே விரையும் கோடை முகில் வெய்யிலை குறைத்திருந்தது. விசு கிணற்று மேடேறி மேற்கே ஊரைப் பார்த்தான். விநாயகன் கோவில் கல் திண்டில் நான்கைந்து இளவட்டப் பசங்கள் முதியவர்களோடு சேர்ந்து பாஞ்சாங்கரம் ஆடிக்கொண்டிருப்பது கண்ணில் பட்டது. விசு விரலால் நாக்கை மடித்துச் சீக்கியடித்தான். சீக்கிச் சப்தம் கிணற்றுச்

சுவரில் பட்டு எதிரொலித்தது. மீண்டும் மீண்டும் சீக்கியடித்தான். இளவட்டப் பசங்கள் தலையைத் தூக்கிப் பார்த்துவிட்டுத் திரும்பவும் விளையாட்டில் முசுக்கரமானார்கள்.

விசு கிணற்று மேடிறங்கினான். மறுபடியும் மர நிழல் வந்து காளைகளை ஒட்டி நின்று கொண்டான். சீனிப்புளியாம் பழங்களைக் கொத்தும் கொண்டைச்சின்னான் குருவிகள் துரத்தி விளையாடிக் கொண்டிருந்தன. வடக்கயிற்றைத் தோளில் போட்டுக்கொண்டு, வெள்ளிக்கோலைக் கையில் பிடித்தபடி கிட்டப்ப கவுண்டர் வந்து சேர்ந்தார். அவரோடு அவரின் வெள்ளைநிற நாயும் வந்து புழுதி வெய்யிலில் நின்றது. விநாயகன் கோவிலிலிருந்து இளவட்டப் பசங்களும் வந்து சேர்ந்தனர். கிட்டப்ப கவுண்டர் வடக்கயிற்றை இளவட்டப் பசங்களிடம் கொடுத்தபடி விசுவைப் பார்த்துச் சொன்னார்.

"அப்புனு... மயிலைக் கன்னை மட்டும் அவுத்துக்கிட்டு வா..."

மயிலை மிரண்டது. இளவட்டப் பசங்கள் மண்கட்டிகள் தென்படாத இடமாகப் பார்த்து நின்றனர். வடக்கயிற்றை மயிலையின் அடிவயிற்றில் கோர்த்து கட்டி சுருக்கிட்டு இழுத்தனர். விசுவும் கிட்டப்ப கவுண்டரும் மயிலையை மெதுவாகக் கீழே தள்ளினர். மயிலை புழுதியில் சாய்ந்து விழுந்தது. இளவட்டப் பசங்கள் வடக்கயிற்றை விட்டுவிட்டு மூக்கணாங்கயிற்றோடு கொம்புகளையும், வாலோடு பின்னங்கால் பகுதியையும் கெட்டியாகப் பிடித்து அழுத்திக் கொண்டனர். மயிலை திமிறி அடங்கியது.

கிட்டப்ப கவுண்டர் வேட்டியை வரிந்து கோவணம் கட்டினார். வெள்ளிக்கோல் இரண்டையும் எடுத்துக்கொண்டு மயிலையின் பின்புறம் போய் சராங்கம் பார்த்து உட்கார்ந்தார். விரைக்கொட்டையை நன்றாக இழுத்துப் பிடித்து விரலால் நீவினார். வெள்ளிக்கோல்களுக்கிடையே திணித்தார். மேலே சூரியனை கும்பிட்டுவிட்டு விசுக்கென வெள்ளிக் கோல்களை நசுக்கினார். மயிலை வலி தாங்காமல் கத்தியது. மர நிழலில் கட்டியிருந்த செவலை இதையெல்லாம் புரியாமல் பார்த்துக் கொண்டிருந்தது.

அடுத்து கிட்டப்ப கவுண்டர் தன் அண்ணாக்கயிற்றில் தொங்கிய சூரிக்கத்தியைக் கழற்றினார். மயிலையின் இரு காதுகளின் நுனியையும் அறுத்து எட்ட வீசினார். வெள்ளைநாய் கவ்விக்கொண்டு ஓடியது. இளவட்டப் பசங்கள் வடக்கயிற்றை உறுவிக்கொண்டு எழுந்தனர். மயிலையும் இனம்புரியாத வேதனையோடு நடுங்கியபடி எழுந்து

பம்பி நின்றது. தலையைச் சிலுப்பியது. காதுகளில் ரத்தம் சொட்டியது.

செவலைக்கும் இதே வைபோகம் நடந்து முடிந்தபோது பொழுது உச்சிக்குப் போயிருந்தது. அடுத்த இருமாதமும் காளைகளுக்கு விளையாத புடைதள்ளி நின்ற கோடைச்சோளத்தட்டை விசு அறுத்துப் போட்டான். காளைகளும் கழிகூளம் விழத் தின்று நல்ல நீர் பிடித்தது. கறம்பை நிறம் மாறி இயல்பு நிறம் கண்டது. இரண்டுக்கும் ஜோடிப் பொருத்தம் கண்ணுபடற மாதிரி அமைந்து விட்டதாக ஊர்க் குடியானவர்கள் பேசிக்கொண்டனர்.

ஆவணி கடைசியில் மேனோக்கு நாள் பார்த்து செவலையையும், மயிலையையும் புழுதியுழவு அடித்த குண்டலில் நிறுத்தி உழவு பழக்கக் கலப்பையில் பூட்டினான். செவலை வலவனாகவும், மயிலை இடவனாகவும் நுகத்தடியில் நிறுத்தினான். கிட்டப்ப கவுண்டர் ஒத்தாசைக்கு வந்தார்.

“மொதல்ல மொரண்டு புடிச்சு கன்னுக்குட்டீக கழி போடும்... அப்புறம் வெளாவுல ஒழுங்காப் போகும்... . விடாம தெனம் ரெண்டு அனப்பு ஓட்டு... கன்னுக தானா சராங்கத்துக்கு வந்து வசமாயிரும் அப்புனு...”

செவலையும் மயிலையும் சீக்கிரத்தில் நன்றாக உழவு பழகிவிட்டன. ஏர் பூட்டும்போது நுகத்தடியில் தானாக வந்து கழுத்து கொடுத்தது. கலப்பை ஆழ உழும்போது தலை தாழ்ந்து இழுக்குமளவுக்குப் படுசாதுவாயிற்று. ஆடி மழைக்கு இன்னும் சில தினங்களே மீதமிருந்தன. விசு காளைகளைச் சவ்வாரி வண்டியில் பூட்டிப் பழக் கினான். ஒத்தாசைக்கு வந்து போன கிட்டப்ப கவுண்டர் வண்டி தார் சாலையில் விரைந்தோடும்போதெல்லாம் மகிழ்ச்சிப் பெருக்கில் சொன்னார்.

“என்னப்புனு... உங்காளைக்கன்னுக ரெண்டும் ஒரே சீரா சாலப்புல போகும்போது... வண்டியப் பாத்திய... ஆடாம அசையாம... ரெட்ட சாட்டுக் குதிர வண்டியாட்டவுல போகுது... பேசாம ரேக்ளா பந்தயத்துல கலந்துக்கிட்டீன்னு வெச்சுக்கோ... உனக்குதா மொதப் பரிசு நா அடிச்சு சொல்லுவே... ”

கிட்டப்ப கவுண்டர் சொல்லி முடித்து மூன்று தினங்கள் கூட கடந்து விடவில்லை. வாய் முகூர்த்தம் பலித்துவிட்டது. தாராபுரத்துக்கு மேற்கே தாசர்பட்டியிலிருந்து கிட்டப்ப கவுண்டரின் மருமகன் கோழி கூவும் கருக்கிருட்டில் கட்டுத்தரைக்கு வந்து காத்திருந்தார்.

“சும்மா தோட்டத்துக்கும் வூட்டுக்கும் ஒரு சாலப்பு வுட்டே... எடவனுக்கு பொசுக்குன்னு முன்னங்கால் மமுட்டிருச்சு மாப்புள... கடேசி நேரத்துல ரேக்ளா பந்தயத்துல கலந்துக்க வழி தெரியல... மாமந்தான் சொன்னாரு... உங்க காளைகளப் பத்தி... தலக்கோழி கூப்பிடவே பொறப்பட்டு நேரா வந்துட்டேன்... ”

விசு வேறு வழியில்லாமல் ரேக்ளா பந்தயத்தில் கலந்துகொள்ளச் சம்மதித்து அவரோடு சென்றான். உப்பாற்றுக்கு அக்கரையில் இருந்தது அவரின் ஊர். தென்னந்தோப்புக்குள் சீமையோட்டுக் கொட்டத்துடன் கூடிய பெரிய தொழுவக் கட்டுத்தரை. விசு சவ்வாரி வண்டியை அவிழ்த்து விட்டுவிட்டு அவரின் ரேக்ளா வண்டியில் செவலையையும் மயிலையையும் பூட்டினான். அவர் மூக்காணி தப்பையில் ஏறி தலைக் கயிற்றை வாங்கி சுண்டிப் பிடித்தார். ஏற்கனவே தொழுவத்தில் காத்திருந்த அவரின் தங்கையும் ஏறி இவரைட்டி உட்கார்ந்தாள். இடவனும் வலவனும் சடசடவென நீர் வார்த்தது. சந்தோஷத்தில் அவரின் தங்கை முகம் பூரித்தாள்.

“நல்ல சகுனமண்ணா... பந்தயத்தில மொதப் பரிசு நமக்குத்தான்...”

அவர் தலைக் கயிற்றைத் தளர்த்தினார். ரேக்ளா வண்டி மண்சாலையில் ஓடியது. அவர் தங்கையின் படிய மறுத்த பட்டுச்சீலையின் மொரமொரப்பும் அருண்மையும் விசுவுக்கு ஒருவித குதூகலத்தைக் கொடுத்தன. அதேவேளை காளைகள் பந்தயத்தில் வெற்றி பெற வேண்டும் என்கிற எண்ணம் எழ சட்டென உள் மனத்தில் ஒருவித பதற்றமும் தொற்றிக்கொண்டது.

தாசர்பட்டியின் வடபுறத்தில் கோபால்சாமி கோவிலடியில் ரேக்ளா பந்தய மைதானம். சுற்றுப்பட்டு ஊர் சனங்களால் நிரம்பிக் கிடந்தது. இருநூறு மீட்டர் தூரத்துக்கு அளந்து இருபுறமும் கயிறு கட்டியிருந்தனர். ஏற்கனவே இருநூறு ரேக்ளா வண்டிக்குமேல் வரிசையிட்டு நின்றன. எல்லா வண்டிகளிலும் பந்தயத்துக்குப் பயிற்சி பெற்ற காளைகள் சாந்தமாகவே நிற்பதாகப் பட்டது. அவர் தங்கை வண்டியிலிருந்து இறங்கி பெண்கள் நின்று வேடிக்கை பார்க்கும் பக்கம் போய்விட்டாள்.

ரேக்ளா பந்தயம் துவங்கியது. செவலையும் மயிலையும் பந்தயத்தைப் புரிந்துகொண்டன. துவக்கத்திலேயே வீறுகொண்டு நாலுகால் பாய்ச்சலில் தாவின. மூர்க்கமாக அதிதிறனோடு ஓடின. எவ்வித சிரமுமின்றி எல்லைக் கோட்டைத் தொட்டுத் தாண்டின. அவர் தங்கை வண்டியிடம் ஓடி வந்தாள். வாயில் நுரை தள்ளி பெருமூச்சு விட்டுக்கொண்டு நின்ற காளைகளின் நெற்றியை வருடிக் கொடுத்தபடியே பேசினாள்.

“கோப்பையும் மூனு பவுன் தங்கச் செயினும் நமக்குத்தான்...”

அவர் தங்கையின் வாக்கும் பலித்துவிட்டது பதினெட்டு வினாடியில் இருநூறு மீட்டரை விசுவின் காளைகள் தொட்டிருந்தன. விசுவே மேடையேறினான். கோப்பையைக் கொண்டுவந்து அவரிடம் கொடுத்தான். தங்க செயினை அவர் தங்கையின் கையில் திணித்தான். அவர் தங்கையினால் நம்ப முடியவில்லை. கண்கள் அகல விரிய விசுவைப் பார்த்தபடியே கேட்டாள்.

“எனக்கா... ?”

“ம்ம்ம்... நீங்கதான் கலியாணமாகிற பொண்ணு...”

“அப்ப நீங்க...”

“நா.. ஒண்டிக்கட்டை.... எனக்கு எதுக்கு தங்கமெல்லாம்...”

கூட நின்ற பெண் விசுக்கென்று தங்கச் செயினைப் பிடுங்கி அவர் தங்கையின் கழுத்தில் மாட்டிவிட்டாள். அவளுக்கு பூரிப்பு தாள வில்லை. கழுத்து செயினையும் விசுவையும் மாறி மாறிப் பார்த்தாள்.

பொம்மைக் கூத்துக்காரன் சந்திரமதியைக் கண்ட அரிச்சந்திரனுக்காகப் பாடத் தொடங்கினான்.

“கடலினைக் கயலினைக் கணையைமென் பிணையைக்
காவியைக் கருவிள மலரை
வடுவினை கொடிய மறலியை வலையை
வாளை வென்றறவு நீண்டு அகன்று
கொடுவினை குடிகொண்டிரு புறம் தாவிக்
குமிழையும் குழையையும் சீறி
விடமெனக் கறுப்புற்று அரிபரந்துன் கை
வேலினும் கூரிய விழியாள்...”

விசு அவளைப் பார்த்தபடியே இருந்தான். சுற்றுப்புற சந்தடிகள் மறந்து போயின. அவள் அந்தப் பெண்ணோடு ஏதேதோ பேசிக் கொண்டு கடைக் கண்ணால் விசுவையும் நோக்கினாள்.

அந்தநேரம் இரண்டாம் பரிசு வாங்கியவன் மற்ற வண்டிக்காரர்கள் சிலரைக் கூட்டிக்கொண்டு வந்துவிட்டான். வந்தவர்கள் எல்லோரும் காளைகளைச் சூழ்ந்துநின்று புகழ்ந்து தள்ளினர். அவர் தங்கை அந்தப் பெண்ணைக் கூட்டிக்கொண்டு கோவில் பக்கம் நகர்ந்து போய்விட்டாள். இரண்டாம் பரிசு வாங்கியவன் மட்டும் கொஞ்சம் நுணுக்கமாகக் காளைகளைச் சுற்றிப் பார்த்து நோட்டம் விட்டான்.

வண்டிக்காரர்களில் தடித்த மீசை வைத்திருந்தவன் விசுவைத் தனியே அழைத்துப் போய்க் கேட்டான்.

“இங்க ரேக்ளா பந்தயமுன்னாவே நம்ம தம்பி காளைக்குத்தான் கோப்பை... இந்தமொறை நீங்க தட்டிட்டீங்க... . நம்ம தம்பிக்கு உங்க காளைகளை ரொம்ப புடிச்சுப் போச்சு... என்ன வெல சொல்லறிங்க... பணம் ரெடி... இப்பவே கயித்தை மாத்தலாம்... ”

விசு பதில் பேசாமல் நின்றான்.

“ நாலு செலகத்தட்டைக்குக் கூட நம்ம தம்பி வாங்கத் தயாராக இருக்கு... ”

அதற்குள் குள்ளமாக இருக்கும் இன்னொரு வண்டிக்காரன் கிட்டத்தில் வந்து குசுகுசுவெனப் பேசினான்.

“ரெண்டுக்கும் சுழி சுத்தமா இருக்கு... நம்ம தம்பி நாலு சதுப்பத்துக்கே வெலய முடிக்கச் சொல்லுது...”

விசுவுக்கு மாட்டுத் தரகுப் பாஷை எதுவும் புரியவில்லை. சட்டென ஆத்திரம் மூண்டது. அந்த இரு வண்டிக்காரர்களையும் முறைத்துவிட்டு நேராகக் காளைகளிடம் வந்தான். இரண்டாம் பரிசு வாங்கியவனைப் பார்த்து சொன்னான்.

“நீங்க ஒரு கோடி குடுத்தாலும் காளைகளை விக்கறதாயில்லை... நா உங்க மாதிரி பந்தயக்காரன் இல்ல... ஒறம்பறைக்காக காளையைக் கொண்டு வந்து வண்டி ஓட்டியவன்... நா ஊருக்குப் போவோணும்... எல்லாரும் இங்கிருந்து போறீங்களா...”

விசு வண்டியின் மூக்காணித்தப்பையில் ஏறி அமர்ந்தான். தலைக் கயிற்றைச் சுண்டி சாட்டையால் காளைகளை விரட்டினான். வண்டி ரேக்ளா மைதானத்தைக் கடந்து மண்சாலையில் விரைந்தது. விசு திரும்பிப் பார்க்கவேயில்லை. அந்தி சாயும் நேரத்தில் மேற்கே சிவந்த வானத்தின் கீழாக வெள்ளைக் கொக்குகள் கூட்டமாகப் பறந்து போயின. அவரின் தோட்டத்துத் தொழுவக் கட்டுத்தரை வந்து வண்டியை அவிழ்த்து விட்டான். ஆத்திரம் தணிந்து ஆசுவாசமாக உணர்ந்தான்.

விசு ஊருக்குஃ்ஹ் திரும்பி மூன்று தினங்கள் போயிருந்தன. அதே மேற்கு வானம் சிவந்த அந்தியில் கிட்டப்ப கவுண்டர் கட்டுத்தரைக்கு வந்தார்.

“நீ மளார்ன்னு சவ்வாரி வண்டியப் பூட்டு... மேக்கே தாசர்பட்டி வரைக்கும் போயிட்டு வரலாம்... ”

வண்டி உப்பாற்றின் அக்கரை ஏறி தாசர்பட்டி போகும்வரை விசு கிட்டப்ப கவுண்டரின் சோலியாகத்தான் இருக்குமென நினைத்திருந்தான். அவர் மருமகனின் தோட்டத்துத் தொழுவக் கட்டுத்தரை சென்று சேர்ந்ததும் கிட்டப்ப கவுண்டர் நேராக விசயத்துக்கே வந்தார்.

"நம்ம வடிவெ... அப்புனுவுக்கு பேசி முடிச்சிறலாமுன்னுதான்... வந்தேன்..."

மாடுகளுக்கு சோளத்தட்டு தரித்துப் போட்டுக்கொண்டிருந்த வடிவு நிமிர்ந்து பார்த்தாள். மருமகன் தலை தாழ்ந்தபடியே இருந்தார். வெகுநேரம் பதில் பேசவில்லை. மேற்கு வானில் விண்மீன்களோடு அரைப் பிறைநிலா தெரிந்தது. கிட்டப்ப கவுண்டர் புரிந்து கொண்டார். வண்டியைப் பூட்டச் சொன்னார்.

விசுவுக்கு ஊர் வந்து வெளித் திண்ணையில் படுத்த பின்பும் தூக்கமே வரவில்லை. எதையோ இழந்தது போலவே இருந்தது. பொம்மைக் கூத்துக்காரி அரிச்சந்திரனை பிரியும் சந்திரமதிக்காகத் துயரம் தோய்ந்து பாடினாள்.

"வல்லி போற்றி வருந்தல் எமக்கு எனச்
சொல்லி வேல்கண் துளிபல சிந்திட
அல்லி மாமரைத் தாள்களை அன்புடன்
புல்லி வீழ்ந்து கிடந்து புலம்பினாள்..."

மறுதினம் கோடைக் காற்று தோட்டத்துத் தென்னை பனைகளின் உச்சியை அகோர விசை கொண்டு வீசி வளைக்கும் இளமதியம். கிட்டப்ப கவுண்டர் கட்டுத்தரைக்கு வந்ததும் வண்டியைப் பூட்டச் சொன்னார். வண்டி வறண்டு கிடந்த உப்பாற்றைக் கடந்து அக்கரை ஏறும்போது கிட்டப்ப கவுண்டர் தயக்கத்துடன் பேசினார்.

"எங்க மருமகன் ஊட்டுல ஒரு பிரச்சனை... வடிவு கலியாண விசயமா... அது உன்னால மட்டுந்தான் தீத்து வைக்க முடியும்... "

வண்டி அவர் மருமகன் தோட்டத்துத் தொழுவக் கட்டுத்தரை போய் சேர்ந்தபோது ஒரே கூட்டமாகக் கிடந்தது. இரண்டாம் பரிசு வாங்கியவனும் வண்டிக்காரர்கள் சிலரும் நின்றிருந்தனர். மருமகன் எதிர்கொண்டு வந்து கிட்டப்ப கவுண்டரையும் விசுவையும் சற்று தள்ளியிருந்த நாற்றாம் பட்டறை கருவேல மர நிழலுக்கு கூட்டிப் போனார்.

தூரத்தில் தெரிந்த இரண்டாம் பரிசு வாங்கியவனை காட்டிப் பேசினார்.

“நம்ம பிரசிடென்ட்க்குத்தான் வடிவப் பேசி முடிச்சிருந்தோம்… எங்க வடிவுக்கும் அவரைப் புடிச்சிருக்கு… நேத்து உங்ககிட்ட என்னால சொல்ல முடியல… இப்ப அவருக்கு… உங்க செவலையையும் மயிலையையும் பிடிச்சிருக்காம்… நீங்க… உங்க…”

மருமகன் பேச்சை முடிக்கும் முன் விசுவுக்கு விருட்டெனக் கோபம் வந்தது.

“காளைகளைக் குடுக்க முடியாதுன்னு நேத்தே சொல்லிட்டேனே… இப்ப இதுக்கா என்னை இவ்வளவு தூரம் வரச் சொன்னீங்க…”

விசு வண்டியை அவிழ்த்துவிட்ட இடத்தை நோக்கி நடந்தான். இரண்டாம் பரிசு வாங்கியவன் வண்டிக்காரர்களோடு எதிர்ப்பட்டு வந்து விசுவைக் குறுக்காட்டி நின்றான்.

“உங்காளையென்ன… பத்தரமாட்டு தங்கமா… ?… பெரிசா பீத்திக்கறே… வா ஒரே ஒரு பந்தயம் வெச்சுக்குவோம்… நீ செயிச்சுட்டா எங்கட்டுத்தரையில இருவது சோடிக்கு மேல இருக்கிற மொத்தக் காளைகளையும் புடிச்சுக்க… தோத்துட்டா இந்த செவலையையும் மயிலையையும் மட்டும் குடு போதும்… என்ன பந்தயத்துக்கு தயாரா…?”

அப்போது அருகில் வந்த கிட்டப்ப கவுண்டர் நரை மீசையை ஒதுக்கியபடி சொன்னார்.

“ எங்க ரெண்டு காளைக்கும் உன்னோட மொத்தக் காளைகளும் ஈடாகுமாடா… வேற ஏதாச்சும் பெரிய்யதா வெய்யிடா… ”

இரண்டாம் பரிசு வாங்கியவன் யோசித்தான். கூட வந்த வண்டிக்காரர்கள் முணுமுணுத்தனர். மருமகன் பிதிர் கெட்டது போல நின்றிருந்தார். கிட்டப்ப கவுண்டர் ஏளனமாகப் பார்த்தபடியே கேட்டார்.

“ அப்ப நாங்க ஊருக்கு பொறப்படட்டுமா. . அப்புனுகளா… ?”

அந்தச் சமயத்தில் ஊர் செல்லும் தடத்திலிருந்து வடிவு வந்துகொண்டு இருப்பதை இரண்டாம் பரிசு வாங்கியவன் பார்த்தான். பின் சிரித்தபடி விசுவைப் பார்த்துச் சொன்னான்.

“உனக்கு வடிவ ரொம்பப் புடிக்குமுன்னு தெரியும்… எனக்குப் பேசி முடிச்ச பொண்ணா இருந்தாலும் பரவாயில்ல… ஆரு செயிக்கறாங்களோ… அவங்க வடிவ கலியாணம் பண்ணிக்கலாம்… என்ன பெரியவரே… இந்தப் பந்தயத்துக்கு வருவீங்கல்ல…”

விசு இரண்டும் கெட்டான் நிலையில் நின்றிருந்தான். கிட்டப்ப கவுண்டர் சப்தமாகச் சொன்னார்.

"இப்ப நீ ஆம்பளையிடா... வெய்யிடா பந்தயத்தை..."

வடிவு நீர் நிறைந்த கண்களுடன் வந்தவழியே திரும்பி ஓடினாள். மருமகன் குரலிட்டபடியே பின்னே ஓடினான். இவர்களும் வண்டியை அவசரமாகப் பூட்டி ஊர்ப்பாதையில் செலுத்தினர். காலிடுக்கில் கத்தும் கோழிக்குஞ்சைக் கவ்விக்கொண்டு கருடன் பறந்து போனது.

தாசர்பட்டி இன்னும் பழைமையான தோரணையிலேயே இருந்தது. வெயில் தாழ கோபால்சாமி கோவிலின் முன்பு ஊர் மணியக்காரர் தலைமையில் ஊர்க் கூட்டம் கூடியது. வயசுக்கு வந்த பெண்ணை பந்தயப் பொருளாக வைத்ததை ஆளாளுக்கு விவாதித்தார்கள். இரண்டாம் பரிசு வாங்கியவன் பிடிவாதமாகவே இருந்தான். கிட்டப்ப கவுண்டரும் விட்டுக்கொடுக்கத் தயாராக இல்லை. விசு எதுவும் பேசவில்லை. இறுதியில் மணியக்காரர் பந்தயத்தின் விதிமுறையைக் கொஞ்சம் மாற்றி போட்டியை அறிவித்தார்.

"நாளைக்கு பொழுது கிளம்ப பந்தயம்... வண்டி இங்கிருந்து தாராபுரம் போய்... திரும்பி ஊருக்கு வரணும்... எந்த வண்டி முன்னாடி வருதோ... அது செய்ச்சதா அறிவிக்கப்படும்..."

கூட்டம் கலைந்தது. இரண்டாம் பரிசு வாங்கியவன் முறைத்துவிட்டுத் திமிருடன் நடந்து போனான். விசுவின் முகத்தில் கவலைக்குறிகள் படிய ஆரம்பித்தன. வீதி நெடுக பெண்கள் நடைமேல் நின்று விசுவையே பார்த்தனர். மருமகன் வீட்டு வாசலில் திரட்சியும் உயரமும் கொண்ட ராஜவாகை மரம் கோடைக்காற்றுக்குச் சலசலத்தபடி இருந்தது. வீடும் போன தலைமுறையில் கட்டப்பட்ட தொட்டிக்கட்டு வீடு. முதல் சாமம் வரை முற்றத்து ஆசாரத்திண்ணையில் உட்கார்ந்து கிட்டப்ப கவுண்டர் விசுவோடு பந்தயத்தில் செயிப்பது குறித்தே பேசிக்கொண்டிருந்தார். நடுச்சாமம் ஆனபோது ஊரின் வடக்குத் திசையில் கரும்புக்காட்டுக்குள்ளிருந்து குள்ளநரி ஊளையிடத் துவங்கியது.

இருவரும் அதே ஆசாரத்திண்ணையிலேயே படுத்துக்கொண்டனர். முற்றத்தில் நிலா வெளிச்சம் இறங்கியிருந்தது. சித்த நேரத்தில் கிட்டப்ப கவுண்டர் குறட்டைவிடத் தொடங்கினார். ஊரும் புறச்சப்தம் அடங்கி நிசப்தமானது. விசு விழித்தபடியே படுத்திருந்தான். விநோதமான குழப்பம் மனதைச் சூழ்ந்து அலைக்கழித்தது. திடீரென சாதிமல்லிப்

பூவின் நறுமணம். கொலுசுப் பாதம் மெல்ல எட்டு வைத்து வரும் ஒலி. காலடியில் வடிவு நின்றாள். விசு எழுந்து உட்கார்ந்தான்.

“பந்தயத்துல நீங்க தோக்கனும்...”

விசு மௌனமாகவே இருந்தான். நிலா நகர்ந்து முற்றத்தில் இருளின் கனம் கூடியிருந்தது.

“ மீறி நீங்க செய்ச்சா... அரளி வெதையே அரச்சுக் குடிச்சிருவேன்...”

கொலுசுப் பாதம் மெல்லத் திரும்பி நடந்தது. தலைக்கு மேலாக விட்டத்தில் விட்டுவிட்டு அரணை சகுனிக்கும் அரவம் வேறு. நாளைக்கு ஏதோ விபரீதமாக நடக்கப் போகிறது என்பது திண்ணமானது. விசுவின் மனம் பெரும் தடுமாற்றத்துக்குள்ளானது. உறக்கம் தூரப் போய்விட்டது.

கோபால்சாமி கோவிலடியில் ஊரே குவிந்து கிடந்தது. பொழுது கிளம்பும் முன்னேயே ரேக்ளா பந்தயம் தொடங்கிவிட்டது. இரண்டாம் பரிசு வாங்கியவன் இதுவரை முப்பத்திமூன்று ரேக்ளா பந்தயத்தில் முதல் பரிசு வென்ற சோடிக் காளையை விடிவதற்குள் கொண்டுவந்து வண்டியில் பூட்டியிருந்தான். அந்தக் காளைகள் எடுத்த எடுப்பிலேயே நாலுகால் பாய்ச்சலில் தாவி முன்னேறியது. செவலையும் மயிலையும் அந்தக் காளைகளை வெல்லுவதற்கான சாத்தியமேயில்லை என்று விசுவுக்குத் தோன்றியது. சாமத்தில் வடிவு சொன்ன வார்த்தைகளும் அவ்வப்போது நினைவில் வந்து வாட்டியது. கிட்டப்ப கவுண்டர் மட்டும் நம்பிக்கை இழக்காமல் வண்டிக்குள்ளிருந்து காளைகளை சப்தமெழுப்பி விரட்டினார்.

தாராபுரம் பொள்ளாச்சி தார்ச்சாலையில் கிழக்கு நோக்கிய பந்தய வண்டிப் பயணம். இருமருங்கு ஊர்களிலும் சனங்கள் சாலையோரம் நின்று வேடிக்கை பார்த்தனர். பேருந்தில் பயணம் செய்பவர்கள் சன்னலுக்கு வெளியே தலைநீட்டியபடியும், எதிரில் வரும் இதர வாகனாதிபதிகள் வாகனத்தை ஓரங்கட்டியும் ஆவலோடு வண்டியைக் கண்டு கடந்தனர். அச்சனங்களிடம் வடிவு யாருக்கு என்கிற கேள்வி தொற்றி நின்று எதிர்பார்ப்பைத் தூண்டியிருக்கக் கூடும். கோவிந்தாபுரம் வரையில் விசு வண்டியை ஒரே சீராகவே ஓட்டினான். பஞ்சப்பட்டி ஓடை இறக்கம் இறங்கி மேடேறும்போது ஒருவன்... ... ... மிதிவண்டியில் கூடவந்து சப்தமிட்டான்.

“நீங்க எங்கடா செய்க்கப் போறீங்க... . எங்க பிரசிடென்ட் காளைக... மூனு மைலுக்கு முன்னாடி போய்ட்டு இருக்கு... . ”

அது வரை எதுவும் பேசாமலே வந்த கிட்டப்ப கவுண்டர் விசுவின் தோளைத்தொட்டுப் பேசினார்.

“அப்புனு... ஒரு பொட்டப்புள்ள சொல்லுச்சுன்னு எல்லாம்... நீ தோக்க நெனைக்கப்படாது...”

விசு அதிர்ந்து திரும்பினான்.

“கெழவனும் கேட்டுக்கிட்டுதான் இருந்தே... ராத்திரி அவ பேசினதே... . அது மட்டுமில்ல... ரெண்டு தடவ எழுந்து கட்டுத்தரை வரைக்கும் போயி காளைகளையும் பாத்துட்டுதான் வந்து படுத்தேன்... எதிரிக காளைகளை ஏதாச்சும் பண்ணிறக் கூடாது இல்லயா... ”

பொழுதின் முதல் கிரணங்கள் தார்ச்சாலை மீது படிந்தது.

“இந்தப் பந்தயத்துல நம்ம மானம் மட்டுமில்லை அப்புனு... நம்ம வடக்குச் சீமை ஊர்ச்சனங்களோட மொத்த மானமும் அடங்கியிருக்கு. அதெ நீ புரிஞ்சுக்கனும்...”

மேலும் கிட்டப்ப கவுண்டர் ஆவேசமாகப் பேசினார்.

“ஒரு பேச்சுக்கு சொல்லறே... தோத்துட்டோமுன்னு வெய்யி... இந்த உப்பாத்துக்கு வடக்கே என்னுசரே கொண்டுக்கிட்டு... நா ஒருபோதும் வரமாட்டே... சமுந்தி ஊருலதா எனக்கு சவ அடக்கம்...”

விசுவின் துக்க ரேகை படிந்த முகம் மெல்ல மாறியது. அதுவரை வியாபித்திருந்த அச்சமும் உள்மனக்குழப்பமும் அகன்றன. காளைகளை முடுக்கினான். வண்டி குலுங்கி வேகமெடுத்தது. ஒரே சீராக எழுந்த லாடக் குளம்பொலிகள் திடீரெனத் தாறுமாறாகின. கண்ணைக் கூசும் ஏறுவெய்யிலில் தூரமாகத் தார்சாலையை நோக்கியபடி கிட்டப்ப கவுண்டர் பேசினார்.

“அப்புனு... அந்த வடிவுப்பொண்ணு கழுத்தைப் பாத்தையாடா... பாளைபோல் வளவளப்பு பரமநிதியம் சுகவாழ்வுடா... ”

விசுவுக்கு அவர் பேச்சு புரியவில்லை.

“பனம்பாளையைபோல வளவளப்பு கழுத்துடைய பெண்கள் பணமும் சுகமும் கொண்டு வாழ்வாங்கு வாழ்வாங்கந்றது சாசுத்தரமுடா... நாம இந்தப் பந்தயத்துல எப்பாடு பட்டாவது செய்க்கிறோம் நீ வடிவுப்பொண்ணக் கலியாணம் பண்ணறே... அப்புறம் உங்குடும்பம் எப்படி விருத்தியாகுதுன்னு பாரே... ””

அரிச்சந்திரனுக்கு சந்திரமதியைத் திருமணம் முடிக்க சந்திரதயன் சம்மதித்தார். அருந்தவ முனிவர்கள் வந்து அரிச்சந்திரனை அழைத்தனர். பொம்மைக்கூத்துக்காரர் பாடினார்.

"... அருந்தவ முனிவர் எல்லாம் அரசனை நோக்கி ஐய
பெருந்தவம் உடையார் மண்ணில் நீயலாற் பிறரும்
உண்டோ
திருந்திழை தனை உனக்கே திருமண முடிக்கத் தாதை
பொருந்தினன் வல்லை நீயும் எம்முடன் போதுக
என்றார்."

விசு வடிவுடன் மணக்கோலத்தில் வேள்வித்தீயைச் சுற்றி வந்தான். அருமைக்காரர் மங்கள வாழ்த்து பாடி தாலியை எடுத்துக் கொடுத்தார்.

விசு அம்மாபட்டி சனங்கள் கோஷமிடுவதைக் கண்டு சுயநினைவு மீண்டான். இரண்டாம் பரிசு வாங்கியவனின் வண்டி எதிரில் வந்து கொண்டிருந்தது. தடித்த மீசை வைத்திருந்த வண்டிக்காரன் எழுந்து நின்று சாட்டையை உயர்த்தியபடி சப்தமிட்டான்.

"வடக்குச் சீமைக்காரனுக்கு வாய்க்கரிசிடோய்.. ""
கிட்டப்ப கவுண்டர் பதிலுக்கு சப்தமிட்டார்.
"ஆருக்கு வாய்க்கரிசியின்னு சித்தநாழில தெரியுமடா..."

தாராபுரத்தின் மேற்கு எல்லையான எல்லீஸ் நகரிலேயே மணியக்காரரின் ஆட்கள் வண்டியை எதிர்கொண்டு திருப்பிவிட்டு சாட்சிக்கு புகைப்படம் எடுத்துக்கொண்டனர். கிட்டப்ப கவுண்டர் உருமாலை அவிழ்த்து இறுக்கிக் கட்டியபடிச் சொன்னார்.

"அப்புனு இப்ப நாம காளைகள ஓட்டரதுலதா இருக்கு செய்ப்பு..."

செவலையும் மயிலையும் சலிக்காமலேயே ஓடின. ஒரே ஒருமுறை குழைந்த சாணியிட்டதோடு சரி. நேரம் செல்ல செல்ல வாலை நட்ட வைத்து வேகமெடுத்தன. விசு புறவுலகை எல்லாம் மறந்தான். வண்டியை விரைவுபடுத்துவதிலேயே முழுக் கவனம் செலுத்தினான். காளைகளின் கால்களுக்கு வெறி மூண்டுவிட்டன. பாய்ச்சல் என்றால் அப்படியொரு பாய்ச்சல். குளம்படியில் தார்ச்சாலை பின்னோக்கி நகர்ந்து மறைந்துகொண்டேயிருந்தது.

கோவிந்தாபுரத்தைச் சமீபிக்கும்போதே இரண்டாம் பரிசு வாங்கியவனின் வண்டியை செவலையும் மயிலையும் முந்த முட்பட்டன. அந்தக் காளைகளும் சலித்தவையில்லை. விலகி வழிவிட மறுத்தது. மேலும் அரை மைல் தூரம் சென்றுதான் வண்டியை சரிசமமாகப் போகவே அனுமதித்தன. தடித்த மீசை வைத்திருந்த வண்டிக்காரன் சாட்டையால் அந்த காளைகளின் அடிவயிற்றில் அடிக்க

ஆரம்பித்துவிட்டான். மேல்தோல் தடித்து கன்றி ரத்தம் வடியத் துவங்கிற்று. கிட்டப்ப கவுண்டர் வெறும் அதட்டலில் மட்டுமே காளைகளை விரட்டியபடி இருந்தார். வாழ்வா சாவா என்கிற மரண போராட்டம். விசு நிச்சலனமாகக் காளைகளின் தலைக்கயிற்றைப் பிடித்துக்கொண்டு இருந்தான். இப்போது வெற்றி தோல்வி என எதுவுமில்லை. பந்தயம் முடிவுற்றால் போதும் என்றிருந்தது. இலக்கை அடைய இருநூறு கெஜ தூரம் இருக்கும்போது செவலையும் மயிலையும் மெல்ல முந்தி முன்னேறியது. வண்டிச்சக்கரம் எல்லைக் கோட்டைத் தாண்டிச் சென்றது.

சுற்றுவெளி ஊர்ச்சனங்களோடு திரண்டு நின்றிருந்த கூட்டம் மௌனமானது. வாயில் வெண்நுரை தள்ளிய செவலையும் மயிலையும் ஆசுவாசமடைய முடியாமல் பெருமூச்சிட்டன. கிட்டப்ப கவுண்டர் வண்டியிலிருந்து குதித்திறங்கி காளைகளின் முதுகை நீவினார். அவருக்குக் கண்கள் கலங்கிவிட்டன. உணர்ச்சிவசப்பட்டு பேசினார்.

"அப்புனு இந்தக் காளைகள் ரெண்டையும்... என்ன கசுட்டம் வந்தாலும் வித்துப் போடாதே... ஆயுசுக்கும் கட்டுத்தரையிலேயே கெடக்கட்டும்..."

சாந்தமடைந்திருந்த கோடைக்காற்று திடீரென விசை கொண்டது. திரும்பவும் மணியக்காரரோடு ஊர்ச்சனங்கள் கோபால்சாமி கோவிலடியில் கூடினர். வடிவும் மருமகனும் இரண்டாம் பரிசு வாங்கியவனோடு உற்சாகமின்றி நின்றிருந்தனர். மணியக்காரர் ஊர்ச்சனங்களை ஒருமுறை நோட்டம் விட்டுவிட்டு மெதுவாகப் பேசினார்.

"நம்ம வடிவுக்கும் வடக்குச்சீமைத்தம்பிக்கும் ஒரு நல்ல நாள் பாத்து கலியாணத்தப் பண்ணிறவேண்டியதுதான்... . ""

வடிவின் முகம் இருண்டது. விசு முன்னே நடந்து மணியக்காரரிடம் போய் பேசினான்.

"வடிவு பிரசிடென்ட விரும்பறான்னு தெரியுது... அவங்க ரெண்டு பேர்த்துக்குமே கலியாணத்தப் பண்ணி வெச்சுருங்க... நா இத வெறும் பந்தயமாவே எடுத்துக்கிட்டு வெலகிக்கிறேன்..."

அப்போது இரண்டாம் பரிசு வாங்கியவன் வேட்டியை மடித்துக் கட்டியபடி எட்டு வைத்து வந்து விசுவின் சட்டையைப் பிடித்தான்.

"ஏன்டா. . மடியப் புடிச்சு மாங்காயப் போட்டுட்டு... முடியப் புடிச்சு காசுகேக்கற கதையாவுல்ல இருக்கு உம் பேச்சு... எப்ப பந்தயத்துல நா

தோத்துப் போய்ட்டனோ அப்பவே நா வடிவ மறந்தாச்சு… நீ போடற பிச்சைக்கு நா ஒண்ணும் கையேந்தி நிக்கரவனில்ல… எனக்கு கெடக்கு ஆயிரத்தெட்டு பொண்ணு… ””

அப்போது வடிவு சப்தமாகப் பேசினாள்.

“என்னடா நெனைச்சுக்கிட்டீங்க ரெண்டு பேரும்… நீங்களே ஒரு பந்தயம் வெச்சுக்குவீங்க. . அதுல என்னை வெச்சு வெளையாடுவீங்க… இப்ப எனக்கு வேண்டா உனக்கு வேண்டான்னு சண்டை போடுவீங்க. இது என்ன மகா பாரதக் காலமா… நான் முடிவு பண்ணிட்டேன்… ரெண்டு பேர்த்தையுமே கலியாணம் பண்ணிக்கப் போறதில்ல… ஆனா போலீசுல புடிச்சுக் குடுக்கப் போறேன்… இந்த முட்டாளு மணியக்காரரையும் சேர்த்துதான்…”

சுடுவெயிலில் தார்ச்சாலை கானல்நீர் காட்டி முன்னால் நீண்டது. செவலையும் மயிலையும் ஊர் செல்லும் உற்சாகத்தில் வண்டியை அதன்போக்கில் இழுத்துச் சென்றன. கிட்டப்ப கவுண்டர் எதுவும் பேசாமலேயே வந்தார். ஊர் வந்து சில ஆண்டுகள் கடந்தபின்னும் கூட அவர் விசுவோடு ஏனோ பேசவேயில்லை. அன்று அந்தியிருட்டு நேரம். கட்டுத்தரை பூவரசுமரத் தாழ்கிளை ஒன்றில் பெருங்கோட்டான் அமர்ந்து குடுகிக் கொண்டிருந்தது. கிட்டப்ப கவுண்டர் சந்தை வண்டியோட்டும் சரளைத் தோட்டத்து அய்யனோடு வந்து சேர்ந்தார். பனையோலை சாய்ப்பு தீனிக்காடியில் யானைப்புல் கடித்துக் கொண்டிருந்த செவலையையும் மயிலையையும் நோட்டம் விட்டார். விசுவுக்கு விளங்கிவிட்டது.

“அய்யனுக்கு வயசாகிட்டது… சந்தவண்டி ஓட்டறதே உட்டுருலா முன்னு சொன்னாரு… இனி நீ ஓட்டினா நல்லாயிருக்குமேன்னு நாந்தான் உங்கிட்ட கூட்டிக்கிட்டு வந்தேன்…”

விசுவினால் கிட்டப்ப கவுண்டர் சொல்லைத் தட்ட முடியவில்லை. அந்த வாரம் திங்கள் கிழமை சாய்ங்காலத்திலேயே சரளைத் தோட்டத்து அய்யனின் பார வண்டியில் செவலையையும் மயிலையையும் விசு பூட்டினான். தோட்டம் தோட்டமாகப் போய் காய்கறி மூட்டைகளைப் பாரமேற்றினான். மறுதினம் செவ்வாய்க்கிழமை தலைக்கோழி கூப்பிடும் விடியக் கருக்கலிலேயே வண்டியைத் தாராபுரம் சந்தைக்குள் ஓட்டிப் போய் அவிழ்த்து விட்டான். கூட வந்த சரளைத் தோட்டத்து அய்யனே விசுவுக்கு எல்லா நெளிவு சுழிவுகளையும் பழக்கிவிட்டார். திரும்பி வரும்போது மளிகைக்கடைக்காரர்களுக்குக் கடைச்சாமான்களை ஏற்றி வந்தான். நல்ல வரும்படி வந்தது.

இரண்டு மூன்று மாதங்கள் போயிருந்தன. ஒரு செவ்வாய்கிழமை இளமதியம். விசு பார வண்டியில் மளிகைச்சாமான்களை ஏற்றிக்கொண்டு ஊருக்குத் திரும்பி வந்துகொண்டிருந்தான். சுங்கம் தாண்டி செட்டிகளம் மண்சாலையில் வண்டி மேடேறியபோது கண்ணைப் பறிப்பதுபோல மின்னல். கனத்த இடி. உதிர்சருகுகளைச் சுமந்த சூறைக்காற்று. சடசடவென கல்மாரி பொழியும் கார்மழை. காளைகள் முதுகு சில்லிட்டுக் கத்தின. யாரோ ஒரு பெண் வண்டியை குறுக்காட்டினாள். விசு தலைக்கயிற்றைச் சுண்டிப் பிடித்து காளைகளை நிறகச் செய்தான். முந்தானையால் தலைக்கு முக்காடிட்டுப் பித்தளைச் சம்புடத்தை இடுப்பில் இடுக்கிக்கொண்டு அவள் சக்கரத்தில் கால் வைத்து வண்டி மேல் ஏறினாள். மளிகை மூட்டை மீது உட்கார்ந்த அவளுக்குப் பனம்பாளைக் கழுத்து. விசு ஆச்சரியத்தில் திக்குமுக்காடிப் போனான்.

“வடிவு நீ... நீ... யெப்படி... இங்க... ?”

“சந்தைக்கு தயிர் விக்கப் போனேன்...”

வண்டி நகர்ந்தது. வருணனையே சபிக்கச் சொல்லும் மழை. காலூன்றிப் பெய்தது. தரையில் கண்ணாடிச் சில்லு போன்ற ஆலங்கட்டிகள் விழுந்து தெறித்தன. மேற்கொண்டு வடிவு எதுவும் பேசவேயில்லை. மழையும் ஓயவேயில்லை. செட்டிகளம் பிரிவு போய் விசு வண்டியை நிறுத்தினான். வடிவு இறங்காமலேயே சொன்னாள்.

“ஊருக்குக் கெழபுறம்தான் ஊடு... வந்துட்டு போங்க...”

விசு ராஜவாய்க்கால் மேட்டில் வண்டியை திருப்பினான். சக்கரங்கள் சேற்றில் புதையுண்டு வந்தன. தோட்டத்தின் கடவடியில் மழைநீர் சொட்டும் மூங்கில் தூர்கள். தொண்டுப்பட்டியோடு சேர்ந்த தனித்த சீமையோட்டு வீடு. வடிவு வண்டியிலிருந்து இறங்கியதும் திண்ணைக் கட்டிலில் படுத்துறங்கிக் கொண்டிருந்த ஒருவனைப் போய் எழுப்பினாள். அவன் அரும்பு மீசைக்காரன் போல சின்ன வயசாக இருந்தான். வடிவு சிரித்தபடி சொன்னாள்.

“எங்கவூருக்கு டேக்டர் ஓட்ட வந்தாரு... ரெண்டுபேருக்கும் சினேகம் ஆயிருச்சு...”

அவன் நுகத்தடியிலிருந்து தும்பைத் தறித்துவிட்டுக் காளைகளை வெளியே பிடித்துக்கொண்டே பேசினான்.

“ஆமாங்கண்ணா... இவ அண்ணங்காரன் பெரிய போடு போட்டான். . போடான்னு கூட்டிக்கிட்டு ஓடி வந்துட்டேன்...”

அவன் காளைகள் மழையில் நனையாமல் இருக்க தொண்டுப்பட்டி சாய்ப்பில் இழுத்துப் போய் கட்டிவைத்தபுல்லை அள்ளிப் போட்டுவிட்டு வந்தான். விசுவுக்கு அவன் வடிவுக்குத் தம்பிபோல இருப்பதாகப் பட்டது. கொஞ்சம் சோடிப் பொருத்தம் இல்லைதான். பாளைபோல் வளவளப்பு பரமநிதியம் சுகவாழ்வு என்று கழுத்தைப் பார்த்து சாஸ்திரம் சொன்ன கிட்டப்ப கவுண்டரின் வாக்கும் பொய்த்துவிட்டதுபோல் தோன்றியது. அவர்கள் இருவரும் எதார்த்தமாகவே பழகினார்கள். மழை விட்டதும் விசு வண்டியை பூட்டிக்கொண்டு வந்துவிட்டான். அந்த வாரமெல்லாம் விசுவுக்கு வடிவின் ஞாபகமாகவே இருந்தது. அடுத்த செவ்வாய்க்கிழமை வண்டி செட்டிகளம் பிரிவைக் கடந்தபோது விசுவுக்கு ஒரு எட்டு போய் வடிவைப் பார்த்துவிட்டு வரலாமாவென்றுகூட நினைப்பு எழுந்தது. வலியப் போகத் தயக்கமாகவும் இருந்தது. ஆவலை அடக்கிக்கொண்டு வண்டியை நேராக ஓட்டினான்.

அன்று நடுப்பகல் கடந்துவிட்டது. வண்டி சந்தையிலிருந்து திரும்பி வந்துகொண்டிருந்தது. செட்டிகளம் பிரிவிலேயே அவன் வாய்க்கால் பாலத்தின்மீது உட்கார்ந்திருந்தான். வண்டி நெருங்கவும் அவன் எழுந்து வந்தான்.

“வாங்கண்ணா... தோட்டம் வரைக்கும் போய்ட்டு போலாம்... பாத்தே ரொம்ப நாளாச்சே... ”

விசுவுக்கு மறுக்க மனசு வரவில்லை. வண்டியைத் திருப்பினான். அவனும் ஏறிக்கொண்டான். வீட்டு வாசலில் வண்டியை அவிழ்த்து விட்டதிலிருந்தே விசு வடிவைத் தேடினான். வடிவு தென்படவேயில்லை. அவனிடம் கேட்கவும் தயக்கமாக இருந்தது. அவன் அரசியல்வாதிகளைப் குறித்தே பேசிக்கொண்டிருந்தான். நேரம் போயிற்று. பசி வேறு எடுத்தது. வடிவைக் காணவேயில்லை. விசு எழுந்து காளைகளை அவிழ்க்கப் போனான். அவன் தடுத்தான்.

“அண்ணா... சித்த பொறுங்க... வடிவு வந்துருவா. . சாப்பிட்டுட்டு போலாம்... ”

“வடிவு எங்க போயிருக்கா... ?”

“எங்கையும் போகல... தெக்கால... மாமரத்தடியில இருக்கா... மத்தியானம் மாடு கரகன்னு போட்டிருச்சு... கறவை போச்சேன்னு அவளுக்கு வருத்தம்... மாட்டுக்கிட்டேயே உட்கார்ந்து அழுதுக்கிட்டு இருந்தா... நாந் திட்டினேன். . எனக்கும் அவளுக்கும் சண்டை

வந்திருச்சு... அதுதான் மூஞ்சிய தொங்கப் போட்டுக்கிட்டு அங்கயே கெடக்கறா..."

விசு வீட்டின் பின்புறம் போய் வரப்பில் நடந்தான். நெல்லறுத்த வயலில் மழைக்கொழுஞ்சிகள் முளைத்து வளர்ந்திருந்தன. அழுது வீங்கிய கண்களை முந்தானையால் துடைத்துக்கொண்டே வடிவு எழுந்து நின்றாள். மாடு நஞ்சுக்கொடி தள்ள முடியாமல் திணறிக்கொண்டிருந்தது. நன்றாக ஊறிய பச்சிளங்கன்றுவின் முகத்தோரம் ஈக்கள் மொய்த்திருந்தன.

"மூனு மாசம் மாடு பால் கறவை கெடாம இருக்கறதுக்கு நா உத்தரவாதம்... ""

வடிவு புரியாமல் பார்த்தாள். விசு பச்சிளங்கன்றை தூக்கிக்கொண்டு மாட்டின் பார்வை படாத இடமாக தேடினான். மாடு கத்த ஆரம்பித்தது. வீட்டு வாசல் தாண்டி மூங்கில் தூர் பக்கம் வந்து கன்றை இறக்கினான். அவன் பின்னாலேயே வந்து கேட்டான்.

"செத்த கன்னுக்குட்டிய என்னண்ணா பண்ணப் போறீங்க..."

"மாடு பால் கறக்க துருத்தி செய்யப் போறேன்..."

அவனுக்கு புரிந்தமாதிரி தெரியவில்லை. கடவு தாண்டி வாய்க்கால் மேட்டுப்பாதையில் சென்றுவிட்டான். விசு கன்றை வகுந்து துருத்தி செய்து முடித்தபோது அந்தி மஞ்சள் வெயில் கண்டுவிட்டது. மாமரத்தடி போய் துருத்தியை வைத்து மாட்டில் சீம்புபால் பீச்சி எழுந்தபோது வடிவின் முகம் கிளர்த்தியானது. அவன் எங்கிருந்தோ சில்வர் தூக்குப்போசியில் அந்திப்பனங்கள் வாங்கி வந்திருந்தான். நாட்டு வெடைக்கோழி அடித்து வாசலில் கல்லடுப்பு கூட்டி வறுத்துக் கொடுத்தான். வடிவு திண்ணையில் அமர்ந்து இதையெல்லாம் பார்த்தபடியே இருந்தாள்.

அதற்கு அடுத்த வாரம் அவன் விசுவுக்காகச் சாராயம் வாங்கிவந்து காத்திருந்தான். விசுவுக்கும் அவன் சிநேகிதம் பிடித்திருந்தது. வாரங்கள் கடக்க கடக்க இருவரும் நெருக்கமானார்கள். அண்ணன் தம்பி போல பழகினார்கள். அவன் விசுவைத் தேடி ஊருக்கு வரவும் துவங்கினான்.

செவலையையும் மயிலையையும் கூட சேற்று வயலுக்குப் பரம்படிக்கப் பிடித்துப் போனான்.

அன்று இருள் கவிகிற நேரம். விசு வண்டியை அவன் வீட்டு வாசலில் கொண்டுபோய் அவிழ்த்துவிட்டபோது தலைக்கு மேலாக

பெருநாரைக் கூட்டம் கரைந்தபடி போயிற்று. அவனைக் காணவில்லை. வடிவையும் காணவில்லை. வீட்டின் பின்புறம் நெல்வயல் வரப்பில் நடந்து மாமரத்தடிக்கு போனான். வடிவு மட்டும் கவைக்கோலுடன் நின்றிருந்தாள். மாடு முளைக்குச்சியைச் சுற்றிக்கொண்டு கயிற்றை அற்று ஓடத் திமிறிக்கொண்டிருந்தது. விசு மாட்டின் நிலையைத் தெரிந்து கொண்டான்.

“வடிவு... மாடு காளைக்குத் திரியுமாட்ட இருக்குது... தம்பி எங்க போயிட்டே...”

“மாடு ஏற்கனவே செனை...”

“அப்புறம் இப்படி திரியுதுன்னா பக்கத்துல எங்காச்சும் பாம்பு கீது இருக்குதுன்னு அர்த்தம்... ”

வடிவு பதில் சொல்லவில்லை. மாடு கயிற்றை அற்று விட்டது. வாலை நட்டவைத்து குதித்தபடி மாமரத்தை சுற்றியது. சட்டென நின்று எதையோ வெறித்தது. மாட்டின் பார்வை துருத்தியின் மீது நிலைகுத்தி நின்றது. ஓடிச் சென்று துருத்தியை கொம்புகளால் குத்தித் தூர வீசியது. ஈர மண்ணில் விழுந்த துருத்தியை முன்னங்காலால் மிதித்தது. துருத்தியின் மேல் தோல் கிழிந்து வைக்கபுல் வெளிப் பிதுங்கியது. மாட்டின் மூர்க்கம் அடங்கவில்லை. மறுபடியும் கொம்புகளால் குத்தித் தூர வீசியது. ஓடிப் போய்க் காலால் மிதித்தது. மாட்டுக்கு ஆக்ரோசம் தணிய வெகுநேரம் ஆயிற்று. பெருமூச்சு அடங்கி சாதுவானது. விசு கடகடவென சிரித்துவிட்டுச் சொன்னான்.

“நானுங்கோட என்னமோன்னு நெனைச்சேன்... மாட்டுக்குத் துருத்தியப் பத்தின உண்மை தெரிஞ்சு போச்சு... ””

“எனக்கும் உங்களப் பத்தின உண்மை தெரிஞ்சு போச்சு... நீங்க எதுக்கு இங்க வர்றீங்கன்னும் தெரியும்... ஒருநாளைக்கு நானும் இந்த மாடு மாதிரி முட்டறதுக்கு முன்னால நீங்க இங்க வர்றத நிறுத்தீருங்க...”

விசு வடிவையே பார்த்தான். பனம்பாளைபோல் வளவளப்பான கழுத்து மட்டுமே தெரிந்தது. வடிவு நெல்வயல் வரப்பில் ஏறி வீட்டை நோக்கிப் போய்விட்டாள். விசு வெகுநேரம் அங்கேயே திக்பிரமை பிடித்தவன்போல நின்றிருந்தான். ஆகாயத்தில் விண்மீன்கள் ஒவ்வொன்றாகச் சுடர்விட்டன. மாடு தானாகப் போய் முளைக்குச்சியோரம் படுத்துக்கொண்டது. வண்டி மூங்கில் தூர்களைக் கடந்தபோது அவன் கடவுப்படலை திறந்து எதிரில் வந்தான்.

விசுவோடு பேசவேயில்லை. கண்டும் காணாதது போல விலகிப் போனான். ஆண்டுகள் பல கடந்தபின்பும் கூட அவன் விசுவோடு பேசவேயில்லை. விசுவுக்கும் ஏனென்று புரியவில்லை.

❖❖❖

நரிக்கல்பட்டி சந்தையை அடைந்தபோது கிழக்கு வானம் சிவந்து விட்டது. நடந்து நடந்து விசுவுக்குக் கடுமையான சலுப்பு. எருதுகளும் சோர்ந்து போய்விட்டன. வளர்த்திக் கன்றுகளுக்கு நல்ல கிராக்கி இருந்தது. செவலையும் மயிலையும் போல பல் கடை சேர்ந்த எருதுகளை வாங்குவார் இல்லை. பொழுது மேலேறிக் கொண்டிருந்த தருணத்தில் நெய்க்காரபட்டி குடியானவன் ஒருவன் உழவு ஓட்டக் கேட்டான். விசு தலைக்கயிற்றைக் கூட மாற்றாமல் எருதுகளை அவன் கையில் பிடித்துக் கொடுத்துவிட்டுச் சந்தையைவிட்டு வெளியே வந்தான். நெடுநாட்கள் கூடவே இருந்த ஜீவனைப் பிரிவது வருத்தமாக இருந்தது. தோட்டம் வந்ததும் கட்டுத்தரை வெறுமையாக இருப்பதைக் கண்டு மேலும் மனம் கலங்கியது. விசு கிட்டப்ப கவுண்டரைப் பார்க்கப் போனான். கிணற்றுமேட்டை ஒட்டிய ஓலைச் சாய்ப்பில் அவர் கிடைசேர்ந்து படுத்துக் கிடந்தார். கட்டில் காலடியில் விசு உட்கார்ந்து மௌனமாகவே இருந்தான். வெகுநேரம் கழித்து அவர் பேசினார்.

“பனம்பாளையைப்போல வளவளப்பு கழுத்து உடைய பெண்கள் பணமும் சுகமும் பெற்று பெருவாழ்வு வாழ்வாங்கன்னு சாமுத்ரிகா சாஸ்திரம் இருக்கு... அப்படியான லட்சணம் பொருந்திய வடிவ உனக்கு எப்படியாவது கலியாணம் பண்ணி வெச்சரனுமுன்னு பிரயாசைப்பட்டேன்... ஏனோ முடியாமப் போச்சு... ””

அவர் மெதுவாகக் கட்டிலிலிருந்து எழுந்து உட்கார்ந்தார்.

“இப்ப அவ லட்சாதிபதியாதா இருப்பா... ஆனா நீ ஒன்டிக்கட்டையா கெடக்கறியே...”

விசுவுக்குச் சட்டெனக் கோபம் வந்தது.

“உங்க சாஸ்த்தரத்த கொண்டுபோய் குப்பையில போடுங்க. . இப்ப அவளும் கஷ்டப்பட்டுக்கிட்டுதா இருக்கா... ””

விசு எழுந்து வந்துவிட்டான். அன்றைக்கு இரவே கிட்டப்ப கவுண்டரை அவரின் மருமகன் வந்து தாசர்பட்டிக்குக் கூட்டிப் போய்விட்டார். அதன்பின்பு விசுவுக்கு உள்ளூரில் பேச்சுத் துணைக்குக் கூட ஆளில்லை. பொம்மைக் கூத்துக்காரர்களும் வருவதில்லை.

சரளைத் தோட்டத்து அய்யனும் காலமான பின்மதியத்தில்தான் எங்கிருந்தோ தோட்டத்துக்கு மயில்கள் வந்திருந்தன. சதா மயில்களின் வீர்யமான அகவல்கள் கேட்டுக்கொண்டேயிருந்தன. தென்னைகளும் பனைகளும் காய்ந்து விழுந்துவிட்ட பின்பும்கூட மயில்கள் இடம் பெயரவேயில்லை. ஒன்டிக்கட்டையான வாழ்வில் விசுவுக்கு மயில்கள் மட்டுமே துணைபோலத் தோன்றியது. ஆனாலும் அனுதினமும் வெறுமை நிரம்பிய நாட்களாகவே கடந்தன. எந்நேரமும் சிதிலமான கட்டுத்தரையின் பூவரசுமர நிழலில் படுத்தே கிடந்தான். அன்றைக்கு நெடுநாட்கள் கழித்து கல்மாரியோடு கார்மழை பெய்தது. விசுவுக்கு வடிவின் ஞாபகம் எழுந்தது. அந்த வாரமெல்லாம் அவனையும் வடிவையும் போய்ப் பார்த்துவிட்டு வரலாம் எனவும் தோன்றிக் கொண்டேயிருந்தது.

அடுத்து வந்த செவ்வாய்க்கிழமை இளமதியத்தில் காலம் திரும்பவும் கல்மாரியுடன் கூடிய கார்மழையைப் பொழிய வைத்தது. விசு செட்டிகளத்தை நோக்கிப் பயணப்பட்டான். மனம் வடிவைக் காணும் பரவசத்திற்கு ஆட்பட்டிருந்தது. மூங்கில் தூர் கடவடியில் நுழைந்தபோதே தோட்டம் செழிப்புற்று இருந்ததைக் கண்டான். பச்சைநெல்வயல்களின் மேலே மழைத்தட்டான்கள் பறந்துகொண்டிருந்தன. வீடு வெள்ளையடித்துப் பொலிவுடன் துலங்கிற்று. கட்டுத்தரை சாய்ப்பில் எருமைகளாகக் கட்டியிருந்தன.

விசு வீட்டின் பின்புறம் போனான். வல்லாரையும், மஞ்சள்பூ கரிசலாங்கன்னியும் படர்ந்த நெல்வயல் வரப்பில் நடந்தபடியே யாராவது தென்படுக் கூடும் எனத் தேடினான். எவரையும் காணவில்லை. உச்சி வெயிலின் வெக்கையோடு நெல்வயலின் ஈர வாசனை. விசு மாமரத்தடி நிழலில் போய் உட்கார்ந்து கொண்டான். அடிமரத்தோரத்தில் துருத்தி கிடந்தது. உள்ளிருந்த வைக்கோலையெல்லாம் கறையான் அரித்திருந்தது. மேல் தோல் அப்படியே இருந்தது. துருத்தியின் ரூபம் கெடவில்லை. பொழுது மேற்கே சாயும்போது புல்லட்டின் ஓசை கேட்டது. வாசலில் நிறுத்திவிட்டு கிட்டப்ப கவுண்டரின் மருமகன் இறங்கி வந்தார். சம்பிரதாயமான பேச்சு எல்லாம் முடிந்த பின்னால் விசு கேட்டான்.

“எங்கே... உங்க மாப்பிள்ளையையும் வடிவையும் காணோம்... ?”

“என்ன ஒன்னுமே தெரியாத மாதிரி கேட்கறீங்க... “

அவர் விசுவை ஆழமாகப் பார்த்துவிட்டுப் பேசினார்.

“வடிவு பிரசிடெண்ட்டோட ஓடிப்போனப்புறம் அவன் துக்கத்துல லாரிக்குப் போனவன் திரும்பியே வரல... தோட்டம் வீணாப் போகக்கூடாதுன்னு... நா வந்து ஓட்டிக்கிட்டு இருக்கேன்... ””

அவர் திரும்பி நெல்வயல் வரப்பில் நடந்தபடியே சொன்னார்.

“இன்னொரு விசயம் தெரியுமுங்களா விசு... வர்ற எலெக்சன்ல அவள அந்த பிரசிடென்ட் எம்மெல்யேவுக்கு நிக்க வெக்கப் போறானாம்... ஒன்னும் சொல்லரதுக்கில்ல... ”

விசுவுக்கு ஒருகணம் வடிவின் பனம்பாளைபோல வளவளப்பான கழுத்து நினைவில் வந்து போனது. கிட்டப்ப கவுண்டரின் வார்த்தைகள் மறுபடியும் ஒலித்தது. விசு குனிந்து துருத்தியை எடுத்துக்கொண்டு தோட்டத்தைவிட்டு வெளியே வந்தான். எங்கும் ஏகாந்த வயல்வெளி. அந்தி மஞ்சள் வெயில் படிந்த பச்சைநெற்கதிர்கள். வரப்பில் ஊர்ந்த செந்நண்டுகள் வளைக்குள் ஓடி ஒளிந்தன. திடீரென ஈசானிய மூலை தொடுவானிலிருந்து கருமுகில் கூட்டம் உச்சியேறி வந்தது. கல்மாரியோடு மழை இறங்கிப் பெய்தது. மஞ்சள் வெயிலும் அடித்தது.

விசு துருத்தியை முகத்துக்கு நேரே தூக்கிப் பிடித்துப் பார்த்தபடியே நடந்தான். நாடு, நகரம், மனைவி, மகன், மானம் எல்லாம் இழந்து மயானம் நோக்கிச் சென்ற அரிச்சந்திரனாக மாறிப்போனான். புறவுலகை மறந்து சப்தமாகப் பாடி ஆட ஆரம்பித்தான்.

“எனக்கு நீ பணமும் கொள்ளி ஆடையும் இனிது நல்கி
உனக்கு வாய்க்கரிசி தந்தேன் உண்டிரு பசியை நீக்கி
மனத்துளே வஞ்சமின்றி மயானத்திலுறைவாய்...”

விசு வலுத்துப் பெய்யும் மழையின் ஊடாக நிற்காமல் ஆடினான். பாடல் உரத்த தொனிக்குப் போயிற்று. சிறகை விரித்தபடி தாழப் பறந்து போன கொக்குகள் இக்காட்சியை மிரட்சியுடன் பார்த்துப் போயின.

-(நிலவெளி, மே - 2019)

வேட்டைப் பூதம்

ஆள்காட்டிகள் பய ஒலி எழுப்பின. வங்குநரிகள் அருகில் ஊளையிட்டன. கிழக்குத்திசைக் கொண்டல் பெருங்காற்றாய் மாறி நெடும்பனைகளை அசைத்தது. அமராவதி ஆற்றின் மேற்குக்கரை மூங்கில் தூர்களிடையே சென்ற மேட்டுத் தடத்தில் நான் அப்பாவைப் பின்தொடர்ந்து நடந்துகொண்டிருந்தேன். அப்பாவுக்கு முன்னே கிட்டு வண்ணாரும் சடைய மூப்பரும் போய்க்கொண்டிருந்தனர். எனக்குப் பின்னே கந்த மாதாரியாரும் சின்னா நாவிதரும் மாகாளித் தோட்டியாரும் வந்துகொண்டிருந்தனர். எல்லோர் கையிலும் குத்தீட்டியும் வல்லயமும் இருந்தன. எங்கும் ஆளின் முகம் ஆளுக்குத் தெரியாத அமாவாசை இருள். நடுநிசியை நெருங்கிக்கொண்டிருக்கும் நேரம். மாகாளித் தோட்டியார் பின்னாலிருந்து தணிந்த குரலில் பேசினார்.

“அந்த சப் - கலெக்டரு ஒரு பேடி...அவ வந்திருப்பான்னு இந்த அகாலத்துல நாம போறது வீணான வேலயின்னு நெனைக்கறே...அப்புறம் வேட்டப்பூதம் வருமுங்கறதுக்கும் என்ன உத்தரவாதமிருக்கு... ?”

முன்னாலிருந்து சடைய மூப்பர் பதில் சொன்னார்.

“வேட்டப்பூதம் இன்னிக்கு வரத்தான் போவுது... அந்த முட்டாள் சப் கலெக்டர அடிச்சுக் கொல்லத்தான் போவுது... அதெ நாம ரெண்டு கண்ணாலப் பாக்கத்தாம் போறோம்... ”

கீழே ஆற்று மடுவில் நீந்தியபடி இருந்த தண்ணீர்க்கோழிகள் ஆளின் அரவம் கண்டு பறந்து எட்ட போயின. எனக்குத் தைப்பனிக் குளிர் உடலைச் சிட்டெடுக்க வைத்தது. எல்லோரும் நடந்து கொண்டேயிருந்தோம். திடீரென மேட்டுத் தடம் குறுகி ஒற்றைக்கால் மண்தடமாக மாறியது. இலுப்பைத் தோப்புக்குள்ளே போனது. கருகற்மதில் சூழ்ந்த கருப்பராயன் கோவில் அனாதரவாகங் கிடந்தது. அப்பா எங்கள் எல்லோரையும் நிறுத்தினார்.

“கலெக்டரு மானஸ்தெ... கண்டிப்பா வருவே...நாம இங்கேயே ஒளிஞ்சுக்குவோம்...””

நிலத்துக்கு மேலே வேர் பிதுங்கிய இலுப்பை மரத்தினடியில் எல்லோரும் ஒண்டி நின்றுக்கொண்டோம். அப்பா கோவிலையே பார்க்கும்படிக் கட்டளையிட்டார். ஐம்பதடி தூரத்தில் வேட்டைத் துப்பாக்கி ஏந்தி வீச்சரிவாள் பிடித்து ஏகாந்தமாக எல்லைக் கருப்பராயன் நின்றிருந்தார். கோவிலுக்கு மேற்குப்புறத்தில் ஊர் செல்லும் தடம் அரவமின்றிக் கிடந்தது. சப் கலெக்டர் வருவதற்கான சுவடேயில்லை.

அவ்வப்போது பழந்தின்னி வவ்வால்கள் இலுப்பையின் உச்சியில் மோதும் சப்தம் எழுந்தது. நேரம் செல்ல செல்ல தனிமையும் நிசப்தமும் சூழ்ந்த கோவில்வெளி அமானுஷ்யத்தைத் தோற்றுவிக்கத் தொடங்கியது. எனக்குத் திகில்தன்மை கூடிக்கொண்டு வந்தது. இருப்பினும் எல்லோரையும் போலவே பொறுமையாகவே காத்திருந்தேன்.

திடீரென ஊர்த் தடத்திலிருந்து சப் கலெக்டர் வந்து எல்லைக் கருப்பராயனுக்கு முன்னே நின்றார். குழல் துப்பாக்கியை நீட்டிக் கருப்பராயனைக் குறி பார்த்தார்.

“ஏய் கருப்பராயா... நான் சொன்ன சொல் தவறாதவன்... வந்துட்டேன். உனக்குத் தைரியமிருந்தா என்னைக் கொல்ல இப்ப நீ வேட்டைப்பூதத்தை ஏவு பாக்கலாம்...”

ஏதோ விபரீதம் நடக்கப்போகிறது என்பது மட்டும் உறுதியானது. சப் கலெக்டர் தொடர்ந்து தகாத வார்த்தைகளைச் சொல்லிக் கருப்பராயனைத் திட்ட ஆரம்பித்தார். அடுத்தகணம் கருப்பராயன் தோள்பட்டை ஓரத்திலிருந்து ஒரு குத்தீட்டி பாய்ந்து வந்து சப் கலெக்டரின் கையைத் தாக்கியது. சப் கலெக்டர் துப்பாக்கியிலிருந்து பிடி தளர்த்தினார். கைகளை வலி மிகுதியால் உதறினார். துப்பாக்கியும் அவர் உடம்போடு தொங்கி நிலத்தைக் குறிப் பார்த்தது. சப் கலெக்டர் சுதாரிப்பதற்குள் வல்லயம் ஒன்று பாய்ந்துவந்து துப்பாக்கியைப் பிய்த்து அந்தரத்தில் வீசிற்று. சப் கலெக்டர் நிராயுதபாணியானார். இருளில் எங்கிருந்தோ தோன்றிய வேட்டைப்பூதம் கருப்பராயனுக்கும் சப் கலெக்டருக்கும் இடையே குதித்திறங்கி நின்றது. நாங்கள் எல்லோரும் திடுக்கிட்டு என்ன செய்வதெனத் தெரியாமல் அப்பாவைப் பார்த்தோம். அப்பா சலனமில்லாமல் வேட்டைப்பூதத்தையே நோக்கியபடி இருந்தார்.

❖❖❖

தொட்டிக்கட்டு வாசல் திண்ணையில் உறக்கம் வராமல் படுத்திருந்த நான் திடுக்கிட்டு எழுந்து அமர்ந்தேன். இந்த அகாலத்தில் இந்தச் சம்பவம் ஏன் நினைவுக்கு வருகிறது எனக் குழப்பம் ஏற்பட்டது. பக்கத்துப் பாயில் செல்வியும் பிரீத்தியும் அதற்கடுத்த பாயில் ராணி அத்தையும் ஆழ்ந்த உறக்கத்தில் கிடந்தனர். எதிர்த் திண்ணை மரக்கட்டிலில் படுத்திருந்த நல்லசாமி மாமா குறட்டைவிட்டுக்கொண்டிருந்தார். நான் சப்தமெழுப்பாமல் இறங்கி வெளித்திண்ணையில் கயிற்றுக் கட்டிலில் படுத்துறங்கிக்கொண்டிருந்த அப்பாவிடம் போனேன். கட்டிலில் அப்பாவைக் காணவில்லை. சிறுநீர் கழித்துவிட்டு வருவார் எனக் காத்திருந்தேன். அப்பா வரவில்லை. நான் பயந்துபோனேன். இந்நேரத்தில் அப்பா எங்கு போயிருப்பார் என்று யோசித்தேன்.

நேற்று அந்தியில் அம்மாவின் பதினாறாம் நாள் காரியம் முடிந்து வீடடைக்கும் சடங்கு தொடங்கியது. அப்பா தொட்டிக்கட்டு வாசல் திண்ணைத்தூணில் சாய்ந்து உட்கார்ந்து எதைப் பற்றியோ ஆழ்ந்து யோசித்தபடியிருந்தார். முகமும் வாடியிருந்தது. யாரும் எதிர்பாராமல் நடந்த அம்மாவின் திடீர் மரணம் அப்பாவுக்குப் பெரிய இழப்பு. அப்பாவை ஆறுதல் படுத்த முடியாது என்று நான் அமைதியாகவே இருந்தேன். அம்மாவின் உயிர் பிரிந்த நேரம் தனிஷ்டா பஞ்சமி நட்சத்திரமான சதயம். சாஸ்திரப்படி ஆறு மாதம் வீடடைப்பு. பங்காளிகளும் மாமன் மைத்துனர்களும் பச்சைத்தடுக்கும் கம்பந்தட்டும் இலந்தை முள்கொத்தும் தூக்கிக்கொண்டு அம்மாவின் உயிர் பிரிந்த தொட்டிக்கட்டு வாசல் திண்ணையின் வடகோடி அறையின் நடையை அடைப்பதற்காகத் தயாராயினர். ராணி அத்தையும் செல்வியும் அம்மா பிரியமாக உபயோகித்த சேலைகளையும் பொருட்களையும் எடுத்து வந்தனர். வீடடைக்கும் சீருக்கான சாங்கியத்தைச் சின்னா நாவிதரும் கிட்டு வண்ணாரும் முன்னின்று செய்துகொண்டிருந்தனர். அப்போது நல்லசாமி மாமா என்னிடம் கேட்டார்.

“ஏம்ப்பா…குமரேசு…நீ நாளைக்கே பெங்களூரு போகப் போறே… வூடு நீக்க இன்னும் ஆறுமாசம் இருக்கு…அதுவரைக்கும் மச்சான் எங்ககூட வந்து இருக்கட்டுமே…””

“இல்ல மாமா. அப்பாவ நாங்க பெங்களூரே கூட்டிக்கிட்டுப் போகலாமுன்னு இருக்கோம்…”

அந்தக்கணம் அப்பாவின் முகம் சுருங்குவதைக் கண்டேன். அதன்பின்பு அப்பா புதுமண்பானை நீரில் காசு போடவோ விளக்கைத் தொட்டுக் கும்பிடவோகூட வரவில்லை. வீடடைக்கும் கதவை இழுத்துச் சாத்தும் தருணத்தில் அப்பா சட்டென எழுந்தார். சாத்தும்

கதவைத் தடுத்து உள்ளே நுழைந்தார். யாருக்கும் எதுவும் புரியவில்லை. அட்டாழியின் அடியில் போய் நின்று எம்பி கட்டுக்கோலை எடுத்துக் கொண்டு வெளியே வந்தார். ராணி அத்தை சப்தமிட்டாள்.

“ஏண்ணா. நீங்களே மகன் மருமகளோட... பெங்களூரு போகப் போறீங்க... இந்தக் கருமத்த எதுக்குத் தூக்கிட்டு... இன்னும் மொசவேட்ட ஆச உடுலியா என்ன...“

எல்லோரும் சிரித்தனர். அப்பா யாரையும் பொருட்படுத்தவில்லை. வீடடைக்கும் நிகழ்வையும் கவனிக்கவில்லை. கட்டுக்கோலையே பார்த்தபடியிருந்தார். இரவுச் சாப்பாட்டின்போது கட்டுக்கோலுடன் என்னிடம் வந்தார்.

“குமரேசுக் கண்ணு...நா ஊரிலேயே தங்கிக்கறேண்டா. . நானே சமைச்சும் உண்ணுக்கிறேண்டா...நாளைக்கு நானு உங்ககூட வரலையிடா...”

எனக்குக் கோபம் வந்தது.

“நாங்க உசிரோட இருக்கும்போது நீங்க எதுக்கு இங்க கையால ஆக்கித் தின்னுக்கிட்டு... அனாதையாட்டக் கெடக்கனும்... உங்களுக்கு ஏதாச்சும் ஒன்னுனா...பெத்த அப்பனையே பாக்காத பாவின்னு ஊரு என்னைப் பேசாதா...? பொலம்பாம எங்ககூட வர்ற வழியெப் பாருங்க...”

அப்பா சரியாகக்கூட சாப்பிடவில்லை. வெளித்திண்ணையில் போய்ப் படுத்துக்கொண்டார். நானும் சமாதானப்படுத்த முயலவில்லை. காராட்டுப் பூனை ஒன்று கத்தியபடி மதிலேறிக் குதித்துப் போனது. நான் திரும்பவும் அப்பாவின் கட்டிலோரம் பார்த்தேன். கட்டுக்கோலையும் காணவில்லை. அப்பா இனியும் திரும்பி வருவதற்குச் சாத்தியமில்லை என்று பட்டது. எனக்குப் பயம் அதிகமானது. வீட்டுக்குள் உறங்குபவர்களை எழுப்பிச் சொல்லவும் தயக்கமாக இருந்தது. வெறிச்சிட்ட வீதிகளில் இறங்கித் தேட முயன்றேன். மின்கம்ப விளக்குகள் மங்கி எரிந்தன. அப்பா ரோசக்காரர். இறங்கிய செயலில் பின்வாங்காதவர். ஏதாவது தப்பான முடிவுக்குப் போகாமலிருக்க வேண்டும் என்று மனம் பதறியது.

❖❖❖

ரௌத்ரி வருசத்தின் ஆடி மாசம். பதினெட்டாம் பெருக்கின் வைகறை. கோடைக்காற்று குளிருடன் வீசிற்று. உள்ளூர் முயல் வேட்டையாடிகள் வாசலில் காத்திருந்தனர். அப்பா அம்மாவிடம் சொல்லிவிட்டுக் கட்டுக்கோலை எடுத்துக்கொண்டு புறப்பட்டார்.

வெளிநடை தாண்டும்போது நான் பின்னாலேயே ஓடிப்போய் அழுதேன்.

“என்னையும் கூட்டிக்கிட்டுப் போங்கப்பா...”

அப்பா கண்டுகொள்ளவில்லை. அம்மா என்னை எட்டிப் பிடித்து சமாதானப்படுத்த முயன்றாள். நான் துள்ளியபடி வீறிட்டு அழுதேன்.

“நானும் போறே...நானும் போறே...”

அப்பா மனமிரங்கவில்லை. உள்ளூர் முயல் வேட்டையாடிகளோடு வீதியில் இறங்கிப் போய்விட்டார். அன்று முன்னிரவில் வீட்டுக்கு வந்த அப்பா பச்சைப் பனையோலையில் மடித்த முயல்கறிக் கூறை அம்மாவிடம் கொடுத்தார். நான் முகத்தைத் திருப்பிக் கொண்டேன். அப்பா குளித்து வருவதற்குள் அம்மா முயல்கறியை வடைசட்டியில் வறுத்தெடுத்து வந்தாள். அப்பா பிச்சுக்கறியாகப் பொருக்கி என் வட்டிலில் போட்டார். நான் சாப்பிடவில்லை. எழுந்து வெளித்திண்ணையில் போய் உட்கார்ந்துகொண்டேன். அப்பா வட்டிலைத் தூக்கிக்கொண்டு நடைப் பக்கம் வந்து நின்று கேட்டார்.

“உன்னோட தகுதாயம்தான் என்னடா...? “”

“இனிமேல் மொச வேட்டைக்கு உங்களோட நானும் வருவேன்...””

“தை வேட்டைக்கு உன்னைக் கூட்டிட்டுப் போறேன்... போதுமா...? “”

நான் அப்பாவிடம் வட்டிலை வாங்கி பிச்சுக்கறியை சாப்பிடத் துவங்கினேன். அம்மா சிரித்தாள். தை மாதத்திற்காக என்மனம் ஏங்கியது. சதா நான் முயல் வேட்டை குறித்தே பேசி கொண்டு திரிந்தேன். கார்த்திகைக் கடைசியில் வளர்பிறை மேல்நோக்குநாள் பார்த்து அப்பா என்னை கருக்கலில் எழுப்பினார். மிதிவண்டியில் ஊரைக் கடந்து வடக்கே ஊதியூர் மலைக்குக் கூட்டிப் போனார். அரிவாளுடன் மலைக்கரட்டுக்குள் நுழைந்தார். கடலைப் புதர் பார்த்து விளாறுகளாக அரக்கி எடுத்தார். நாருரித்து சீவி அளவு வைத்துத் தறித்துக் கட்டுக்கோலாக்கினார். மிதிவண்டியை திருப்பிச் செலுத்தி நேராக எல்லைக் கருப்பராயன் கோவில் வந்து நிறுத்தினார். என்னுடைய கட்டுக்கோலைக் கருப்பராயன் காலடியில் வைத்து எடுத்து வாழ்த்தி என் கையில் கொடுத்தார். எனக்கு அளவிட முடியாத சந்தோஷம். ஊருக்குள் பெரிய முயல் வேட்டையாடி ஆகிவிட்டதாகக் கனவு விரிந்தது.

❖❖❖

ஊரின் எல்லா வீதிகளிலும் தேடிவிட்டேன். எங்கும் அப்பா தென்படவில்லை. நேரமும் நடுச்சாமம் கடந்துவிட்டது. மன உறுதியும் குலைந்தது. இனி இந்த அகாலத்தில் அப்பாவை எங்கு போய்த் தேடுவது என்கிற குழப்பம் மேலிட்டது. கண் கலங்கி நீர் முட்டியது. ஆள் புழங்காத வீட்டின் வெளித்திண்ணை ஒன்றின் மீதேறி உட்கார்ந்தேன். எல்லைக் கருப்பராயனிடம் மனமுருகி வேண்டினேன்.

"நீயே கதின்னு கெடந்த அப்பாவ... எப்படியாவது திருப்பிக் குடு...."

அந்தக்கணம் எனக்கு அப்பா பழைய முயல் வேட்டையாடிச் சினேகிதர்களைப் பார்க்கப் போயிருக்கலாம் என்று தோன்றியது. அவசரமாக எழுந்து கிழக்கு வளவில் இருக்கும் கிட்டு வண்ணார் வீட்டை நோக்கி நடந்தேன்.

எங்கும் தை மாதத்தின் தலை நடுங்கும் குளிர். முதல் சேவல் கூவிற்று. உள்ளூர் முயல் வேட்டையாடிகள் வாசலில் வந்து குழுமினர். வேட்டைநாய்கள் வீதியில் நின்று ஒன்றோடு ஒன்று குரைத்துக் கொண்டிருந்தன. அப்பா வெளித்திண்ணை வாசற்படியில் நின்று உள்ளூர் முயல் வேட்டையாடிகளை நோட்டமிட்டார். நான் அப்பாவுக்குப் பின்னால் வந்து நின்றுகொண்டேன்.

"என்னப்பா எல்லாரும் வந்தாச்சா... பொறப்படலாமா...?"

உள்ளூர் முயல் வேட்டையாடிகள் நாய்களை உசுப்பேற்ற விசிலடித்தனர். நாய்களும் குரைத்தபடி வேட்டையாடிகளோடு வர ஆரம்பித்தன. குறுக்கு வழியாக அமராவதியின் மேற்குக்கரை மேட்டுத் தடத்தில் ஏறி நடந்து எல்லைக் கருப்பராயன் கோவில் போய்ச் சேர்ந்தோம். வேட்டைத் துப்பாக்கியும் வீச்சரிவாளும் ஏந்திய எல்லைக் கருப்பராயன் பாதத்தில் எல்லோரும் கட்டுக்கோல்களைச் சமர்ப்பித்தோம். இலுப்பை இலைகளின் நுனியில் பனிநீர் சொட்டிட்டது. முயல் வேட்டைக்குப் பண்ணாடியாக முன்னே நின்ற அப்பா கேட்டார்.

"எல்லா வருசமாதிரியே இந்தத் தை வேட்டையிலும் நாமதான் அதிக மொசலெடுக்கறோம்.... கரைவெளிக்கார மொச வேட்டையாடிகள முந்த உடக்கூடாது...."

உள்ளூர் முயல் வேட்டையாடிகளின் குரல் ஒருசேர ஆமோதித்து ஒலித்தோய்ந்தது. அப்பா கருப்பராயன் பாதத்தில் சூடமேற்றி வழிபாடு செய்தார்.

என். ஸ்ரீராம் | 43

"ஒருபிடி மண்ணுல உருவா வளர்ந்த உத்தண்ட கருப்பராயா....
பக்கத் தொணையிருந்து பாதுகாப்பு குடப்பா...
அப்பாங்கற சொல்லுக்கு ஆபத்துல ஓடிவந்து...
பாதுகாத்துக் குடுக்கனுமடா எங்க கருப்பராயா...."

அப்பாவின் பாடலை உள்ளூர் முயல் வேட்டையாடிகள் பின் பாடலாகப் பாடி வழிபட்டனர். அடுத்ததாக அப்பா விழுந்து வணங்கி முதல் கட்டுக்கோலை கையில் எடுத்தார்.

"எழுப்பாளித் தலைவனே முன்னே வாப்பா..."

கந்த மாதாரியார் முன்னே வந்து அப்பாவின் பாதம் தொட்டு வணங்கி நின்றார். அப்பா கட்டுக்கோலை கந்த மாதாரியாரின் கையில் கொடுத்து வாழ்த்தினார்.

"எழுப்பாளிகளான நீங்க... இந்த வேட்டையிலையும் அதிகமான மொசல எழுப்பனும்..."

கந்த மாதாரியார் தலையாட்டி நகர்ந்து நின்றார். அடுத்து அப்பா இரண்டாவது கட்டுக்கோலை எடுத்தார். சடைய மூப்பர் அப்பாவின் பாதம் வணங்கிப் பெற்றுக்கொண்டார்.

"வீச்சாளிகளான நீங்க. ...இந்த வேட்டையிலும் எழுப்பாளிக எழுப்பி விடற எல்லா மொசலையும் ஒன்னுவிடாம வேட்டயாடனும்..."

அதற்கடுத்து அப்பா மூன்றாவது கட்டுக்கோலைப் படுக்கையாளிகளின் தலைவனான மாகாளித் தோட்டியாரின் கையில் கொடுத்து வாழ்த்தினார்.

"வேட்டையாடற எல்லா மொசலையும் எதிர் வேட்டையாடிகளுக்குக் கெடைக்காம நீங்களே கைப்பத்தனும்..."

அப்பா நான்காவது கட்டுக்கோலை வேட்டையாடிய முயல்களைச் சுமந்து வரும் சுமையாளித் தலைவனான கிட்டு வண்ணாரிடம் கொடுத்து வாழ்த்தினார். நய்யாண்டியாகப் பேசி முயல் வேட்டையாடிகளைக் குஷிப்படுத்தும் சின்னா நாவிதரை அப்பா தன்னோடவே வைத்துக் கொண்டார். மற்ற முயல் வேட்டையாடிகள் கட்டுக்கோலை எடுத்துக் கொண்டு தங்கள் தலைவனோடு போய்ச் சேர்ந்துகொண்டனர்.

அந்தச் சமயத்தில் கிழக்குத் திசையில் ஆற்றுக்கு அப்பால் நாய்களின் குரைப்பொலிகள் விடாமல் எழுந்தன. அப்பா சப்தமிட்டார்.

"அடேய்...கரைவெளி மொசல் வேட்டையாடிக வந்துட்டாங்க... இந்த் தைக்கு...கல்லுத்துறை, அலங்கியம், மனக்கடவு, கொள்ளபட்டி,

ஆச்சியூருன்னு பெரிய பட்டாளமாகவே சேந்து வர்றதா கேள்விப் பட்டேன்...எல்லாரும் மளாருன்னு பொறப்படுங்க.... அவுங்க ஊதியூரு வெரைக்கும் நம்மல புடிக்கக் கூடாது.... "

ஊரின் வடக்குத் திசை நோக்கி உள்ளூர் முயல் வேட்டையாடிகள் புறப்பட்டனர். மானாவாரி மேய்ச்சல் காடுகளில் எழுப்பாளிகள் நாய்களோடு சேர்ந்து முயல்களை எழுப்பினர். எழும்பிய முயல்களை வீச்சாளிகள் கட்டுக்கோல் கொண்டு வேட்டையாடினர். அடிபட்டுத் துடிதுடித்த முயல்களைப் படுக்கையாளிகள் கைப்பற்றினர். எனக்கு முயல் வேட்டை புது அனுபவமாக இருந்தது. அப்பா வழிநடத்திக் கொண்டு சென்றார். நாங்கள் நொச்சிப்பாளையத்தைச் சமீபிக்கும்போதே கரைவெளி முயல் வேட்டையாடிகள் எங்களோடு வந்து கலந்து விட்டனர். எங்கள் வீச்சாளிகள் வேட்டையாடிய முயல் ஒன்றை கரைவெளிப் படுக்கையாளி ஒருவர் எடுத்துக்கொண்டார். அப்பா இதை கண்டும் காணாதவர்போல் போய்க் கொண்டிருந்தார்.

“அப்பா. . அது நம்ம மொசல்...”

“அடேய்...மொசல் வேட்டையில ஆரு கடேசில மொசல எடுக்கறாங்களோ அவுங்களுக்குத்தான் மொசல் சொந்தம்...”

எனக்கு இந்தமுறை வினோதமாக இருந்தது. அப்போது வேட்டையாடப்பட்ட ஒரு முயலைக் கரைவெளிப் படுக்கையாளியும் எங்கள் படுக்கையாளியும் கெட்டியாகப் பிடித்துக்கொண்டு விடாமல் போராடியபடி வந்துகொண்டிருந்தனர். பின்மதியம் கடந்தபோதுகூட யாரும் விட்டுக்கொடுப்பதாக இல்லை. முயல் இருவருக்குமிடையே சிக்கிச் சின்னாபின்னப் பட்டது. அந்தி அடிசாயும் வேளையில் மாகாளித் தோட்டியார் அப்பாவிடம் ஓடி வந்தார்.

“நம்ம படுக்கையாளிதான் மொசல கைப்பத்தினாருங்க...ஆனா அவுங்க அடிச்சுப் போட்டு புடிங்கிக்கிட்டாங்க...”

அப்பா கரைவெளி முயல் வேட்டையாடிகளின் பண்ணாடியான நல்லசாமியிடம் போனார்.

“என்ன இப்பிடிச் செஞ்சிருக்கீங்க. இது வேட்டத் தர்மமே இல்லியே...மருகாதியா மொசல எங்க படுக்கயாளிகிட்ட திருப்பிக் குடுத்துருங்க...””

“உங்க படுக்கையாளிதான் கைப்பத்தினான்கிறதுக்கு ஏதாச்சும் சாட்சி வெச்சிருக்கீங்களா...? “

அப்பா மாகாளித் தோட்டியாரைக் கை காட்டினார். மாகாளித் தோட்டியார் தூரத்தில் ஊதியூர் மலை மேல் தெரியும் உத்தண்ட வேலாயுதசாமி கோவிலைக் கும்பிட்டுச் சொன்னார்.

"அந்த முருக மேலெ சத்தியமா...நாங்கதான் மொசலக் கைப் பத்தினோம்...""

நல்லசாமி நம்பவில்லை.

"இந்தப் பொய்ச் சத்தியமெல்லாம் வேண்டாங்க. ...மொசல எங்களுது..."

அப்பாவுக்கு ஆத்திரம் பீறிட்டது.

"அப்ப இந்த மொசல் பொதுவுல இருக்கட்டும்...இந்த வேட்டயில ஆரு அதிகமான மொசல கைப்பத்தறோமோ அவங்க எடுத்தக்கலாம்..."

நல்லசாமி அப்பாவின் சவாலை ஏற்றுக்கொண்டார். அந்தி இருள் சூழும்போது நாங்கள்தான் நூற்றிப் பத்து முயல்களைக் கைப்பற்றியிருந்தோம். அவர்கள் வெறும் எண்பத்தெட்டுதான். நல்லசாமி அந்த முயலை எங்களிடம் திருப்பிக் கொடுத்துவிட்டுச் சொன்னார்.

"அடுத்த தை வேட்டயில இதே சவாலத் தொடறலாமுங்களா...?

அப்பாவும் சம்மதித்தார். அடுத்த தை வேட்டைக்காக எல்லோரும் காத்திருந்தோம். துன்மதி வருசம் பிறந்து கார்த்திகை மாதமும் வந்தது. கனத்த மழையும் கீகாற்றுமாக நாட்கள் நகர்ந்துகொண்டிருந்தன. வளர்பிறை தினமொன்றில் ஆகாயம் சிறு வெட்டாப்பு விட்ட மதியத்தில் நல்லசாமி குதிரை வண்டியில் வீட்டுக்கு வந்திறங்கினார். அப்பாவிடம் ராணி அத்தையைப் பெண் கேட்டார். ராணி அத்தையும் நல்லசாமியும் ஒருவரை ஒருவர் விரும்புவது அதன்பின்புதான் அப்பாவுக்குத் தெரிந்தது. அப்பா ஆத்திரத்தை அடக்கிக்கொண்டு சொன்னார்.

"வருகிற தை வேட்டயில...நீ சவால் விட்டமாதிரியே செயிச்சுக் காட்டு...நா ராணிய கட்டிக் குடுக்கறே...இல்லீனா வேற மாப்பிள பாப்பேன்..."

நல்லசாமி அப்பாவின் சவாலையும் ஏற்றுக்கொண்டு புறப்பட்டுப் போனார். தை பிறப்பதற்குச் சில தினங்களே இருந்தன. இந்த முயல் வேட்டை சுற்றுவெளி எல்லா ஊர்களிலும் எதிர்பார்ப்பை ஏற்படுத்தி யிருந்தது. நல்லசாமிக்கு ஜெயித்தே ஆகவேண்டிய வாழ்க்கைப்

பிரச்சனை. வேட்டையில் புது வியூகத்தையெல்லாம் வகுத்துக் கொண்டிருந்தார். அப்பாவும் நல்லசாமியை தோற்கடிக்க எல்லா வழிகளிலும் வேட்டையாடிகளோடு கலந்தாலோசித்துக் கொண்டிருந்தார். வேட்டை நாய்களையும் அதிகப்படுத்தினார். ராணி அத்தை நடப்பதையெல்லாம் பார்த்துக்கொண்டு என்னிடம் புலம்பிக் கண்ணீர் சிந்தியபடியிருந்தாள்.

தை பிறப்பதற்கு முந்தின முன்னிரவு. ஊர்த் தலைவாசலில் உள்ளூர் முயல் வேட்டையாடிகள் எல்லோரும் கூடி வேட்டைக்கான முன்னேற்பாடுகளைச் செய்துகொண்டிருந்தனர். அப்போது ஜீப் ஒன்று வந்து நின்றது. தாராபுரத்துக்கு புதிதாக மாற்றலாகி வந்த சப் கலெக்டர் ஜீப்பிலிருந்து இறங்கினார்.

“முயல் வேட்டைக்கு நான் தடை போட்டிருக்கேன்.... அந்தத் தெற்கத்தி ஊர்க்காரங்களுக்கும் சொல்லிட்டேன்...மீறி முயல் வேட்டையாடினீங்கன்னா...நான் போலீசை அனுப்புவேன்.... ”

அப்பா முன்னே போனார்.

“முயல் வேட்டையிங்கறது வெறும் கறி திங்க இல்லயிங்க... எங்க எல்லைக் கருப்பராயனுக்கு நாங்க வருசா வருசம் தவறாம செய்யற படையலுங்க...”

“சாமி பேரச் சொன்னாலும் விடமாட்டேன்...”

சப் கலெக்டர் திரும்பி ஜீப்பில் ஏறப் போனார்.

“நாங்க தெய்வக் குத்தத்துக்கு ஆளாக வேண்டி வருமுங்க... நாங்க நாளைக்கு முயல் வேட்டைக்கு பொறப்பட்டே தீருவோம்.... ”

“நான் ஏன் முயல் வேட்டைக்குத் தடை விதிச்சேன் தெரியுமா... தெக்கத்தி ஊர்காரங்களும் நீங்களும் ஏதோ சபதம் போட்டு வேட்டைக்கு போறீங்க...நிச்சயமா மோதிக்குவீங்க...அப்புறம் சட்டப் பிரச்சனையை யார் சமாளிக்கறது...? “

அப்போது மாகாளித் தோட்டியார் கூட்டத்தை விலக்கி சப் கலெக்டர் எதிரில் வந்தார்.

“நீங்க மொசல் வேட்டைய தடுத்தீங்கன்னா... எங்க எல்லைக் கருப்பராயன்... வேட்டைப்பூதத்தை ஏவி உங்கள கொல்லாம உடாது....”

சப் கலெக்டர் சப்தமாகச் சிரித்தார்.

“நீங்க சவால் விட்டு முயல் வேட்டைக்குப் போகும்போது நானும் இதைச் சவாலா ஏத்துக்கறேன்.... இப்பவே நான் உங்க எல்லைக் கருப்பராயனைப் போய் சந்திக்கறேன்.... எங்கே என்னை வேட்டைப்பூதத்தை ஏவிக் கொல்லச் சொல்லு பாக்கலாம்....”

“ தெகிரீயமிருந்தா... எங்க எல்லைக் கருப்பராயன் வேட்டைக்குப் பொறப்படுற நடுச்சாமத்துல போய் நில்லுங்க பாக்கலாம்....”

சப் கலெக்டர் நடுச்சாமத்துக்காக ஜீப்பிலேயே காத்திருந்தார். சுற்றுவெளி ஊர்களுக்கும் விசயம் பரவி எல்லோரும் அச்சத்தில் உறைந்துபோயினர். அப்பாவுக்கு சப் கலெக்டர் வேட்டைப்பூதத்தால் கொல்லப்படுவதில் உடன்பாடில்லை. யோசித்தபடியே இருந்தார். இருந்திருந்தாற்போல் எங்களை ஆயுதங்களோடு ரகசியமாக அழைத்துக் கொண்டு எல்லைக் கருப்பராயன் கோவிலை நோக்கி நடந்தார்.

❖❖❖

கிட்டு வண்ணார்,சின்னா நாவிதர்,சடைய மூப்பர், கந்த மாதாரியார்,மாகாளித் தோட்டியார் என எவரையும் அப்பா பார்க்கப் போகவில்லை. என்னைப் போலவே அவர்களுக்கும் அப்பா எங்கு போயிருப்பார் என்கிற குழப்பம் நீடித்தது. எல்லோரும் விரைசலாக எங்கள் வீட்டுக்கு வந்து சேர்ந்தோம். நான் நல்லசாமி மாமாவை எழுப்பப் போனேன். மாகாளித் தோட்டியார் தடுத்தார்.

“எதுக்கும் நாம ஒரு தவக்கா.... எல்லைக் கருப்பராயன் கோயிலு போயிப் பாக்கலாம்.... அப்புனு.... ”

“தீட்டு இருக்கு ...அப்பா அங்க போகமாட்டாரு...”

“இல்ல...போய் பாக்கலாம்.... ””

குறுக்கு வழியாக எல்லைக் கருப்பராயன் கோவிலை நோக்கி நடந்தோம்.

❖❖❖

திடீரெனக் கொம்புகள் ஊதின. கொட்டுமளக்கு விசையோடு முழங்கின. வேட்டைப்பூதம் ஒரு கையில் வல்லயம். மறுகையில் குத்தீட்டி பிடித்து பாதச் சதங்கை அதிர சப் கலெக்டரை நோக்கி முன்னேறி நடந்தது. குரல் கர்ண கொடூரமான தொனியில் ஒலித்தது.

“இப்ப சொல்லு.... எனக்குப் படையல் வைக்கற முயல் வேட்டைக்குத் தடை போடுவியா.... ?”

“என் உயிரே போனாலும் …உன்னைக் கண்டு பயப்பட மாட்டேன்…. ”

வேட்டைப்பூதம் கோவில் கருகற்மதில் எதிரொலிக்கச் சிரித்தது. வல்லயத்தையும் குத்தீட்டியையும் நீட்டி நடந்தது. சப் கலெக்டருக்கும் வேட்டைப்பூதத்திற்கும் இடைவெளி குறைந்து வந்தது. சப் கலெக்டர் பயந்து பின்வாங்கி ஓடுவார் என எதிர்பார்த்தோம். அந்த ஆள் வீராப்பாய் அசையாமல் அப்படியே நின்றார். கொம்புகளின் ஊதலும் கொட்டுமளக்கின் முழக்கமும் அதிகமாயின. நான் திகிலுடன் பார்த்த படியிருந்தேன். அப்பா வலதுகையில் வல்லயத்தையும் இடதுகையில் குத்தீட்டியையும் சராங்கமாகப் பிடித்து முன்னே எட்டு வைத்தார். பின் வேட்டைப்பூதத்தை நோக்கி ஓடினார். வேட்டைப்பூதம் வேறு ஆள் வருவதைக் கண்டு சுதாரித்துக் கொண்டது. சட்டென அப்பாவின் பக்கம் திரும்பியபடி கத்திற்று.

“பரிவாரப் பூதங்களே வாங்கடா…”

அடுத்தகணம் நாலு திசையிலிருந்தும் நான்கு வேட்டைப்பூதங்கள் வெளிக் கிளம்பின. எல்லாம் ஒருசேர வல்லயத்தையும் குத்தீட்டியையும் நீட்டியபடி அப்பாவின் மேல் பாய்ந்தன. அப்பாவின் குத்தீட்டியும் வல்லயமும் சிலம்புக்கம்பாய் மாறிச் சுழன்றன. நடுமத்தியில் அப்பா. சுற்றிலும் வேட்டைப்பூதங்கள். சண்டை மும்முரமானது. குத்தீட்டிகளும் வல்லயங்களும் மோதி ஒலிக்கும் ஓசை. இக்கட்டான நிலையில் நாங்கள். அப்பா உயிரோடு திரும்பச் சாத்தியமேயில்லை என எனக்குப் பட்டது. அழுகை வந்தது.

நேரம் கடந்தும் சண்டை நடந்துகொண்டேயிருந்தது. அப்பாவிடம் தாக்குப் பிடிக்காமல் பரிவார வேட்டைப்பூதங்கள் ஒவ்வொன்றாகப் பின்வாங்கி ஓடி மறைந்தன. . இறுதியாகப் பெரிய வேட்டைப்பூதமும் அப்பாவும் மட்டுமே தனித்து மோதினர். வல்லயங்களும் குத்தீட்டிகளும் ஆக்ரோஷமாகச் சுழன்றன. எவரும் தோற்பதாக இல்லை. அப்பா சப் கலெக்டரைப் பார்த்து சப்தமிட்டார்.

“இந்த வேட்டைப்பூதம் என்னை அடிச்சுதுன்னா அவ்வளவுதான்… உங்களக் கொல்லாம உடாது…நீங்க ஓடீருங்க…. ? “

“அப்போ உன் கதி…. ?“

“எனக்கு எல்லைக் கருப்பராயன் உட்ட வழி…”

சப் கலெக்டர் அரைமனதாக நகர்ந்தார். இருளுக்குள் போனபின்பு சொன்னார்.

"நீ உயிரோட ஊர் திரும்பினீனா...விடியால முயல் வேட்டையை நடத்து...."

மேலும் சிறிதுநேரம் சண்டை ஓய்ந்தபாடில்லை. அப்பா பெரிய வேட்டைப்பூதத்தின் வல்லயத்தையும் குத்தீட்டியையும் தட்டிவிட்டு நிற்கதியாக்கினார்.

"நல்லசாமி...வேசத்தைக் கழட்டிட்டு வெளிய வா...மொசல் வேட்டையில மோதுவோம்...."

முதல் சேவல் கூப்பிட்டது. எப்பொழுதும்போல முயல் வேட்டை ஆரம்பித்தது. ஊரின் மேற்குத்திசை நோக்கி நகர்ந்தது. நல்லசாமியின் கரைவெளி முயல் வேட்டையாடிகளும் எங்கள் உள்ளூர் முயல் வேட்டையாடிகளும் சரிசமமாகவே முயல்களைக் கைப்பற்றிகொண்டே வந்தனர். செஞ்சேரிமலை முருகன் கோவில் போனபோது அந்தி மஞ்சள் வெயில் மங்கி இருட்டத் தொடங்கியது. இரு பக்கமும் கைப்பற்றிய முயல்களை எண்ணினர். கரைவெளி முயல் வேட்டையாடிகள் இரு முயல்கள் அதிகம் கைப்பற்றியிருந்தனர். அப்பாவின் முகம் சோர்ந்துபோனது. எதுவும் பேசாமல் ஊர் திரும்பினார். மாசியிலேயே ராணி அத்தையை நல்லசாமிக்கும்க் கல்யாணம் செய்து கொடுத்தார். அன்றிரவு அப்பா மாகாளித் தோட்டியாருக்கு ஆள் அனுப்பிக் கூட்டி வரச்சொன்னார். மாகாளித் தோட்டியார் வெளித்திண்ணையோரம் வந்து பயந்துபோய் நின்றார்.

"எதுக்கு ரெண்டு மொசல நல்லசாமிக்கு உட்டுக் குடுத்தே...? ""

"குமரேசு அப்புனுதான்...ராணி அம்மினி அழுதுக்கிட்டு கெடக்கறதாச் சொல்லுச்சு.... "

அப்பா எதுவும் பேசாமல் வீட்டுக்குள் போய்விட்டார்.

❖❖❖

இலுப்பைத் தோப்பு இருளுக்குள் கிடந்தது. கருகற்மதில் கடந்து கோவிலுக்குள்ளே போனோம். எல்லைக் கருப்பராயன் பாதத்தினடியில் அப்பா உட்கார்ந்திருந்தார். உதடுகள் எதையோ உச்சரித்துக் கொண்டிருந்தன. நான் மட்டும் அப்பாவின் அருகில் போய் தோளைத் தொட்டேன். சலனமின்றி வெறித்த அப்பா எழுந்து நின்றார்.

"இன்னிக்கோட எங்கதெ முடியப்போகுதுன்னு நெனைச்சேன்... தீட்டுக்காரன் கோவிலுக்குள்ள வந்திருக்கேன்...வேட்டைப்பூதத்தை ஏவி என்னைக் கொன்னுருன்னு வேண்டிக்கிட்டேன்... கருப்பராயனுக்கு ஏனோ என்னைக் கொல்ல மனசில்ல போலிருக்கு....""

நான் அமைதியாக அப்பாவையே பார்த்தேன்.

"என்னோட எல்லா நினைவுகளும் இந்த ஊரச் சுத்தியே இருக்குடா... இனி நானு... டவுன்னுக்கு வந்து என்னத்த சாதிக்கப் போறேன்.... என்னைய இங்கயே உட்டீனாத்தான் எனக்கு நிம்மதி.... சாவும்போது சந்தோசமாவாவது சாவேன்...."

இந்த இரவு அப்பாவை மட்டுமல்ல என்னையும் எனக்குப் புரிய வைத்து விட்டது. கருப்பராயனின் பாதத்தில் இருந்த அப்பாவின் கட்டுக்கோலை எடுத்து அப்பாவின் கையில் கொடுத்தேன். அப்பாவின் கண்கள் முன்புபோலவே விரிந்து பிரகாசித்தன.

- *(ஆனந்த விகடன், 12.01.2022)*

உருவிலிக் கண்ணி

"மியாவ்...மியாவ்...மியாவ்...."

ஐந்து தினமாகியும் கரும்பூனைக்குட்டியின் தீனமான குரல் ஓயவேயில்லை. ஆள் புழங்காத வீட்டின் எல்லாச் சுவர்களுமே அதன் குரலைச் சதா எதிரொலித்துக்கொண்டேயிருந்தன. வெளித்திண்ணையில் உட்கார்ந்திருந்த துளசிக்கு ஆத்திரம் பீறிட்டுக்கொண்டு வந்தது. மனத்துக்குள் மொத்த பூனைகளையும் சபித்தாள். தாய்ப் பூனையைத் தனித்த கெட்ட வார்த்தையில் திட்டினாள். எழுந்து ஈரம் படிந்த மந்தாரைச் சருகுகளை மிதித்துப் படிக்கட்டில் மேலேறினாள். மேல்மாடத்து முற்றத்துத் தரை பச்சைப்பாசி படிந்து விட்டது. அங்கும் மந்தாரைச் சருகுகள் இறைந்து கிடந்தன. மழைநீர் வடியும் தூம்புவாயிலிருந்து கரும்பூனைக்குட்டியின் குரல் இன்னும் ஓங்கிக் கேட்டது. துளசி சற்றுக் கீழே குனிந்து தூம்புவாய் ஓரம் காதைக் கொண்டுபோனாள். கரும்பூனைக்குட்டி முதல்நாள் விழுந்தபோது கத்திய அதே வீரியத்துடனேயே இன்னும் கத்தியது.

"மியாவ்...மியாவ்.... மியாவ்...."

இந்தத் தூம்புவாய் நேராக பின்கட்டு சேந்து கிணற்றோடு இணைக்கப் பட்டிருந்தது. மழைநீர் சேகரிப்புப் பிரச்சாரம் நடந்தபோது சிவகாமியின் அப்பக்காரன் மேல்மாடத்துத் தூம்புவாய்களை எல்லாம் நீட்டிப் போய் சேந்து கிணற்றோடு பொருத்திவிட்டான். சேந்துகிணற்றுக்கு சிமெண்ட் பலகை போட்டு மூடியும் விட்டான். தோக்குருவிகளின் எச்சவீச்சத்தோடு கிடந்த சேந்துகிணற்று நீரை வீட்டில் எவரும் வெகுகாலமாகப் புழங்குவதில்லை என்று தெரிந்ததும் இந்த யோசனை சிவகாமியின் அப்பக்காரனுக்கு வந்துவிட்டது.

துளசி நிமிர்ந்து மேல்மாடத்துக் கைப்பிடிச்சுவரில் போய்ச் சாய்ந்து நின்றாள். தலைக்குமேலே ஆகாயத்தில் கார்த்திகை கருவோட்ட முகில்கள் இறுகி நின்றன. மறுபடியும் கனமழை இறங்கும்

சாத்தியம் தென்பட்டது. துளசி நான்கு தினங்களாகவே பின்வளவு வீடுகளில் தினக்கூலி வேலைக்குப் போகும் ஆட்களுக்குத் தகவல் சொல்லிவிட்டுக் கொண்டேயிருந்தாள். புயல்மழை பெய்யும் இச்சமயத்தில் ஆள்காரர்கள் எவரும் வீட்டுப்பக்கம் வரமறுத்தனர். நேற்று இருள் விலகாத வைகறையில் நீலாயி வீட்டுக்காரன் மட்டும் வாசலில் மிதிவண்டியை நிறுத்திவிட்டுக் குரலிட்டான். துளசி வெளிநடையில் போய் நின்று விபரத்தைச் சொன்னாள். நீலாயி வீட்டுக்காரன் சப்தமாகச் சிரித்தான்.

“நானு வேறெ ஏதோன்னு நெனைச்சுட்டு ஓடி வந்தேனுங்க... இந்த மழ ஈரத்துல பூனக்குட்டிக்காகவெல்லாம் கெடயாக் கெடக்கற கெணத்துல எறங்க முடியாதுங்க...”

நீலாயி வீட்டுக்காரன் மிதிவண்டியைத் திருப்பி ஏறி வீதியில் சென்று மறைந்தான். கரும்பூனைக்குட்டியின் அலறும் குரல் தொடர்ந்து கேட்டுக்கொண்டேயிருந்தது. துளசி மறுபடியும் ஈரம் படிந்த மந்தாரைச் சருகுகளை மிதித்து படிக்கட்டில் சூதானமாகக் கீழிறங்கினாள். விடாது பெய்த மழையினால் படிக்கட்டுகளும் பச்சைப்பாசி படிந்து வழுக்கத் தொடங்கியிருந்தன. ஓயாது ஒலித்த கரும்பூனைக்குட்டியின் குரலைக் கேட்க கேட்க துளசிக்குப் பாவமாகவும் இருந்தது. எதுவும் செய்ய முடியாத வேதனையில் மறுபடியும் வெளித்திண்ணைக்கே வந்து உட்கார்ந்தாள். வாசல் மந்தாரை மரத்தைக் குளிர்கொண்டல் காற்று உலுக்கிக் கடந்தது.

❖❖❖

சிட்டுக்குருவிகளும் காகங்களும் மௌனித்துக் கிடந்த மதியநேர வீதியில் வெள்ளைப் பெண்பூனை நிதானமாகக் குறுக்கே கடந்தது. வேகவேகமாக நடந்துகொண்டிருந்த துளசிக்கு வழிச் சகுனம் சரியில்லை எனப் பட்டது. போகிற காரியமும் நல்ல காரியமில்லையே என்று மனத்தைத் தேற்றிக்கொண்டாள். முந்தானையில் மறைத்து வைத்திருந்த சூரிக்கத்தியை ஒருமுறை தொட்டுப் பார்த்துக்கொண்டாள். ஊர்த்தலைவாசல் வந்து சேரும்வரை ஆட்கள் எவரும் எதிர்ப்படவில்லை. முனியப்பச்சி கோவில் பூவரசுமர நிழலடியில் செம்மறியாட்டு மந்தையோடு சல்லக்கத்தியை ஊன்றி நின்ற நீலாயி கண்டுகொண்டாள். அசைவாங்கிய செம்மறிகளிடையே புகுந்து கடக்க முயன்ற துளசியைத் தடுத்து நிறுத்தினாள்.

“பொண்ணையும் பையனையும் கண்டுபுடிச்சுட்டாங்களா... ஏதாச்சும் சேதி கெடைச்சுதாங்க ஆத்தா...?”

“நாலாத் திக்கிலும் ஆள் போயிருக்கு.... இன்னிக்கு ராத்திரிக்குள்ள முடிவு தெரிஞ்சிரும்...”

“அவனுக்கு என்ன தகிரீயமிருந்தா உங்க வளவுப் பொண்ண இப்படி செஞ்சிருப்பே... உண்டவூட்டுக்கு ரெண்டகம் பண்ணின அவனெ சும்மா வுடக்கூடாது...”

துளசி மேற்கொண்டு நிற்காமல் ஊரின் வடக்குத் திசையில் நடந்தாள். அந்தப் பையனின் வளவு வந்தது. மண்வீதியில் உக்கிரத்துக்கு நாக்கு தொங்கிய ஒற்றைநாய் மட்டும் தூரமாய் ஓடிப் போய் நின்று குரைக்க தருணம் பார்த்தது. எங்கும் சிறிய தாழ்வாரம் கொண்ட பனையோலைக் கூரை வீடுகள் பெரும்பாலும் பூட்டியே கிடந்தன. வெள்ளாட்டுக் கொட்டங்கள் திறந்து விடப்பட்டிருந்தன. சேவல்கள் சில தப்பித்து கூவியலைந்தன. இந்தச் சம்பவத்துக்குப் பின்னால் சனங்கள் பயந்து வளவைக் காலி செய்து போயிருப்பதுபோல் தோன்றியது. எப்போதும் ஆக்காட்டிப் பாடல் பாடித்திரியும் கிழப்பித்தனைக் கூடக் காணவில்லை.

துளசி துணிந்து இந்த வளவுக்கு வந்ததே அந்தப் பையனின் அப்பா அம்மாவைச் சந்திக்கத்தான். அவர்களுக்குப் பையனும் பொண்ணும் எங்கிருக்கிறார்கள் என்று நிச்சயம் தெரிந்திருக்கும். துளசியைப் பார்த்தால் மனம் மாறித் தலைமறைவாக இருக்கும் இடத்தைச் சொல்லிவிடக்கூடும். ஒருசமயம் இங்கேயே சிவகாமி இருந்து தன்னைக் கண்டதும் ஓடிவந்து கதறும்போது சூரிக்கத்தியால் குத்திக் கொன்றுபோட வேண்டியதுதான். இப்போது நினைக்கும்போதும் துளசிக்கு உடல் சிலிர்த்து நடுங்கிற்று. வெறி தணிவதற்குள் காரியத்தை முடிக்க வேண்டும் என எண்ணியபடியே மேலும் எட்டுவைத்தாள். காகங்கள் வட்டமிட்டுக் கரைந்தன. அந்தப் பையனின் பனையோலைக் கூரைவீடு தீக்கிரையாகிக் கிடந்தது. அருகிலும் நான்கைந்து வீடுகள் கொளுத்தப்பட்டிருந்தன. கரி படிந்த மண்சுவர்கள்கூடச் சிதிலமாகியிருந்தன. கருகிய மரவிட்டங்கள் சாய்ந்து நிலத்தில் விழுந்திருந்தன. அந்த இடமே சாம்பல் பூத்துக் கிடந்தது. துளசி யோசித்தபடியே சுற்றும் முற்றும் நோட்டமிட்டாள். எவரும் தென்படவில்லை.

❖❖❖

துளசிக்கு முன்பும் ஒருமுறை இதுபோல் ஒரு பூனைக்குட்டி தூம்புவாய் வழியே சேந்துகிணற்றில் விழுந்திருந்தது ஞாபகம் வந்தது. அந்தப் பூனைக்குட்டி சிவகாமி பள்ளிக்கூடம் விட்டு வரும்வழியில்

கண்டெடுத்துக் கொண்டுவந்தது. புலியின் செம்மஞ்சள் நிறம். முதுகில் வரிக்கோடுகள். சிவகாமி புலிப்பூனைக்குட்டி என்று பிரியமாகப் பெயர் வைத்து அழைத்தாள். மேல்மாடத்து முற்றமெங்கும் அது சுதந்திரமாக விளையாண்டு திரிந்தது. ஒரு நண்பகலில் வீட்டுக்கு வந்த நீலாயி மந்தாரைச் சருகை உருட்டி விளையாடிய புலிப்பூனைக்குட்டியை உற்றுக் கவனித்துவிட்டுச் சொன்னாள்.

"இது வலதுகாலத் தூக்கி வெளையாடுது ஆத்தா...இது பொட்டப் பூனக்குட்டீங்க..."

அன்று ஊர்ச்சனங்கள் நடைசாத்தி உறங்கிக் கிடக்கும் அகாலத்தில் அதன் தாய்ப்பூனையும், கூடப் பிறந்த மூன்று குட்டிகளும் முன்வாசலில் நுழைந்து மேல்மாடத்துப் படிக்கட்டில் ஏறிப் போவதைத் துளசி பார்த்தாள். அதன்பின்னான நாட்களில் நான்கு பூனைக் குட்டிகளும் முற்றத்துதி திண்ணையெங்கும் ஒன்றாகவே விளையாண்டன. சிவகாமி பள்ளிக்கூடம் விட்டு வந்தபின் இரவு வரை பூனைக்குட்டிகளுடனே நேரத்தைப் போக்கினாள். நான்கு பூனைக்குட்டிகளில் புலிப்பூனைக்குட்டி மட்டும் அதிக உரிமையுடன் சிவகாமியிடம் ஒட்டிக் கொண்டது.

சிவகாமி பள்ளிக்கூடம் சென்ற மதிய வேளை ஒன்றில் புலிப் பூனைக்குட்டி மட்டும் சாப்பாட்டு வட்டிலில் வாய்வைத்ததைக் கண்ட துளசி ஈர்க்குமார் எடுத்து விரட்டினாள். மிரண்டோடிய புலிப் பூனைக்குட்டி ஒளிந்துகொள்ள தூம்புவாய்க்குள் நுழைந்தது. துளசி பார்த்துக்கொண்டிருக்கும்போதே வழுக்கி சேந்துகிணற்றுக்குள் போய் விழுந்தது. அந்தி வரை புலிப்பூனைக்குட்டியிடமிருந்து எவ்வித சலனமுமில்லை. துளசி புலிப்பூனைக்குட்டி செத்துப்போய்விட்டது என்று நினைத்து அமைதியானாள். பள்ளிக்கூடத்திலிருந்து வந்த சிவகாமி புலிப்பூனைக்குட்டியைத் தேட ஆரம்பித்தாள். துளசியிடம் கேட்டபோது சமாளிக்கப் பொய் சொன்னாள்.

"தாய்ப்பூன புலிப்பூனக்குட்டிய மட்டும் கூட்டிக்கிட்டு வீதியில போனதெ பாத்தங் கண்ணு... அப்புறம் அது புலிப்பூனக்குட்டிய எங்கோ கொண்டுபோய் உட்டுட்டு வந்துருச்சு... உனக்கு ஒன்னு தெரியுமா கண்ணு... தாய்ப் பூனை தங்குட்டிகள ஆறு எடம் மாத்துமா....?"

மூன்றாம் சாமத்துக்குப் பின்பு சேந்துகிணற்றுக்குள்ளிருந்து புலிப்பூனைக்குட்டி வீறிட்ட குரலில் கத்தத் துவங்கியது. தாய்ப்பூனையும் சேந்துகிணற்றடிக்கு வந்து பதிலுக்குக் கத்தியது. மேல்மாடத்து

முற்றத்துத் திண்ணை மூலையில் தானிய மக்கிரிகளுக்கிடையே பதுங்கியிருந்த மற்ற மூன்று பூனைக்குட்டிகளும் கத்தின. துயரம் தோய்ந்த பூனைகளின் குரலால் வீடு நிரம்பி விட்டது. படுக்கையிலிருந்து எழுந்த சிவகாமி அழுது ஆர்ப்பாட்டம் செய்யத் தொடங்கி விட்டாள். சிவகாமியைச் சமாதானப்படுத்தும் வழி வீட்டில் எவருக்கும் தெரியவில்லை. ஒருநிலையில் சிவகாமியின் அம்மாக்காரிக்குக் கோபம் வந்தது. சிவகாமியின் பொடணியில் ஓங்கி அறைந்தாள். துளசி ஓடிப்போய் சிவகாமியை உள்ஆசாரத்துக்கு அழைத்து வந்தாள். கேவிக்கேவி அழும் சிவகாமியை மடியில் படுக்கவைத்து ஆறுதல் கூறினாள்.

"கன்னவரந்தேருக்கு காளக்கன்னு விக்கறதுக்குப் போன உங்கப்பா ஊருக்கு வர ஆரேழு நாளாகும் கண்ணு.... ஆரு வந்து பூனக்குட்டிக்காக பாங்கெணத்துக்குல எறங்குவா நீயே சொல்லு... பூனக்குட்டிதானே போயிட்டு போவுது வுடு..."

அந்த அர்த்தசாமத்தில் சிவகாமி அழுவதை மட்டும் நிறுத்தினாள். ஊருக்குள் ஆட்கள் எவரும் சேந்துகிணற்றுக்குள் இறங்கத் தயாராக இல்லை என்று தெரிந்தபோதும் புலிப்பூனைக்குட்டியைக் காப்பாற்றுவதில் உறுதியாக இருந்தாள். மேலும் மூன்று தினங்கள் கடந்தன. பூனைக்குட்டியின் ஓலம் அதிகமாயிற்று. தாய்ப்பூனையும் மற்ற மூன்று பூனைக்குட்டிகளும்கூட கத்துவதை நிறுத்தி அமைதியாகி விட்டன. சேந்துகிணற்றுக்குள் உயிர் போவதுபோல் கத்தும் புலிப் பூனைக்குட்டியின் குரலை அவைகள் இயல்பாக எடுத்துக்கொண்டன. துளசிக்குக்கூட புலிப்பூனைக்குட்டி சீக்கிரமாகச் செத்துப்போய்விட்டால் நல்லதெனப் பட்டது.

ஆறாவது தினம் விடிந்து பொழுதேறியபோது சிவகாமி பள்ளிக்கூடம் போகவில்லை. மௌனமாக சேந்துகிணற்றடியில் போய் உட்கார்ந்துகொண்டாள். கண்கள் நீர்கட்டி கலங்கியிருந்தன. உச்சிப் பொழுதாகியும்கூட சிவகாமி ஆகாரம் எதுவும் எடுத்துக் கொள்ளவில்லை. புலிப்பூனைக்குட்டியும் பழைய வலிமையுடனே இன்னும் கத்திக்கொண்டிருந்தது. அதன் உயிர்ப் போராட்டம் துளசி மனதையும் கரையச் செய்தது. சிவகாமியின் அம்மாக்காரி சிவகாமியை எதுவும் செய்ய முடியாத சினம் மிகுதியால் மேல்மாடத்துக்கு விரைந்தாள். தாய்ப்பூனையையும் மற்ற மூன்று பூனைக்குட்டிகளையும் அடித்து விரட்ட ஆரம்பித்தாள்.

துளசி அவசரமாகப் புறப்பட்டு பின்வளவுக்குப் போனாள். நீலாயி வீட்டுக்காரனை கூட்டி வந்தாள். வேண்டாவெறுப்பாக வந்த நீலாயி வீட்டுக்காரன் புலிப்பூனைக்குட்டியின் துயரம் மிகுந்த குரலைக் கேட்டதும் சட்டெனக் காரியத்தில் இறங்கினான். முதலில் சேந்துகிணற்றை மூடியிருந்த சிமெண்ட் பலகையை உடைத்தெடுத்தான். சேந்துகிணற்றுக்குள் பாதியளவு கிடந்த நீர் கறுமையாகத் தெரிந்தது. இருளோடு கூடிய மங்கல் வெளிச்சத்தில் புலிப்பூனைக்குட்டி கண்ணுக்குப் புலனாகவில்லை. கத்தல் மட்டும் சுவற்றின் எதிரொலிப்புடன் மேலே வந்துகொண்டேயிருந்தது. எல்லோரும் எட்டிப் பார்த்துத் தேடினர். சிவகாமிக்குத்தான் புலிப் பூனைக்குட்டி முதலில் தென்பட்டது. கிணற்றுப்புறாக்கள் அணையும் மேற்குப்புறச் சுவற்றுப் பொந்து ஒன்றில் புலிப்பூனைக்குட்டி குறுகி உட்கார்ந்திருந்தது. மேலே வெளிச்சத்தை நோக்கி அண்ணாந்த படியே கத்தியது. பசியால் வயிறு ஒடுங்கிப்போயிருந்தது. புலிப் பூனைக்குட்டியை மேலே எப்படி தூக்கி வருவது என்று எல்லோருக்கும் யோசனை நீண்டது. கூடவே புலிப்பூனைக்குட்டியை உயிரோடு மீட்க முடியுமாவென்கிற சந்தேகமும் எழுந்தது. சிவகாமி நகர்ந்து நீலாயி வீட்டுக்காரன் காதோரம் போய் குசுகுசுவென ஏதோ சொன்னாள்.

நீலாயி வீட்டுக்காரன் புரிந்துகொண்டு தலையசைத்தான். ஈயவாளியின் கைப்பிடியில் கயிற்றைக் கட்டி கிணற்றுக்குள் இறக்கினான். புலிப்பூனைக்குட்டி உட்கார்ந்திருந்த பொந்தோரம் நகர்த்தி ஆட்டினான். எல்லோர் கண்களும் கிணற்றுக்குள்ளேயே நோக்கியிருந்தன. புலிப்பூனைக்குட்டி ஒரே தாவலில் ஈயவாளிக்குள் குதித்தேறியது. நீலாயி வீட்டுக்காரன் கயிற்றை மெதுவாகச் சுண்டி இழுத்தான். ஈயவாளி அசைந்துகொண்டே மேலே வந்தது. புலிப்பூனைக்குட்டி நடுங்கிக்கொண்டிருந்தது. ஈயவாளி கைப்பிடிக் காரைச்சுவரோரம் வந்தவுடன் நீலாயி வீட்டுக்காரன் கையை நீட்டி லாவகமாக புலிப்பூனைக்குட்டியின் கழுத்தைப் பிடித்துத் தூக்கினான். கிண்ணத்தில் பசும்பாலுடன் காத்திருந்த சிவகாமியிடம் கொடுத்தான்.

அன்று வனச்செல்லியம்மன் கோயில் மாசித் திருவிழா. எட்டு ஊர்ச் சனங்களும் திரண்டிருந்தனர். துளசிதான் சிவகாமியை அழைத்து வந்திருந்தாள். பன்னிரண்டாம் வகுப்பு முழுப்பரிச்சைக்குப் படித்துக் கொண்டிருந்த பெண்ணை அவளின் அம்மாவும் அப்பாவும் கோயில் திருவிழா பார்க்க அனுமதிக்கவில்லை. சிவகாமிக்கு அழுகை

வந்துவிட்டது. பின்கட்டு சேந்துகிணற்றடியில் கயிற்றுக் கட்டில் மீது பாய்விரித்து வடகம் காயப்போட்டு காகங்களுக்குக் காவல் இருந்த துளசியிடம் ஓடிவந்து முறையிட்டாள். துளசிக்கு மனம் இளகிற்று. நெடுநேரம் பேசிப் பெற்றோரைச் சமாதானப்படுத்தினாள். அந்தி இருள்சூழ வீட்டுக்குத் திரும்பிவிடுவதாக வாக்கு கொடுத்தாள்.

அக்கினியாய்த் தகித்தெரிக்கும் நடுப்பகல் வெயிலிலேயே புறப்பட்டு விட்டனர். கோயிலுக்கு வந்ததிலிருந்தே சிவகாமி உற்சாகமாகக் காணப் பட்டாள். கூடப்படித்த பெண்களோடு சேர்ந்து ராட்டிணத்தூரி ஆடினாள். வேப்பிலை எடுத்து அடியளந்து கும்பிட்டாள். கடைகடையாக ஏறி இறங்கினாள். துளசியால் சிவகாமியோடு சுற்றியலைய முடியவில்லை. வனசெல்லியம்மன் சன்னதி உள்பிரகாரத்தூணில் போய்ச் சாய்ந்து உட்கார்ந்துகொண்டாள். சிவகாமியின் மேற்படிப்பு குறித்தும் எதிர்காலத்தில் நல்ல மாப்பிள்ளை அமைய வேண்டியும் தொடர்ந்து பிரார்த்தித்தாள். சாயங்காலத்தின் மஞ்சள் ஒளிக்கிரணங்கள் படியத் துவங்கின. துளசி எழுந்து வெளியே வந்து சிவகாமியைத் தேடினாள். கூடப்படித்த பெண்கள் எல்லோரும் வீட்டுக்குக் கிளம்ப ஆயத்தமாகிக் கொண்டிருந்தனர். சிவகாமியை மட்டும் காணவில்லை.

துளசி மீண்டும் கோவிலுக்குள் நுழைந்து உள்பிரகாரம் எங்கும் தேடிப் பார்த்தாள். சிவகாமி தென்படவேயில்லை. துளசி பதற்றமடைந்தாள். வெளிக்காட்டிக்கொள்ளாமல் மேலும் தேடினாள். அந்தி இருள் சூழ்ந்துவிட்டது. துளசி கூட்டத்தினூடே புகுந்து கோவிலுக்கு வெளியே வந்தாள். கண்களில் நீர் முட்டி நின்றது. சிவகாமி திரும்பி வந்துவிடுவாள் என்கிற நம்பிக்கை குறைய ஆரம்பித்தது. வீட்டுக்குப் போய் பெற்றவர்கள் முகத்தில் எப்படி விழிப்பது என்கிற அச்சம் எழுந்தது. திரும்பி வனசெல்லியம்மனைப் நோக்கினாள். சிவகாமிக்கு எதுவும் ஆகியிருக்கக்கூடாது என்று வேண்டிக்கொண்டாள். அந்தச் சமயத்தில் கூடப்படித்த பெண்ணொருத்தி கிட்டத்தில் வந்து சொன்னாள்.

“மண்ணுருவார சாமிகிட்டத்தா. . சிவகாமி கடேசியா போனத நாம் பாத்தேனுங்க அத்தே…””

கோவிலின் தென்கிழக்குப்புறம் நூறு தப்படி தூரம் தள்ளி நெடுதுயர்ந்த ஆலமரத்தடியில் வரிசையாக மண் உருவாரச் சாமிகள் நின்றன. விழுதுகளை ஒதுக்கி ஒதுக்கி துளசி உள்நுழைந்தாள். மண்குதிரை உருவாரங்களிடையே புகுந்துபோய்த் தேடினாள். சிவகாமி தட்டுப்படவில்லை. இங்கு இருப்பதற்கான சாத்தியமுமில்லை

எனப் பட்டது. வெளிச்சம் மங்கி வந்தது. கோவிலுக்குத் திரும்ப எத்தனித்தபோது மண்குதிரையின் நடுவயிற்றில் செதுக்கியிருந்த அந்த எழுத்துகள் கண்ணில் பட்டன. சின்னுவுக்கும் சிவகாமிக்கும் இடையே காதல் சின்னம் வரைந்து அம்பு துளைத்திருந்தது. துளசிக்கு எல்லாம் புரிந்துவிட்டது.

❖❖❖

மந்தாரை மரத்தின் பழுப்பு இலைகள் உதிரும் மார்கழி தொடங்கியிருந்தது. துளசி மந்தாரை மரக்கட்டைகளைச் செதுக்கி மேல்மாடத்துத் தூம்புவாய்களை ஒவ்வொன்றாக அடைத்து வைத்தாள். தாய்ப்பூனையும் மூன்று பூனைக்குட்டிகளும் வீடு திரும்பாத தனிமையில் புலிப்பூனைக்குட்டி மேல்மாடத்து முற்றத்துத் திண்ணையிலேயே வளர்ந்தது. துளசி மேல்மாடத்துக்குப் போனால் போதும் காலடியிலேயே உரசிக்கொண்டு கிடந்தது. சிவகாமியிடம் அதிகம் செல்லம் கொஞ்சியது. சிவகாமியின் அம்மாக்காரியிடமும் அப்பக்காரனிடமும் கூட நெருக்கமாயிற்று. பெரிய பூனையானபின்பும் வீட்டினரிடம் அதே பிரியம் காட்டியது. முதல் ஈத்தில் நான்கு குட்டிகளை ஈன்றது. அடுத்தடுத்த ஆண்டுகளில் பூனைகள் பெருகி வீடெங்கும் அலைந்து திரியும்படிக் குட்டிகளை ஈன்றுகொண்டேயிருந்தது. கரும்பூனைகள், வெள்ளைப்பூனைகள், சுட்டிப்பூனைகள், புலிவரிப்பூனைகள் என விதவிதமான வண்ணப் பூனைகள் வீடு நிறைந்து உலவின.

காலம் மேலும் சில ஆண்டுகளை நகர்த்திக் கடந்தது. சிவகாமியும் பெரிய மனுசியனாள். கூடப்படித்த பெண்களோடு மிதிவண்டியில் தாயம்பாளையத்துக்குப் படிக்கப் போனாள். வீட்டிலும் குதூகலம் நிறைந்துகிடந்தது. மேற்கே மலைக்காட்டிலும் நல்ல பருவமழை. அமராவதி அணை நிரம்பி எல்லா வாய்க்கால்களிலும் நீர் கடைமடை வரை வந்தது. நெல்வயல்கள் கார்போகமும் விளைச்சல் கண்டன. சிவகாமியின் அப்பக்காரனுக்குக் காட்டூர் கரைவெளி வயலைப் பார்க்கச் சரியான பருவக்காரர் யாரும் வாய்க்கவில்லை. புல்லட்டில் புறப்பட்டுப் போய் வடக்கே வஞ்சிபாளையம் பிரிவிலிருந்து ஒரு குடும்பத்தைக் கூட்டி வந்தான். அந்தக் குடும்பத்தினர் முதல் போகத்திலேயே காட்டூர் கரைவெளி வயலின் விளைச்சலை அமோகமாக்கினர். சிவகாமியின் அப்பக்காரன் பூரித்துப் போனான். அந்தக் குடுப்பத்தினரின் மூத்த பையன் சின்னுவை டிரேக்டர் ஓட்ட வைத்துக்கொண்டான். சேற்றுழவு ஓட்டுவதில் சின்னு தனித்திறமை

வாய்ந்தவனாக இருந்தான். சதா வயல்வெளியே கதியெனக் கிடந்தான். சின்னு ஊர்ப்பக்கமே வந்தவனில்லை. துளசிக்குக்கூட சின்னுவின் முகம் துலக்கமாக ஞாபகத்தில் இல்லை. சிவகாமிக்கும் சின்னுவுக்கும் எப்படி சினேகிதம் ஏற்பட்டது என்பது பெரும்புதிராகவே இருந்தது.

துளசி வீடு வந்து சேர்ந்தபோது சிவகாமியின் அப்பக்காரன் பங்காளிகளோடு சிவகாமியைத் தேடுவதற்கு புறப்பட்டுப் போயிருந்தான். வீட்டின் ஆசாரத்துத் திண்ணையில் சிவகாமியின் அம்மாக்காரி ஒப்பாரி வைத்து அழுதுகொண்டிருப்பது கேட்டது. கூட பங்காளி வீட்டுப் பெண்கள் இருந்தனர். துளசியும் வெளித்திண்ணையில் வந்து மனச்சோர்வுடன் உட்கார்ந்துகொண்டாள். நேரம் கடக்க கடக்க புலிப்பூனையும் அதன் குட்டிகளும் இருப்புக் கொள்ளாமல் விநோதமாகக் கத்திக்கொண்டு வீடெங்கும் சுற்றிசுற்றி வந்தன. பூனைகள் சிவகாமியைத் தேடியலைவதை துளசி உணர்ந்து கொண்டாள். துளசிக்கு எரிச்சலும் கோபமும் பெருகின. மூன்றாம் சாமத்தில் மந்தாரைமர உச்சிக்கிளையில் குருட்டாந்தைகள் எங்கிருந்தோ வந்தமர்ந்து கடூரமாகக் குடுகியபோது பூனைகள் கத்துவதை நிறுத்தின. அப்போது ஊரின் வடக்குப்புறத்தில் தீக் கங்குகள் புகையோடு கொளுந்துவிட்டு எரிவதும் தெரிந்தது. துளசிக்கு மனம் அச்சத்தில் தளர்வுற்றது.

❖❖❖

வீடுகளிடையே புகுந்து வரும் திசையறியாக் காற்றுக்கு மேலெழும்பிப் பறக்கும் சாம்பல் துகள்கள் முகத்தில் மோதின. ஆக்காட்டிப் பாடல் பாடும் கிழப்பித்தன் மண்வீதியில் உள்நுழைந்து வந்துகொண்டிருந்தான். கிட்டத்தில் வந்ததும் முகத்தில் விழுந்த நரைத்த திரிசடைமுடியைக் கோதிவிட்டுக்கொண்டு சிரித்தான். துளசி விலகி நடந்தாள். கிழப்பித்தன் முன்னே வந்து சிரித்தான். ஏதோ சொல்ல முயன்றபடி சாடை காட்டிக் கைவீசி நடந்தான். பையனின் வளவுக்காரர்கள் எங்கோ அண்மையில் பதுங்கியிருப்பது கிழப்பித்தனுக்குத் தெரிந்திருக்கக்கூடும் என்று துளசியின் உள்மனசுக்குப் பட்டது. பின்தொடர்ந்து நடந்தாள். கிழப்பித்தன் திடீரென ஆக்காட்டிப் பாடல் பாட ஆரம்பித்தான்.

"ஆக்காட்டி ஆக்காட்டி ஆவாரம்பூ ஆக்காட்டி
எங்கெங்கே முட்டையிட்டே...
கல்லக்குடஞ்சு காட்டுவழி முட்டையிட்டே
இட்டது நாலு முட்டை பொரிச்சது மூனுகுஞ்சு...""

சிவகாமி இல்லாத வீடு வெறிச்சிட்டுக் கிடந்தது. அம்மாக்காரி வீதிப் பெண்களோடு ஓடிப்போனவர்களை சாபமிட்டு மண்வாரித் தூற்றினாள். ஒப்பாரிபாடி மாரடித்து அழுது ஓய்ந்துபோய் திண்ணையில் கிடந்தாள். அப்பக்காரன் ஆட்களைத் திரட்டிக்கொண்டு வெளியூருக்குத் தேடப் போய்விட்டான். ஊருக்குள் எங்கும் ஓடிப்போனவர்கள் பற்றிய பேச்சாகவே இருந்தது. விடிவதிற்குள்ளாகவே பெண்ணையும் பையனையும் பிடித்து வந்துவிடுவார்கள் எனப் பேசிக்கொண்டனர்.

துளசியால் மனத்தை திடப்படுத்த இயலவில்லை. சிவகாமியை நினைத்து நினைத்து உருகினாள். சிவகாமிதான் எல்லாம் என முடிவுசெய்து வாழ்ந்து வந்தாள். அப்போது பார்த்திப வருடத்துக் கார்த்திகை மாதம். நாளெல்லாம் கருவோட்டமான முகில்கள் மழையைப் பொழிந்துகொண்டேயிருந்தன. அமராவதியில் பெருவெள்ளம் பெருக்கெடுத்து ஓடியது. அக்கரை வயலில் நடவுநட்ட சம்பாநெல் நாற்றுகள் மழைநீர் தேங்கி இற்று மிதந்தன. நீரை வடிக்க வீட்டுக்காரன் நடுச்சாமத்தில் புறப்பட்டுப் போனான். நிறைமாத கர்ப்பிணியான துளசி எவ்வளவோ தடுத்தும் கேட்கவில்லை. கூரைநீர் சொட்டிடும் ஓசை தவிர ஊர் பேரமைதியில் ஆழ்ந்து கிடந்தது.

இரண்டு தினங்கள் கழித்தும் வீட்டுக்காரன் வீடு திரும்பி வரவில்லை. விடாது கொட்டும் புயல்மழையில் வீட்டுக்காரனைத் தேடும் வழியும் தெரியவில்லை. ஆகாயம் வெளிவாங்கி அமராவதி வெள்ளம் வடிந்தபோது கிழக்கே தடுப்பணையிலிருந்து உப்பிய ஆண் சடலமொன்று நீரின் மேலே மிதப்பதாகத் தகவல் வந்தது. வீட்டுக்காரனைப் புதைத்த குழியில் சிறுகோரைப்புற்கள் முளைத்தபோது துளசிக்குப் பிரசவவலி கண்டது. தொப்புள்கொடி சுற்றிப் பிறந்த பெண்குழந்தை மூன்று தினங்களுக்கு மேல் ஜீவிக்கவில்லை. துளசி சூன்யத்துக்குள் தள்ளப்பட்டதுபோல் உணர்ந்தாள். மார்பு வீங்கி தாய்ப்பால் சுரந்தொழுகி வேதனைப்படுத்தியது. புருசனையும் புள்ளையையும் விழுங்கியவளாக ஊரும் தூற்றியது. வீட்டு முற்றத்துத் திண்ணையில் அழுது அழுது முடங்கிக் கிடந்தாள்.

அன்றும் மழை நிலைகொண்டு பெய்தது. பின்மதியத்தில் வெளி நடைக்கதவு பெருத்த ஓசையுடன் திறந்துகொண்டது. சிவகாமியின் அம்மாக்காரியும் அப்பக்காரனும் முற்றத்து வாசல் வந்து சவ்வாரி வண்டியிலிருந்து இறங்கினார்கள். வெகுநாட்கள் கழித்து வீடு வேற்று முகத்தைக் கண்டது. அப்பக்காரந்தான் முதலில் பேசினான்.

“நீங்க ஏன் இந்த வீட்டுல ஒத்தீல சிரமப்படனும்... நாங்க இருக்கோம்...எங்ககூட வந்திருங்க...இப்ப இவளுக்கு எட்டுமாசம் இவளுக்கும் ஒத்தாசைக்கு ஒரு ஆள் தேவைப்படுது...உங்கள விட்டா எங்களுக்கு ஆரு இருக்கா.”

அதன்பின்புதான் துளசி வயிறு மேடிட்ட சிவகாமியின் அம்மாக் காரியை கவனித்தாள். எதைப் பற்றியும் யோசிக்கவில்லை. சவ்வாரி வண்டியில் அவர்களோடு ஏறி ஊருக்கு வந்தாள்.

அந்த வருடம் மாசியில் வனசெல்லியம்மன் திருவிழாவின்போதுதான் நடுச்சாமத்தில் சிவகாமி பிறந்தாள். அம்மாக்காரி பிழைக்கமாட்டாள் என்று மருத்துவமனை கைவிட்டுவிட்டது. துளசிக்கு மட்டும் நம்பிக்கையிருந்தது. அம்மாக்காரியையும் காப்பாற்ற முடியும் என்று வீட்டுக்குக் கூட்டிவந்து கைவைத்தியம் பார்த்தாள். உடல்நிலை தேறி வந்தது. ஏனோ அம்மாக்காரியின் மார்பு தாய்ப்பால் சுரக்கவில்லை. குழந்தையும் சங்குப்பாலை ஏற்கவில்லை. அப்பக்காரன் குழந்தையும் பிழைக்காது எனக் காட்டூர் கரைவெளிவயலில் போய்க் குடிசை கட்டித் தங்கிக்கொண்டான்.

துளசி மனம் தளரவில்லை. நீலாயியின் உதவியால் காட்டாமணக்கு இலை பறித்து வந்து தன் மார்பில் பற்று போட்டுக்கொண்டாள். அம்மான்பச்சரிசி இலையை அரைத்துப் பசும்பாலில் கலந்து குடித்தாள். முள்முருங்கை இலைகளைப் இணிங்கி வந்து துவையல் செய்து சுடுசோற்றோடு பிசைந்து சாப்பிட்டாள். நான்கு மாதத்துக்கு பின்பு துளசியின் மார்புக் காம்பிலிருந்து தாய்ப்பால் சுரந்ததை ஊரே அதிசயமாகப் பேசியது. சிவகாமியும் பிழைத்துக்கொண்டாள். அம்மாக்காரியும் பிழைத்துக்கொண்டாள். அப்பக்காரன் முன்புபோல வீட்டுக்கு வந்து தங்கினான்.

கிழப்பித்தன் நடந்து நடந்து ஏரியின் பனையடிக்கு வந்து சேர்ந்தான். கரை மீது காட்டாமணக்குப் புதர்கள். தரையில் அம்மான்பச்சரிசிச் செடிகள். பார்க்க பார்க்க துளசிக்கு கண்களில் நீர் தளும்பிப் பெருகியது. மார்பு வெடித்துவிடும்போல் துடிதுடித்து வலித்தது. இப்போது சிவகாமி இருக்கும் இடம் தெரியவில்லை. பெற்ற தாயையும் வளர்த்த தாயையும் மறந்து ஓடிவிட்டாள். ஓடிப்போனவர்கள் எங்கு தேடியும் கிடைக்கவில்லை. காவல்துறையினரும் கைவிரித்து விட்டனர். மூன்று தினங்கள் ஆகிவிட்டதால் தேடிய பங்காளிகள் எல்லோரும் ஆத்திரத்தில் இருந்தனர். அப்பக்காரன் கத்தினான்.

“ஒன்னுக்கு ரெண்டு பொம்பளைங்க ஊட்டுல இருக்கீங்க...இதுதா வளத்தின லட்சணமா...? இன்னிக்குள்ள எப்படியாவது கண்டுபுடிச்சு ரெண்டுபேரையும் கொல்லனும்...இல்ல நாம குடும்பத்தோட நாண்டுக்கிட்டுச் சாகனும்...”

துளசிக்கு சட்டெனக் கோபம் வந்தது. சூரிக்கத்தியை எடுத்துக் கொண்டு வந்து நீட்டிச் சொன்னாள்.

“வளத்தின பாவத்துக்கு நானே பலியெ ஏத்துக்கிறேன்...”

எங்கும் உச்சிப் பொழுதின் அனல் வெய்யில். ஒற்றைக்கால் தடத்து வண்டல்மண் புழுதி சூடேறிக் கிடந்தது. கண்ணுக்கெட்டும் தொலைவு வரை சீமைக் கருவேல மரங்கள். இடையிடையே பெரும்பூளைப் பூச்செடிகளும் நரிவால் புற்களும் மண்டிய தரிசு. துளசி சுற்றும் முற்றும் பார்த்துக் கொண்டாள். மனித அரவமற்ற முள்வெளி. உக்கிரக்கோடை வெப்பக்காற்றுக்கு முட்கிளைகள் உராயும் ஓசை. கிழப்பித்தன் முட்கிளைகளை ஒதுக்கி ஒதுக்கி நடந்தான். துளசி சிறு இடைவெளிவிட்டுப் பின்னே நடந்தாள். மண் உருவாரங்கள் செய்ய மண்ணுடையார்கள் வண்டல்மண் எடுக்கும் குழி வந்தது. கிழப்பித்தன் கைகாட்டினான். துளசி குனிந்து பார்த்தாள். அந்தப் பையனின் பெற்றோர்கள் பயத்துடன் எழுந்து வந்தனர்.

“ இன்னிக்கு ராத்திரி திருவிழாவுல்ல பொண்ணோட வந்து எங்க பையன் சமாதானம் பேசறதா சொல்லியிருக்கானுங்க.... வேற எந்த சேதியும் எங்களுக்குத் தெரியாதுங்க ஆத்தா... ”

அவர்கள் கையெடுத்துக் கும்பிட்டார்கள். துளசிக்கு என்ன பேசுவதென்று தெரியவில்லை. அவர்களைப் பார்த்தபடியேயிருந்தாள். கிழப்பித்தன் திரும்பிப் போனபடியே ஆக்காட்டிப் பாடலைப் பாட ஆரம்பித்தான்.

❖❖❖

இடியுடன் கூடிய பெரு மழை கொட்டித் தீர்த்தபின் ஆகாயத்தில் கருமுகில்கள் சிதறுண்டு கிடந்தன. மறுபடியும் சேந்து கிணற்றுக்குள் இருந்து கரும்பூனைக்குட்டியின் கத்தல் விசையாக எழுந்தது. தாய்ப்பூனையும்,கூடப்பிறந்த இரு பூனைக்குட்டிகளும் மேல் மாடத்திலிருந்து கீழிறங்கி சேந்துகிணற்றின் மூடாக்குப் பலகைமீது ஏறி நின்று பதிலுக்குக் கத்தின.

“மியாவ்...மியாவ்...மியாவ்...”

இடைவிடாத பூனைகளின் கத்தல்களைக் கேட்க கேட்க துளசிக்கு மீண்டும் மீண்டும் சிவகாமியின் நினைவுகள் ஒவ்வொன்றாகக் கிளர்ந்து கொண்டேயிருந்தன. மறப்பது கொடுந்துயராக இருந்தது. இனியும் பூனைகளின் கத்தல் இந்த வீட்டில் கேட்கக்கூடாது என்று தீர்மானித்தாள். கிண்ணத்தில் பாலை ஊற்றிக்கொண்டு பின்கட்டுக்குப் போனாள். வாசற்படி மேல் பால்கிண்ணத்தை வைத்தாள். தாய்ப்பூனையும் இரு பூனைக்குட்டிகளும் ஆவலாக ஓடிவந்து பாலை நக்கின. துளசி கூடவே எடுத்துப் போயிருந்த சாக்குப்பையில் இருபூனைக்குட்டிகளையும் தாய்ப்பூனையையும் பிடித்து உள்ளே போட்டாள். சாக்குப்பையைத் தூக்கிக்கொண்டு வீட்டைப் பூட்டி வெளியே வந்தாள். ஈரவீதியில் இறங்கி நடந்தாள். தாய்ப்பூனையும் இருபூனைக்குட்டிகளும் சாக்குக்குள் துள்ளியபடியே கத்தின. துளசி இரக்கம் காட்டவில்லை. ஊரைக் கடந்து மேற்கே நிழலி ஓடையைக் குறிவைத்து நடந்தாள்.

துளசி வனசெல்லியம்மன் கோயில் வந்து காத்திருந்தாள். வாடைக் குளிர்காற்று வீசிற்று. இருள் சூழ்ந்தது. வனசெல்லியம்மன் சாட்டின் கடைசி தினம். எருமைக் கிடாய்கள் பலியிடும் சடங்கு நடந்தேறிக் கொண்டிருந்தது. தலைக்குமேலே எண்ணற்ற விண்மீன்கள். தரையிலோ எட்டூர் சனத்திரள். துளசிக்குக் காதலர்களைத் தேடி தேடிக் கால்கள் இனி நடக்கமுடியாத நிலையில் ஓய்ந்து வலித்தன. ஒவ்வொரு முகத்தையும் பார்த்து பார்த்துக் கண்கள் அசதி கொண்டன. இனி எங்குபோய்த் தேடுவது என்கிற சோர்வான நிலை. துளசி சாட்டுக் கம்பத்தின் பக்கம் வந்தாள். வீச்சரிவாள் ஓங்கிய பூசாரியின் கண்கள் வெறித்து நின்றன. வெட்டுண்ட எருமைக் கிடாய்களின் தலைகள் ரத்தம் சொட்ட சொட்ட நிலத்தில் விழுந்தபடியிருந்தன. பறைகள் விசை மிகுந்தன. கொம்புகள் ஓங்கி முழங்கின. அருளாடிகள் பிரம்பு பிடித்து ஆடத் தொடங்கினர். வனசெல்லியம்மானாய் மாறி சாமி வாக்கு சொல்லினர். சனங்கள் பயத்தில் பக்திப் பூர்வமாக ஒடுங்கி நின்றனர். துளசியால் அதிகநேரம் அங்கு நிற்க முடியவில்லை. மீண்டும் கூட்டத்துக்குள் நுழைந்து காதலர்களைத் தேடத் துவங்கினாள்.

அந்தச் சமயத்தில் அப்பக்காரனின் ஆட்கள் மறைத்து வைத்திருக்கும் ஆயுதங்களுடன் கூட்ட நெரிசலுக்குள் புகுவதைக் கண்டாள். துளசிக்குப் பகீரென்றது. மனம் நிம்மதி இழந்தது. அப்போது கிழப்பித்தன் அருகில் வந்து பாடினான்.

“புல்லறுத்தான் புலவிற்கு புழுதின்னப் போகையிலே
மாயக்குறத்திமகன் வழிமறிச்சுக் கண்ணி வெச்சான்
காலிரண்டும் கண்ணியிலே சிறகிரண்டும் மாரடிக்க
நானழுத கண்ணீரும் எங்குஞ்சு அழுத கண்ணீரும். ”

துளசிக்கு ஆக்காட்டியின் நிலையில் தான் இருப்பதாகப் பட்டது. தாய்மனசை மறைத்து எதற்காக வேடம் போடவேண்டும் என்கிற கேள்வி எழுந்தது. சூரிக்கத்தியை முந்தானையிலிருந்து அவிழ்த்து வெளியே எடுத்தாள். கோயில் கிணற்றுக்குள் கொண்டுபோய் வீசியெறிய முடிவு செய்தாள். கிணற்றுத் தடமெங்கும் மனித முகங்கள். இருபுறக் கடைகளிலும் ஓயாத சப்தங்கள். துளசி ஆட்களிடையே புகுந்து நடந்தாள். தீர்த்தச் சொம்புடன் கிணற்றுப் படிக்கட்டில் மேலேறிய பெண்களிடையே இருந்து பரிச்சயமான குரல் கேட்டது.

“பெரியம்மா...பெரியம்மா...”

துளசி உற்று நோக்கினாள். சிவகாமி ஓடி வந்து எதிரே நின்றாள். புதுப் பட்டுப்புடவை. கழுத்தில் புது மஞ்சள் கயிறு. ஏனோ அந்தக்கணம் துளசிக்குச் சட்டென அடங்காத சினம் பீறிட்டு எழுந்தது. சன்னதம் வந்தவள் போல் கத்தினாள்.

“என்குலங்கெடுத்த சண்டாளி......”

சூரிக்கத்தி சிவகாமியின் வயிற்றில் இறங்கியது. இரத்தம் பட்டுப்புடவைக்கு வெளியே கொப்பளித்துக் கிளம்பியது. துளசி வனப்பத்தரகாளியின் உற்சவப் புறப்பாடுபோல நின்றாள். சனத்திரள் நெருங்கப் பயந்தது.

❖❖❖

இலுப்பங்கிளைகளில் தலைகீழாகத் தொங்கும் பழந்தின்னி வௌவால்கள் இரைதேட வெளிக்கிளம்பின. பின் மதியத்தில் பெய்த மழைக்கு நிழலி ஓடையில் காட்டுவெள்ளம் கரைமேவிப் போயிற்று. காரைப் பாலத்தின் கைபிடிச்சுவர் மட்டுமே நீருக்கு மேலே நீட்டிக் கொண்டு தெரிந்தது. அக்கரையில் ஆட்களும் வாகனங்களும் வெள்ளம் வடிவதற்காகக் காத்து நின்றுகொண்டிருந்தனர். இக்கரையில் நின்றுகொண்டிருந்த ஒரே ஒருவனும் துளசியிடம் சப்தமாகச் சொல்லியபடித் திரும்பிச் சென்றான்.

“தண்ணி வர்ற வெரசலப் பாத்த...பாலம் கொஞ்சநேரத்துல ஒடைஞ்சு உழுந்துரு... நீங்க தெரியாம எறங்கீராதீங்கம்மினி.... ?”

துளசி பதிலேதும் பேசாமல் வலப்புறமாக நீரில் மூழ்கிக் கிடந்த நெல்வயல் வரப்பில் இறங்கி நடந்தாள். நீருக்கு மேலாக மழைத்தட்டான்கள் பறந்துகொண்டிருந்தன. ராஜவாகை மரமொன்றின் அடியில் சாக்குப்பையைக் கவிழ்த்துக் கொட்டினாள். தாய்பூனையும் இரு பூனைக்குட்டிகளும் சேற்று வரப்பில் விழுந்தன. துளசி திரும்பிப் பார்க்காமல் நீர்சேம்பு இலைகளை மிதித்து நடந்தாள்.

சிவகாமியைக் குத்திய வழக்கு முடிந்து வீடு திரும்பிய தினம்கூட இந்த ஓடையில் இதேமாதிரி காட்டுவெள்ளம் போயிற்று. துளசியும் சிவகாமியின் அப்பக்காரனும் காத்திருந்துதான் இக்கரை வந்து சேர்ந்தனர். வரும்வழியில் சிவகாமியின் அம்மாக்காரியைப் புதைத்த குழிமேட்டில் எருக்கு முளைத்து வளர்ந்திருந்ததையும் கண்டனர்.

நூலாம்படை படிந்த வீட்டுக்குள்ளிருந்து பூனைகள் எதிர்கொண்டு கத்தியவுடன் துளசிக்குச் சிவகாமியின் ஞாபகம் முட்டி கதறி அழ ஆரம்பித்தாள். சிவகாமியின் அப்பக்காரன் வீட்டுக்குள் காலடி எடுத்து வைக்கவில்லை. காட்டூர் கரைவெளி வயலில் மீண்டும் குடிசை கட்டித் தங்கிக்கொண்டான். பொலிவிழந்த வீட்டில் துளசிக்குப் பூனைகளே துணையாயிருந்தன. இரவெல்லாம் சிவகாமியை நினைத்து நினைத்து அழுவதைப் பூனைகளே காது கொடுத்துக் கேட்டன. பெருமழை பெய்து மறுபடியும் நிழலி ஓடையில் காட்டுவெள்ளம் வந்த தினத்தில் சிவகாமியின் அப்பக்காரன் இலுப்பை மரத்தில் கயிறுபோட்டு நாண்டுகொண்டான். உடலை வீட்டுக்கு எடுத்து வந்தபோது பூனைகள் ஓலமிடுவதுபோல் கத்தின. ஏனோ துளசிக்குத் துளியும் கண்ணீர் வரவில்லை.

ஆகாயத்தில் மீண்டும் கருமுகில் மூட்டம் சூழ்ந்தது. பனிக்கால அந்தியில் இருள் சீக்கிரமாகவே கவிந்தது. துளசி சுருட்டிய சாக்குப் பையுடன் ஊர்ப்பாதையேறி நடந்தாள். எங்கும் அனாதியான மௌனம். கிழக்கேயிருந்து கார் ஒன்று படுவேகமாக நிழலி ஓடையை நோக்கி வந்தது. துளசி ஓரமாக ஒதுங்கி நின்றாள். சக்கரங்கள் மழைநீரை வாரி இறைத்தது. காரைத் தடுக்க வேண்டும் என்று நினைத்தாள். கைநீட்டுவதற்குள் கார் துளசியைக் கடந்து போய்விட்டது. துளசி திரும்பிப் பார்த்தாள். கார் நிழலி ஓடையைச் சமீபித்தும் விட்டது. துளசிக்கு மனசு அடித்துக்கொண்டது. திடீரென கார் பெரும்முறைச்சலுடன் வலப்புறம் திரும்பிற்று. நெல்வயலுக்குள் போய் சக்கரங்கள் புதைய நின்றது. துளசிக்கு நிம்மதியாயிற்று. காரை நோக்கி விரைந்தாள். காரிலிருந்து கணவனும் மனைவியும்

ஒரு பெண்குழந்தையும் இறங்கினர். நீர் தேங்கிய நெல்வயலுக்குள் நின்றபடி நிழலி ஓடையை ஒருகணம் பார்த்துவிட்டு அந்தப் பெண் சொன்னாள்.

"குட்டிகளோட பூனை மட்டும் குறுக்கே வராம இருந்திருந்தா... நாம் இந்நேரம் ஓடைத்தண்ணீல உழுந்து செத்திருப்போமுங்க... தெய்வாதீனமா இந்தப்பூன வந்து நம்மல காப்பாத்திருக்குங்க..."

துளசிக்கு குரல் படுபரிச்சயமானதாகவே இருந்தது. கிட்டத்தில் நெருங்கினாள். சிவகாமியைப் பார்க்க பார்க்க ஆற்றாமையில் கண்ணீர் பெருகி வழிந்தது. சட்டென இழுத்து அணைத்துக் கொண்டாள். நிழலி ஓடைக்கு அக்கரையில் மழை இறங்கிப் பெய்யும் ஓசை கேட்டது. பாதையின் மறுபுறத்திலிருந்து தாய்ப்பூனையும் இரு பூனைக்குட்டிகளும் கத்திக்கொண்டு துளசியை நெருங்கின. துளசிக்கு ஒருகணம் சேந்துகிணற்றுக்குள் விழுந்துகிடக்கும் கரும்பூனைக்குட்டியின் துயரம் தோய்ந்த குரல் கேட்டது.

- *(அந்திமழை, மே - 2023)*

நதிப்பிரவாகம்

அமராவதி ஆறு வடக்கு நோக்கிப் போனது. எங்கும் வெள்ளத்தின் பெரும்சப்தம். தண்ணீரின் உயரம் இருபது முழத்துக்கு மேல் இருந்தது. செந்நிறம் கலங்கி சுழித்து ஓடிற்று. இருமருங்கிலும் கரை மறைந்துவிட்டது. கரும்புவயல்கள் ஆற்றுநீரினால் மூழ்கிக் கிடந்தன. சில இடங்களில் தென்னந்தோப்புகளின் உச்சி மட்டுமே தெரிந்தது. ஆகாயத்தாமரைகளோடு கூட்டுவண்டிகளும் வைக்கோல்போர்களும் மிதந்து வந்தன. வேரோடு சரிந்த பெருமரங்களும் வீட்டின் மேற்கூரைகளும் அடித்துக்கொண்டு போயின பரிசலின் அருகாமையில் ஆறடிநீளக் கட்டுவிரியன் பிரளியடித்தபடி தத்தளித்துக்கொண்டு போயிற்று.

காளி நாலாத்திக்கும் கவனமாகப் பார்வையைச் செலுத்திக்கொண்டு துடுப்பை வலித்தார். சிலகணம் பரிசல் துடுப்பின் கட்டுப்பாட்டிலிருந்து நழுவியது. புதைசுழல் பரிசலைத் தூக்கி தூக்கிப் போட்டது. குலுங்கிச் சுழன்றது. நீரின் போக்கு ஒரே சீராக இல்லை. தண்ணீரின் வரத்து அதிகரித்துக்கொண்டே இருந்தது.

திடீரென பகலிருட்டு கட்டியது. காளி மேலே அண்ணாந்து பார்த்தார். ஆகாயம் இருண்டு வந்தது. கருத்த முகில்கள் தாழப் போயின. கூடிய சீக்கிரத்தில் கனமழை இறங்கக் கூடும் எனப் பட்டது. அதே நேரம் ஈரக்காற்று வீசியது. மழைத்துளி பொட்டு பொட்டென விழுந்தது. விரைவில் அடர்வு கொண்டது. தொலைவு தென்படவேயில்லை.

காளி பார்வையைக் கூர்மையாக்கினார். செத்து வயிறு உப்பிய பசுமாடு பரிசலை ஒட்டி மிதந்து கடந்தது. பரிசலின் நேர் பின்னே வேரோடு பெயர்ந்த பருத்த அரசமரம் நெடிய கிளைகளோடு வேகமாக மிதந்து வந்தது. பரிசலுக்கும் அரசமரத்துக்கும் இருபதடி தூரம்தான்

இடைவெளி. அரசமரக் கிளைகள் நீர்ச்சுழலுக்கு அமிழ்வதும் எழும்புவதுமாக நெருங்கியது. பரிசல் அரசமரக்கிளைகளுக்குள் சிக்கினால் தன் கதி அதோகதிதான். எப்படியாவது தப்பித்தாக வேண்டும். யோசிப்பதற்குக் கூட அவகாசமில்லை பரிசலைவிட்டு வெள்ளத்துக்குள் குதித்தாலும் நிச்சயம் நீந்திக் கரையேற முடியாது. சுற்றிலும் விஷப்பாம்புகளும், தேள், பூரான் போன்ற விஷஜந்துகளும், முள்மரங்களும் தத்தளித்தபடி இருந்தன.

காளிக்கு முதன்முறையாகப் பயம் எழுந்தது. இந்த விபரீத விளையாட்டு தேவையா என ஒருகணம் தோன்றியது. அவள் சொன்ன அந்த ஒரு சொல் ஆறாத ரணமாக மனத்தை வாட்டியது. பெரும்விசையுடன் பரிசலை நெருங்கும் அரசமரத்திடமிருந்து தப்பிக்கும் வழியை யோசித்தபடி துடுப்பைச் செலுத்தினார்.

❖❖❖

1966–ஆம் ஆண்டு. கோடைக்கால அந்தி. நாணல்களும் தாழம்புதர்களும் சூழ்ந்த அமராவதி ஆற்றங்கரையோர மணல்மேட்டின் நடுவே நடத்தப்படும் கத்திக்கால் சேவக்கட்டு. நாவல்மர நிழல் படர்ந்த சேவக்கட்டுக்களமெங்கும் ஊர்சனங்கள் குழுமியிருந்தனர். பன்னிரண்டு வயது நிரம்பிய காளி ஏற்கனவே வென்றெடுத்த கோச்சைச் சேவலை நெஞ்சில் தாவியபடி நின்றிருந்தான். தலை தொங்கி குற்றுயிராகக் கிடந்த கோச்சைச் சேவலின் கழுத்தில் கத்தி கீறிய இடத்திலிருந்து இன்னும் ரத்தம் சொட்டியது. அய்யா, வெற்றிச் சேவலான ஆவாரம்பூக்கீரிக்கு உள்ளங்கையில் நீரூற்றிப் பருகக் கொடுத்துக்கொண்டிருந்தார்.

அடுத்ததாகச் சேவல் நடுபவர்கள், மரநாற்காலியில் உட்கார்ந்திருந்த பெரியவீட்டுக்காரரிடமிருந்து பச்சைக்கால்காகத்தை வாங்கினர். எதிராக நடுவதற்கு எவரும் முன்வரவில்லை. பெரியவீட்டுக்காரரின் செல்வாக்கு அப்படியானது. அமராவதி ஆற்றுக்கு இக்கரையில் புன்செய் நிலம் சூழ்ந்த நாற்பது ஊர்களும் அவரின் சொல்லுக்குக் கட்டுப்படும். நூறுவல்லப் பண்ணையத்துக்கு சொந்தக்காரர். எதிலும் முதல்மரியாதை.

அந்தச் சமயத்தில் மணலுக்குள் சக்கரங்களின் ஆரக்கால் புதைய கூட்டுவண்டி ஒன்று வந்து நின்றது. வண்டியின் அடியில் ஈரத்துணியால் தொட்டில் கட்டி மூன்று கட்டுச்சேவல்கள் தொங்கின. வண்டியிலிருந்து கொத்துக்காரர் இறங்கி சேவக்கட்டுக்களத்தை நோக்கி வந்தார். அமராவதி ஆற்றுக்கு அக்கரையில் அத்தனை நஞ்சை வயல்களுக்கும்

நடவு முதல் அறுவடை வரை வேலை செய்ய வரும் கொத்து ஆட்களின் பண்ணாடி. பெரும் ஆட்பலம் கொண்டவர். வேட்டைப் பிரியர். கொத்துக்காரரின் ஆட்கள் வண்டியின் அடியில் கட்டியிருந்த கட்டுச்சேவல்களை அவிழ்த்துக்கொண்டு வந்தனர். கொத்துக்காரர் தன் தடித்தடர்ந்த மீசையை ஒதுக்கிவிட்டபடி பெரியவீட்டுக்காரரைப் பார்த்தார்.

"என்ன பெரியவூடு.... பச்சைக்கால்காகம்தான் இன்னிக்கு எனக்கு மொதக் கோச்சையா...?"

"நெனப்புதான் பொழப்பே கெடுக்கும்கிறதே கேள்விப் பட்டதில்லையா கொத்து...?"

பெரியவீட்டுக்காரர் மரநாற்காலியிலிருந்து எழுந்தார். பெரிய வீட்டுக்காரரின் சேவல்கள் சடையபாளையம் வர்க்கம். பச்சைக் கால்காகம், பொன்றைக்கால்காகம், கருங்காகம் என காகம் வகையறா.

கொத்துக்காரர் ஈரத்துணியை விலக்கி ஒவ்வொரு கட்டுச்சேவலாக வெளியே எடுத்தார். மூன்று கட்டுச்சேவல்களும் நாட்டுச்சேவல் வர்க்கம். நூலான், வெளுப்புநூலான், காகவல்லூறுநூலான் என நூலான் வகையறா.

இருவரின் கட்டுச்சேவல்களும் ஒன்றுக்கொன்று சளைத் தவையில்லை. சரியான போட்டியாக இருந்தது. இருவரது ஆதரவாளர்களின் ஆர்ப்பரிப்புடன் சேவல்கள் மோதின. கட்டுச்சேவல் நடுபவர்கள் துரிதமாகச் செயல்பட்டனர். பொழுது இறங்கி வந்ததால் சேவல்கள் வேகம்வேகமாகக் கத்திகட்டி நடப்பட்டன. பெரிய வீட்டுக்காரரின் மூன்றாவது சேவலையும் கொத்துக்காரரின் சேவல் வீழ்த்தியது. கோச்சை வென்ற வெற்றிச்சேவல்களைக் கொத்துக்காரரின் ஆட்கள் தூக்கி வைத்துக் கொண்டாடினர். பெரியவீட்டுக்காரர் தன் ஆட்களுடன் புறப்பட்டார். கொத்துக்காரர் கூட்டத்தைப் பார்த்துப் பேசினார்.

"பெரியவூடு போனாப் போவட்டும்... அவர்கூட வந்த வேற ஆராச்சும் எஞ்சேவல எதுத்து நடறதுனா நடலாம்..."

கலைந்து செல்லும் நிலையிலிருந்த கூட்டம் மௌனித்தது. மீண்டும் கொத்துக்காரர் செருக்கு மிகுந்த குரலில் பேசினார்.

"எல்லோரும் கூவர சேவலத்தானே கட்டுக்கு கொண்டு வந்திருக்கீங்க... மொட்டு வெய்க்கிற பொட்டக்கோழிய கொண்டு வரலையே..."

கொத்துக்காரரின் ஆட்கள் சிரித்தனர். மறுபடியும் கூட்டம் மௌனித்தது. காளி மட்டும் சப்தமாகச் சொன்னான்.

“எங்க ஆவாரம்பூகீரிய நட்டா உங்க மூனு நூலானையும் கோச்சை எடுத்துரும்...”

எல்லோரும் ஒருகணம் காளியைத் திரும்பிப் பார்த்தனர். கொத்துக் காரர் கட்டுச்சேவல் நடுபவர்களைப் பார்த்துச் சொன்னார்.

“பரிசல்காரன் சேவலை வாங்கி நடுங்கடா...”

அய்யா கொத்துக்காரர் முன்பு போய் நின்று கையெடுத்துக் கும்பிட்டார்.

“சாமீ... பையன் வலுசப்பையன். தெரியாம சொல்லிட்டான்... என்னோட சேவலுக்கு ராஜாங்கத்து சேவல எதுக்கற வலுவில்லீங்க...’

கொத்துக்காரர் தன் ஆட்களிடம் சொன்னார்.

“வெளுப்புநூலானையே நடுங்கடா... பரிசல்காரன் சேவல வீழ்த்த பட்சி சரியாய் இருக்கும்...”

அப்போது பெரியவீட்டுக்காரர் திரும்பி சேவக்கட்டுக்களத்திற்கு வந்தார்.

“வெறும் கோச்சைக்கு எதுக்கு இந்த சேவக்கட்டு... ஏதாச்சும் பந்தயம் கட்டுங்க...”

கொத்துக்காரர் ஆணவத்துடன் கம்பீரத்தொனியில் சொன்னார்.

“என் சேவல் தோத்துட்டா... செய்க்கிற பரிசல்காரனுக்கு கீகரையில ஆத்தையொட்டி முப்போகமும் வெளையிற வயலில் ஒரு ஏக்கரை எழுதி வைக்கிறேன்...”

பெரியவீட்டுக்காரரும் விட்டுக்கொடுக்காமல் பதிலுக்குச் சொன்னார்.

“பரிசல்காரன் சேவல நீ தோக்கடிச்சுட்டா... மேகரையில தலை மடைப்பகுதியில என்னோட வயலில் ஒரு ஏக்கரை உனக்கு எழுதி வைக்கிறேன்...”

கட்டுச்சேவல் நடுபவர்கள் முன்னே வந்து பேசினர்.

“இப்ப வெளிச்சம் மங்கிருச்சு... சேவக்கட்ட ஒரு வாரம் கழிச்சு வெச்சுக்கலாம்... மூனு தடவ நடனும்... ஆரோட சேவல் அதிக கோச்சை எடுக்குதோ அவங்களுக்கு வயலு...”

மறுதினம் விடியலிலிருந்து அய்யா கட்டுச்சேவல்களைஃஹ் தயார் படுத்தத் தொடங்கினார். ஆவாரம்பூகீரி, மருவக்கால்கீரி, கருங்கீரி மூன்றையும் தனித்தனியே முகையவிட்டு பயிற்சி கொடுத்தார். கட்டுச்சேவல்கள் கால்களை நன்கு விசிற தினமும் சூரிய உதயத்துக்கு முன்பு ஆற்றின் மடுவுக்குத் தூக்கிப்போய் நீச்சல் பயிற்சியில் ஈடு படுத்தினார். மூன்று சேவல்களும் அரைமணி நேரத்துக்கு மேல் நீந்திச் சலித்தன. அன்று பாறை மீது பேச்சரவம் கேட்டுக் காளியும், அய்யாவும் நிமிர்ந்து பார்த்தனர். பெரியவீட்டுக்காரர் தன் ஆட்களுடன் நின்றிருந்தார்.

“இந்த சேவக்கட்டு... என்னோட மானப்பிரச்சனை... மேகரை தலைமடை வயலைக் காப்பாத்தறது உன் கையில்தான் இருக்கு...”

அய்யா பதிலேதும் பேசாமல் பெரியவீட்டுக்காரரையே வெறித்தபடி நீருக்குள் நின்றார். பெரியவீட்டுக்காரர் ஆட்களுடன் போய்விட்டார்.

இரு தினங்கள் கழிந்தன. சாயங்காலத்தில் வெள்ளாட்டுக் கொட்டத்து மரக்காலில் கட்டியிருந்த கட்டுச்சேவல்களுக்குக் காளியும், அய்யாவும் நீரில் ஊறவைத்த கம்பு, ராகியை கலந்து மண்தட்டில் வைத்துத் தீனி கொடுத்துக்கொண்டிருந்தனர். வீதியில் கொத்துக்காரரின் கூட்டுவண்டி வந்து நின்றது. அய்யா எழுந்து கும்பிட்டார். கொத்துக்காரர் வண்டியிலிருந்து இறங்காமலேயே பேசினார்.

“இங்க பாரு பரிசல்காரா... நீ சேவல்கட்டுல நிபுணந்தான்... உன்னோட சேவல்களும் வீரமானவைதான்... ஆனா இந்த சேவல்கட்டுல என்னோட சேவல்கள்தான் செய்க்கனும்... நீ செய்ச்சா உனக்கு என்னோட ஒரு ஏக்கர் வயல் கிடைக்கும்... தோத்தா... பெரியவூட்டுக்காரரோட வயல் எனக்கு வரும்... அந்த வயல நான் உனக்கு தந்தர்றேன்... கொஞ்சம் புத்தியத் தீட்டி ரோசனை பண்ணிப் பாரு... இந்த சேவல்கட்டுல நாம ரெண்டுபேருமே செய்க்கலாம்...”

அய்யா கொத்துக்காரருக்கும் பதிலேதும் சொல்லவில்லை. எருது களின் கொம்புச் சலங்கையொலியுடன் கொத்துக்காரரின் கூட்டுவண்டி வீதி முக்கில் மறைந்தது. காளி அழுகை முட்ட அய்யாவிடம் கேட்டான்.

“இப்ப என்ன பண்ணறது... நாம செய்க்கவும் முடியாது... தோக்கவும் முடியாதே... . இது எல்லாத்துக்கும் நாந்தானே காரணம்...

“இல்ல... இது எல்லாம் விதியோட வெளையாட்டு... சேவல் கட்டன்னைக்கு தீர்வு இருக்கு...”

சேவல்கட்டு தினம். காளி கண்விழித்து எழுந்தபோது வீட்டின் வெளியே அய்யா தென்படவில்லை. கொட்டத்தில் கட்டுச்சேவல்களையும் காணவில்லை. ஆற்றுமடுவிற்கு அய்யா கட்டுச்சேவல்களை நீச்சல் பயிற்சிக்காகக் கொண்டுபோயிருப்பார் எனத் தோன்றியது. உடனே ஆற்றுமடுவுக்கு ஓடிப்போய் பாறை மீது நின்று கீழே பார்த்தான். தெளிந்த நீரில் சிப்பிலி மீன்கள் நீந்தித் திரிந்தன. அய்யாவையும் கட்டுச்சேவல்களையும் காணவில்லை. வீட்டுக்கு வந்து இளமதியம்வரை காத்திருந்தான். அய்யா கட்டுச்சேவல்களோடு வீடு திரும்பவில்லை. காளிக்கு சந்தேகம் ஏற்பட்டது. மறுபடியும் ஒருமுறை ஆற்றுமடுவைப் போய்ப் பார்த்தான். ஆளின்றி நிசப்தமாகக் கிடந்தது.

காளிக்குச் சேவல்கட்டுக்களம் ஞாபகம் வந்தது. சரநாணல்களையும், சம்புக்கோரைகளையும் விலக்கி ஆற்றங்கரையோரமாகவே ஓடினான். நாவல்மர நிழல் படிந்த சேவல்கட்டுக்களத்துக்குப் போனதும் காளிக்குப் பகீரென்றது. சேவல்கட்டுக்களத்தின் மத்தியில் மூன்று கட்டுச் சேவல்களும் கழுத்து அறுபட்டுக் கிடந்தன. ரத்தத்துளிகள் உதிர்ந்த இடத்தில் கட்டெறும்புகள் மொய்த்தபடி இருந்தன.

காளி குரலிட்டபடி அய்யாவைத் தேடினான். சுற்றும் முற்றும் பார்த் தான். ஏதோ விபரீதம் நடந்துவிட்டதை உணரமுடிந்தது. அந்தநேரம் வாடைக்காற்றுக்கு நாவல்மரக்கிளைகள் அசைந்து சலசலத்தன. கருநாவற்பழங்கள் காளி மீது விழுந்தன. காளி மேலே பார்த்தான். அய்யா வேட்டியால் தூக்குமாட்டி உச்சிக்கிளையில் தொங்கினார்.

அய்யாவின் காரியங்கள் முடிந்த பின்னால் தனிமை காளியை வதைத்தது. ஒற்றை ஆளாய் சமைத்துச் சாப்பிட்டான். மண்மொடாவில் இருந்த நெல்மணிகள் குறைந்துகொண்டே வந்து காலியாயின. உணவுக்கு வழியில்லை. உதவுவதற்கும் யாருமில்லை. பகலெல்லாம் ஆற்றுக்குப் போய் தூண்டில் போட்டு மீன் பிடித்து சுட்டுத் தின்று பார்த்தான். பசி அடங்கவேயில்லை. ஊரைவிட்டு ஓடும் முடிவெடுத்தான். அது ஐப்பசியின் துவக்கம். நல்ல வெயில். மழை கூடப் பெய்யவில்லை. திடீரென ஒரு நண்பகலில் அமராவதியில் வெள்ளம் பெருகிவிட்டது. மேற்கே மலைக்கரட்டில் மழை கொட்டி அணையின் ஆறு மதகுகளும் திறந்துவிடப்பட்டதாகப் பேசிக்கொண்டார்கள்.

அக்கரை வயல்களுக்கு நெல்நாற்று நடவுக்குப் போன இக்கரைக் கொத்து ஆட்கள் திரும்ப முடியாமல் மாட்டிக்கொண்டனர்.

சுற்றுவழியாகத் தாராபுரம் போய் பெரியபாலத்தைக் கடந்து வரலாம் என்றாலும் சண்முகநதியின் காட்டுவெள்ளம் சேர்ந்துகொள்ள அந்தப் பாலமும் மூழ்கிவிட்டது. கரையோரத்தில் கூடி நின்று வேடிக்கை பார்த்துக்கொண்டிருந்த இக்கரை ஊர்சனங்களுக்கு என்ன செய்வதெனத் தெரியவில்லை.

அந்தச் சமயத்தில் காளிக்கு ஆற்றில் வெள்ளம் வரும்போது அய்யா படும் பாடல் ஞாபகம் வந்தது.

"ஆத்தோரம் ஆத்திமரம்
அலைமோதும் அமராவதி
பாத்திருக்க நெல்விளையும்
பஞ்சம்தீர்க்கும் கொங்குநாடு..."

காளி அய்யாவின் தோரணையிலேயே பாடிக்கொண்டு வீட்டுக்கு ஓடினான். அய்யா செய்வதுபோலவே கொட்டத்து அட்டாலியில் கவிழ்த்து வைக்கப்பட்டிருந்த பரிசலையும், துடுப்பையும் தூக்கிக் கொண்டு ஆற்றங்கரைக்குப் போனான். ஊர்சனங்கள் வியப்பாகப் பார்த்தனர். பெரியவீட்டுக்காரர் தடுத்து எச்சரித்தார். காளி பரிசலை வெள்ளத்தில் இறக்கி ஏறி உட்கார்ந்தான். துடுப்பை வலித்தான். பரிசல் நீர்ச்சுழியில் குலுங்கி வெள்ளத்தின் போக்கில் அடித்துக்கொண்டு போனது. காளி விபரீத விளையாட்டில் ஈடுபடுவதாக ஊர்சனங்கள் பீதியடைந்தனர். அக்கரை போய்ச் சேரமாட்டான் எனத் தங்களுக்குள் பேசிக்கொண்டனர். அய்யாவின் நுணுக்கம் காளியின் கைகளில் தெரிந்தது. சாதுரியமாகத் துடுப்பை வலித்து பரிசலைச் செலுத்தினான். அக்கரையில் தவிக்கும் கொத்து ஆட்கள் விசிலடித்துக் காளியை வரவேற்றனர். அய்யாவின் பாடலை அவர்களும் பாடினர்.

"கட்டு களங்காணும்
கதிர் உலக்கு நெல்காணும்..."

காளி பரிசலில் கொத்து ஆட்களை இக்கரை கொண்டுவந்து சேர்த்தான். அன்றிலிருந்து அப்பகுதிக்கு அடுத்த பரிசல்காரனாக மாறிப்போனான். அறுவடையின்போது பரிசல் கூலியாகக் கொடுக்கப்பட்ட நெல்மணிகள் மீண்டும் மண்மொடாக்களை நிறைத்தன. காளிக்குக் கவலையில்லாமல் நாட்கள் கழிந்தன.

❖❖❖

1977–ம் ஆண்டு. புரட்டாசியின் இறுதி வாரம். அமராவதியில் மீண்டும் பெருவெள்ளம். கிளையாறுகளான சண்முகநதி,

உப்பாற்றிலிருந்தும் பெருகி வந்த காட்டுவெள்ளமும் சேர்ந்துகொண்டது. கரையோர ஊர்களில் கனத்த சேதம். இரவு பகலென அணைக்காரர்கள் ஜீப்பில் வந்து எச்சரிக்கை செய்தபடி இருந்தனர். எந்நேரமும் காளியின் பரிசலுக்காக ஆட்கள் காரையோரங்களில் காத்துக் கிடந்தனர். மார்கழி முடிந்தும் கூட அமராவதியில் வெள்ளம் வடியவேயில்லை. அணையிலிருந்து மதகுகளை அடிக்கடி திறந்துவிட்டுக்கொண்டே இருந்தனர்.

அன்று பொழுது கிளம்பிய வேளை. காளி பரிசலில் நெல்லறுப்புக்குச் செல்லும் கொத்து ஆட்களையெல்லாம் அக்கரைக்கு கொண்டுபோய் இறக்கிவிட்டபடி இருந்தான். அப்போது மணல்மேட்டில் உட்கார்ந்து வெயில் காய்ந்துகொண்டிருந்த பூநாரைக் கூட்டங்கள் திடீரெனக் கலைந்து பறந்தன. கொத்துக்காரர் பள்ளி மாணவி ஒருத்தியை அழைத்துக்கொண்டு இறங்கி வந்தார்.

அந்தப் பள்ளி மாணவி நல்ல அழகி. வெள்ளை ரவிக்கை, ஊதாத் தாவணி, இடுப்புவரை அலையும் நீள்கூந்தலை பின்னிப்போட்ட இரட்டைச்சடை, பருக்கள் நிறைந்த கன்னங்கள், செந்நிற கண்கள், காளி பரிசலைக் கரையோரம் நகர்த்திப்போய் நிறுத்தினான். கொத்துக்காரரும் அந்த பள்ளி மாணவியும் பரிசலில் ஏறி உட்கார்ந்தனர்.

“என்னடா அப்படிப் பாக்கறே... நம்ம அம்மிணிதான்... . தெக்கே உண்டாரபட்டியில அவுங்க அத்தையூட்டுல படிச்சுக்கிட்டு இருந்துச்சு... வயசுப்புள்ள உனி நம்ம ஊட்டுல இருந்து படிக்கறதுதானே நல்லது... அதுதான் சங்கரண்டாம்பாளையத்துப் பள்ளிக்கோடத்துல சேர்த்துட்டேன்...”

இக்கரை வந்ததும் கொத்துக்காரரும், அந்த பள்ளி மாணவியும் அங்குத் தயாராக இருந்த கூட்டுவண்டியில் ஏறிப் போயினர். சாயங்காலம் திரும்பி வரும்போதும் அவள் எதுவும் பேசவில்லை. அந்த வாரம் கடந்ததும் கொத்துக்காரர் கூடவருவதை நிறுத்திக்கொண்டார். அவள் மட்டும் தனியாக வந்து பரிசலில் ஏறினாள். பரிசல் நடு ஆற்றுக்கு வரும்வரை நீர்ச்சுழிப்பின் நுரைக் குமிழிகளையே பார்த்தபடி வந்த அவள் திடீரென நிமிர்ந்து காளியைப் பார்த்துக் கேட்டாள்.

“வெள்ளத்தைக் கண்டு உங்களுக்குப் பயமில்லையா... ?”

“எனக்கு நீச்சல் தெரியுமே...”

சிறிதுநேரம் கழித்து காளிக் கேட்டான்.

“உனக்குப் பயமில்லையா... ?”

“அதுதான் உங்களுக்கு நீச்சல் தெரியுமே...”

காளிக்குச் சிரிப்பு வந்தது. சட்டெனத் துடுப்பை நீரின் ஆழத்துக்குள் ஊன்றி பரிசலைச் சுழற்றினான். பின் துடுப்பை மேலே தூக்கிக்கொண்டான். பரிசல் வெள்ளத்தின் விசையோடு சுழன்றபடி தறிகெட்டு போயிற்று. அவள் பயந்து வீறிட்டு அழுவாள் என காளி எதிர்பார்த்தான். ஆனால், அவள் சாந்தமாகச் சிரித்தபடி உட்கார்ந்திருந்தாள். அக்கரையில் இறக்கிவிடும்போது காளி கேட்டான்.

"உன் பேரென்ன...?"

"காளீஸ்வரி..."

அவள் சொல்லிவிட்டு திரும்பி திரும்பிப் பார்த்துக்கொண்டு மணல் மேடேறிப் போனாள். அப்போதும் பூநாரைக் கூட்டங்கள் கலைந்து பறந்தன. அந்த நாளிலிருந்து காளிக்கு எந்நேரமும் காளீஸ்வரியின் ஞாபகமாகவே இருந்தது. அவள் வருகைக்காக சதா பரிசல்துறையிலேயே காத்துக்கிடந்தான். அவள் கச்சாயமும், பூந்திலட்டும் கொண்டுவந்து கொடுத்தாள். பதிலுக்குக் காளி பாறைமடுவில் மூழ்கி விலாங்குமீன் பிடித்து சுட்டுக் கொடுத்தான். ஆனால், அவள் மீனை விரும்பவில்லை.

"எனக்கு ஒரு பூ மேல இஷ்டம்..."

"என்ன பூ..."

"சாமிக்கு வைக்காத பூ அத..."

காளி ஏதேதோ பூவையெல்லம் நினைத்துப் பார்த்தான். கண்டுபிடிக்க முடியவில்லை. பகலில் ஆற்றைக் கடந்த கொத்துக்காரரிடமே கேட்டான். கொத்துக்காரர் விடுகதையாகக் கூறினார்.

"வாய்க்காலோர வீட்டுக்காரி
வாசனையில் கெட்டிக்காரி
வா வான்னு கூப்பிடுவா
கிட்டப்போனா குத்திடுவா"

காளியினால் விடுகதையை விடுவிக்க முடியவில்லை. கொத்துக்காரர் பரிசலிலிருந்து இறங்கி விடை கூறாமலே போய்விட்டார். சாயங்காலம்வரை விடுகதை புதிராகவே நீண்டது. பள்ளிக்கூடம்விட்டு வந்த காளீஸ்வரி பரிசலில் ஏறும்போது, காளி விடுகதையைக் கூறி விடை கேட்டான்.

"இது எங்கப்பா அடிக்கடி போடற விடுகதை... தாழம்பூ..."

காளி சிரித்தான். காளீஸ்வரியும் தவறு புரிந்து சிரித்தாள். மறுநாள் காளி தாழமடல்களைச் சேகரித்துக்கொண்டுவந்து கொடுத்தான்.

அன்றிலிருந்து அவள் தாழம்பூ சூடி வந்தாள். அவளிடம் எப்போதும் தாழம்பூ வாசனை.

வெள்ளம் கொஞ்சம் கொஞ்சமாக தணியத் தொடங்கிய பங்குனி மாதம். காளி சூரிய அஸ்தமனத்தை நோக்கி வரிசை வரிசையாகப் பறந்து செல்லும் பூநாரைக் கூட்டங்களை கவனித்தபடி இக்கரையில் அமர்ந்திருந்தான். பன்னிரண்டாம் வகுப்பின் கடைசிப் பரிட்சையை எழுதிவிட்டு காளீஸ்வரி பரிசலுக்கு வந்தாள். முகம் சோர்வுற்று வாடியிருந்தது. நீரோட்டத்தில் பெருகியிருந்த மீன்களை பார்த்தபடியே வந்தவள் திடீரெனக் குலுங்கி குலுங்கி அழ ஆரம்பித்தாள்.

"அத்தை பையனோட எனக்கு அடுத்தவாரம் நிச்சயதார்த்தம்..."

காளி துடுப்பை நீரின் ஆழத்தில் செலுத்தி பரிசலை நற்றாற்றிலேயே நிற்கும்படிச் செய்தான்.

"அப்பா கட்டுச்சேவல் வாங்க வடக்கே எங்கயோ போய்ட்டாரு... வர ரெண்டுநாள் ஆகும்... வூட்டுல தாத்தா மட்டுந்தான்... சாமத்துல ஊரடங்கினதும் நான் வாறேன்... எங்காச்சும் போய்ப் பொழச்சுக்கலாம்..."

காளி சரியெனத் தலையசைத்தான்.

❖❖❖

நிசப்தமான ஆற்றுவெளி. முகில் மூடி விண்மீன்கள் வெளித்தெரியாத இரவு. அக்கரையில் காளி பரிசலோடு காத்திருந்தான். எங்கும் அடர்ந்த இருள். முதல் சாமம் கடந்தபோது மணல்மேட்டிலிருந்து அரிக்கேன் வெளிச்சம் ஒன்று கீழிறங்கி வந்தது. பெரியவீட்டுக்காரர் ஓர் ஆளையும், இரு பெண்களையும் அழைத்து வந்தார்.

"சித்திரைச்சம்பா நாற்றங்கால் வேலை... இன்னும் முடியலை... இந்தப் பொண்ணுக பச்சப்புள்ளத்தாச்சி... கொழந்த பாலுக்குத் தவிக்கும்... அந்தேட்டியில வுட்டிரு காளி..."

பெரியவீட்டுக்காரர் நிற்காமல் மீண்டும் அரிக்கேனுடன் வயலை நோக்கிச் சென்றுவிட்டார். காளியின் மனசு முழுவதும் காளீஸ்வரியை எதிர்பார்த்துத் தவித்தது. இருந்தபோதிலும் பெரியவீட்டுக்காரரின் சொல்லையும் தட்டமுடியவில்லை. அவர்கள் மூவரையும் பரிசலில் ஏற்றிக்கொண்டு இக்கரை வந்து இறக்கிவிட்டான். பின் பரிசலைத் திருப்பும்போது கூட்டுவண்டி படுவேகமாகக் கரையை நோக்கி வந்தது. வண்டியோட்டி சப்தமிட்டான். வண்டியிலிருந்து கொத்துக்காரர்

இறங்கி பரிசலுக்கு வந்து ஏறி உட்கார்ந்தார். காளிக்கு நெஞ்சுக்குள் ஒருகூடை தீ விழுந்ததுபோல் ஆயிற்று. பாறையிடுக்குகளில் கத்தும் நீர்த்தவளைகளின் ஓசை தவிர ஆறு அமைதியாகக் கிடந்தது. பரிசல் அக்கரையை நெருங்க நெருங்க காளிக்குப் பயமும் நடுக்கமும் தோன்றின. காளீஸ்வரி வராமல் போய்விட்டால் நல்லது என நினைத்தான். ஆனால், அவள் ஒயர்க்கூடைப்பையுடன் நின்றிருந்தாள். அதே தாழம்பூ வாசனை.

கொத்துக்காரர் பரிசலிலிருந்து இறங்கியதும் காளீஸ்வரி அச்சத்தில் உறைந்து போனாள். சற்றுநேரம் கொத்துக்காரர் எதுவும் பேசாமல் நின்றார். பின் திடீரென அவள் கன்னத்தில் ஓங்கி அறைந்தார். நிலைகுலைந்த அவள் ஈரமணலில் விழுந்து கையூன்றி எழுந்தாள். அதேவேளை மணல்மேட்டில் கூட்டுவண்டி வந்து நின்றது. பத்துக்கும் மேற்பட்ட கொத்துக்காரரின் ஆட்கள் அரிக்கேனுடன் இறங்கி வந்தனர். அதில் இருவர் காளீஸ்வரியைப் பிடித்து இழுத்துக்கொண்டுபோய் வண்டியிலேற்றிப் புறப்பட்டனர். ஒருவித விசித்திரமான பீதியில் மனம் படபடக்க காளி நடப்பவைகளைச் சலனமின்றிப் பார்த்துக் கொண்டிருந்தான். கொத்துக்காரர் கேட்டார்.

“அம்மிணிய கூட்டிக்கிட்டு ஓட இருந்த பையன் ஆரு...?”

“சொன்னா நீங்க என்னைக் கொன்றுவீங்க...”

“சொல்லாமவிட்டாலும் உன்னைக் கொல்லுவோம்...”

“நாந்தான்.’

ஆட்கள் காளியை அடிக்க நெருங்கினர். கொத்துக்காரர் தடுத்தார்.

“எங்க நீ உங்கப்பனாட்ட ஒரு கோழையோன்னு நெனைச்சேன்... நீயொரு வீரன்னு நீருபிச்சிட்டே... இனிமேல் புத்தியாப் பொழைச்சுக்க... புரியுமுன்னு நெனைக்கிறேன்... ''

கொத்துக்காரர் ஆட்களுடன் போய்விட்டார். காளிக்கு எல்லாம் திட்டமிடாமல் அவசரகதியில் நடந்ததால் வந்த வினை என்று தோன்றியது. கொத்துக்காரர் காளீஸ்வரியை தெற்கே உண்டாரபட்டிக்கு அவளின் அத்தைப் பையனுக்கே கட்டிக் கொடுத்துவிட்டார். காளியினால் எதுவும் செய்யமுடியவில்லை. பருவமழைக்காலத்து வெள்ளத்தின்போது பரிசல் ஓட்டிக்கொண்டு வாழ்வு நகர்ந்தது.

❖❖❖

1993–ம் ஆண்டு. கார்த்திகையின் ஆரம்பம். நாளெல்லாம் இடைவிடாத புயல் மழை. மூன்று நதிகளிலும் கனவெள்ளம். பெரிய

சேதம். கரையோர வயல்களும், தோப்புகளும் நீரில் மூழ்கிவிட்டன. கட்டுத்தரையிலிருந்த பசுக்களும், எருமைகளும், செம்மறிகளும் வெள்ளத்தில் அடித்துக்கொண்டு வந்தன. காளி பரிசல் போட சாத்தியமேயில்லை என வீட்டுத்திண்ணையில் அமர்ந்து கனத்துப் பெய்யும் மழையையே பார்த்தபடி இருந்தார்.

அப்போது டெம்போ வீதியில் வந்து திரும்பி நின்றது. கொத்துக்காரர் குடை விரித்தபடி இறங்கி வாசலில் வந்து நின்றார்.

“சண்முகநதிக்கும்... அமராவதிக்கும் இடையே அம்மிணித் தோட்டம் மாட்டிக்கிச்சு... வெள்ளம் கொஞ்சம் கொஞ்சமா... சூழ்ந்துக்கிட்டு இருக்கு... நீ பரிசலோட வந்தீனா... காப்பாத்தீரலாம்...”

கொத்துக்காரர் கையெடுத்துக் கும்பிட்டார். காளி பரிசலோடு டெம்போவில் ஏறினார். கொட்டும் மழையில் தெற்கு நோக்கிய பயணம்.

பெரும்முறைச்சலுடன் ஓடும் சண்முகநதிக்கரையில் உண்டார பட்டிச்சனங்கள் திரண்டு வேடிக்கை பார்த்துக்கொண்டிருந்தனர். காளி நீண்டப் போராட்டத்துக்கு பின் மறுகரை போய்ச்சேர்ந்தார். பரிசலை விட்டு இறங்கிக் கரும்புவயல் வரப்பில் நடந்தார். பூநாரைக்கூட்டங்கள் சேற்று நீரில் இறங்கித் தவளை முட்டைகளைத் தேடிக்கொண்டிருந்தன. சீமையோட்டுவீடும், வாழைத்தோப்பும் நீரில் மூழ்கிக் கிடந்தன. காளியைக் கண்டதும் காளீஸ்வரியின் கணவர் கட்டுத்தரைக்குப் போய் பசுக்களையும், எருமைகளையும் தும்பைத் தறித்து முடுக்கினார். காளீஸ்வரி சாமானமூட்டையையும், பூனைக்குட்டிகளையும் தூக்கிக்கொண்டு மகளுடன் நடந்தாள். நாய் பின்னே ஓடி வந்தது. சண்முகநதியில் வெள்ளம் மேலும் கூடியிருந்தது. காளி முதலில் காளீஸ்வரியையும் அவள் மகளையும் பரிசலுக்குக் கூப்பிட்டார். அவள் மகள் ஏற மறுத்துவிட்டாள்.

“எனக்கு பயமாயிருக்கு... நான் அப்பா கூடத்தான் வருவேன்...”

காளி அவள் கணவனையும் மகளையும் பரிசலில் ஊர்க்கரைக்குக் கொண்டுவந்து இறக்கிவிட்டுவிட்டு மறுபடியும் போனார். சாமான மூட்டை, நாய், பூனைக்குட்டிகளோடு காளீஸ்வரி ஏறிக்கொண்டாள். ஒற்றைச்சடையில் தாழம்பூமடல். அதே தாழம்பூ வாசனை. பரிசல் நட்டாற்றுக்கு வந்தது.

“ஏங்காளீஸ்வரி... எதுவுமே பேசாம வர்றே...?”

“என்னத்தப் பேச... நீயொரு கோழை...”

காளி ஒருகணம் அதிர்ந்து காளீஸ்வரியைப் பார்த்தார். அவள் ஏளனமாகப் புன்னகைத்தாள். அதன்பின்பு பரிசல் கரைசேரும்வரை காளி மௌனமாகவே வந்தார். ஆனால், அவள் சொன்ன வார்த்தைகள் காளியினுள் திரும்பத்திரும்ப எதிரொலித்தது. காளீஸ்வரி நன்றிகூடச் சொல்லாமல் இறங்கிப் போனதும் வருத்தமளித்தது. பரிசலைத் தூக்கி டெம்போவில் ஏற்ற ஊர்காரர்கள் வந்தனர்.

காளிக்கு கோபவெறி மூண்டது. துடுப்பை வலித்து பரிசலைத் திரும்பவும் வெள்ளத்துக்குள் செலுத்தினார். கொத்துக்காரரும், ஊர்க் காரர்களும் சப்தமிட்டபடிக் கரையை நோக்கி ஓடி வந்தனர். அதற்குள் பரிசல் தடுமாறி தடுமாறி வெள்ளத்தினூடே எட்ட நகர்ந்துவிட்டது.

❖❖❖

நீட்டிக்கொண்டு வந்த அரசமர நெடுங்கிளை ஒன்று பரிசலில் மோதியது. நீருக்கு மேலே தெரியும் வேர்ப்பகுதி பரிசலை நெருங்கிக்கொண்டிருந்தது. காளி சட்டென வெள்ளத்துக்குள் குதித்தார். பரிசலைப் பற்றியபடி வலப்புறக்கரையை நோக்கி நீந்த ஆரம்பித்தார். அரசமரம் நேராகச் சென்று முன்னே போனது. காளி உயிரைப் பணயம் வைத்து பரிசலை வெள்ளத்தில் ஓட்டி வந்தது எப்படியோ இருகரை ஊர்சனங்களுக்கும் தெரிந்துவிட்டது. காளியை ஒரு சாகசவீரனைப்போல பாவித்துக் கையசைத்தனர். ஊர் வந்து கரையேறும்போது பத்திரிக்கையாளர்கள் சூழ்ந்துகொண்டு புகைப்படமும் பேட்டியும் எடுத்தனர். ஆங்கிலத் தொலைக்காட்சி ஒன்று காளியை வைத்து ஆவணப்படம் எடுத்து வெளியிட்டு பிரபலப்படுத்தியது. காளீஸ்வரியின் சொல்லுக்கு மன ஆறுதல் பெற்றுவிட்ட பெருமிதம் காளிக்கு ஏற்பட்டது.

❖❖❖

2017–ம் ஆண்டு. சித்திரை மாதம். பேரமைதி வியாபித்திருந்த வைகறை. கூப்பனரிசி சோறு பொங்கிய காளிக்கு தொட்டுக்கொள்ள நண்டுக் குழம்பு வைக்கலாம் எனத் தோன்றியது. கொட்டகத்து அட்டாலியில் நண்டுபிடிக்க மூங்கில் கூடையை எடுக்கப் போனார். அங்கு நூலாம்படையண்டிக் கிடந்த பழுதாகிப்போன பரிசலைப் பார்த்தார். மனசுக்குள் என்றென்றும் அழியாததொரு சித்திரமாகவே நிலைத்துப்போன அந்த நதிப்பிரவாககாலத்து சம்பவங்கள் மீண்டும் ஞாபகம் வந்தன. பெருமூச்சுடன் மூங்கில் கூடையை எடுத்துக்கொண்டு கிளம்பினார்.

அமராவதி நீர் வற்றிப் போயிருந்தது. இருகரை மணலும் வலிக்கப் பட்டு மணல்மேடுகள் காணாமல் போயிருந்தன. சேவல்கட்டுக்களத்து நாவல்மரங்கள் பட்டுப்போய் நின்றன. நீர்ப்பச்சை உதிர்ந்த கூழாங்கல் தரையில் செத்த மீன்களின் செதில்களை வெகுகாலங்கழித்து ஊர் வழியே வலசை சென்ற பூநாரைக் கூட்டங்கள் உட்கார்ந்து கொத்திக் கொண்டிருந்தன. அக்கரையிலிருந்து கொத்துக்காரரும் காளீஸ்வரியும் இறங்கி வந்தனர்.

“வயலைப் பெரியவூட்டுக்காரர் மகனுக்கே வித்துட்டோம்... இன்னிக்குக் கிரையம்... ''

கொத்துக்காரர் சொல்லிவிட்டு முதுமையின் தள்ளாட்டத்துடன் நிற்காமல் நடந்தார். காளீஸ்வரி நின்றாள். நரை கொண்டையில் தாழம்பூமடல். அதே தாழம்பூ வாசனை.

“இப்பவும் சொல்லுவே... நீயொரு கோழை... ''

காளி அதிர்ந்துபோய் காளீஸ்வரியை நோக்கினார்.

“வீரனா இருந்தா... என்னைக் கலியாணம் பண்ணியிருப்பே... இல்லீனா... வேறொரு பொண்ணைக் கலியாணம் பண்ணி சந்தோசமா வாழ்ந்திருப்பே...''

காளீஸ்வரி அதே ஏளனப் புன்னகையுடன் கடந்து போனாள். காளியினால் மீண்டும் அவளின் ரணச்சொல்லைத் தாங்கிக்கொள்ள முடியவில்லை. பெருந்தனிமையில் கடக்கப்போகும் எதிர்காலத்தை நினைத்தபடி நதிப்பிரவாகமற்ற நதியில் அப்படியே நின்றுகொண்டார்.

- *(நம் நற்றிணை, செப்டம்பர் நவம்பர் - 2017)*

மீசை வரைந்த புகைப்படம்

1

அனலோடிய தார்ச்சாலையில் பேருந்து தொடர்ந்து சென்று மறைந்தது. இவன் காவ்யாவை அழைத்துக்கொண்டு ஊருக்குள் நடந்தான். கைத்தடியின் ஆதரவில் ஒரு முதியவர் மட்டும் எதிரில் வந்தார். வளவுகள் சந்தடியற்றுக் கிடந்தன. தாழம்புதர் வீதியின் வீடுகளில் வசிப்பவர் யாருமில்லை. இலந்தை முட்கள் முளைத்திருந்த மண் சுவர்கள் பெயர்ந்து விழுந்திருந்தன. தட்டோட்டு மேற்கூரைகள் சரிந்து தொங்கின. கரையான்கள் அரித்த வெளிநடைக் கதவுகளில் பிரண்டைக்கொடி ஏறிப் படர்ந்திருந்தன. பாகவத வாத்தியார் வீட்டு வெளிவாசலில் துத்திகள் மண்டி நிலம் பார்த்துப் பூத்திருந்தன. மதிலோரம், திண்ணையோரம் என வீட்டைச் சுற்றிலும் தாழம்புதர்கள் அடர்ந்து செழித்திருந்தன. தாழம்பூ மடல் விரிந்து வாசனை தூக்கலாக வீசிற்று.

காவ்யா வெளிவாசல் ஈசானி மூலை வன்னிமர நிழலில் நின்று கொண்டாள். இவன் தாழ ஈர்க்கு உடம்பைக் கிழித்து விடாதபடி சூதானமாக எட்டு வைத்துத் திண்ணை மீது ஏறினான். வீடு ஆள் புழங்குவது போலத் துலக்கமாக இருந்தது. தோக்குருவிகளும் மாடப்புறாக்களும் அண்டவில்லை. கதவுகள் வெறுமனே சாத்தியிருந்தன. திறந்து கிடந்த சன்னல்கள் வழியாக உள்ளே எட்டிப் பார்த்தான். தொட்டிக்கட்டு முற்றத்துப் பந்தல் ராமபாணக்கொடி வாடாமல் மொக்குவிட்டிருந்தது. உள் ஆசாரத் திண்ணையில் பித்தளைப் பாத்திரங்கள் கவிழ்த்து வைக்கப்பட்டிருப்பதும் தெரிந்தன. அப்போது தாழமட்டைகளை ஒதுக்கி காவ்யாவும் திண்ணை மேலேறி வந்து நின்றாள். குந்தி சன்னல் கம்பிகளைப் பிடித்து உள்ளே பார்த்தபடியே கேட்டாள்.

“இதுதான் அம்மாவோட வீடா…?”

“ஆமாடா செல்லம்…”

“அப்போ நம்மோட வீடு… ?”

“கூட்டிப் போறேன்…”

காவ்யா மேற்கொண்டு எதுவும் கேட்கவில்லை. இவனுக்கு கௌரியின் முகத்தில் எப்படி விழிப்பது என்கிற பயம் எழுந்தது. வேலைப்பாடுகள் அமைந்த மரத்தூணில் சாய்ந்து இவன் அப்படியே உட்கார்ந்தான். காவ்யாவும் ஒட்டி உட்கார்ந்து இவன் மீது சாய்ந்தாள். ஆயாசமாய்க் கடந்தது நேரம். வெக்கை அதிகமானபடியிருந்தது. கடந்த காலத்தைப் பின்னிய நினைவுகள் குழப்பமாய்த் தோன்றி இவனுக்கு மேலும் அச்சத்தை ஏற்படுத்தின.

2

ஊர் இருண்டு பெருநிசப்தம் கொண்டிருந்தது. இவன் திண்ணையிலிருந்து மிதிவண்டியை இறக்கி வாசலில் நிறுத்தினான். கௌரி அடுப்பங்கரையிலிருந்து சாப்பாட்டுப் போசியை எடுத்துவந்து கேண்ட்பாரில் மாட்டினாள். அம்மா பையனைக் கூட்டி வந்து வாசலில் ஒன்னுக்கிருக்கவிட்டு உள்ளே அழைத்துப் போனாள். பையன் தூக்கக் கலக்கத்தில் ஏதோ முனகிக்கொண்டே போனான். கௌரி கதவைச் சாத்தி உள்தாழிடும் ஓசை கேட்டது. அந்தநேரத்தில் யார் வீட்டிலோ அடுப்புச் சாம்பல் அள்ளினார்கள். சாம்பல் வாசனை குளிர் காற்றோடு கலந்து வந்தது. .

இவன் மிதிவண்டியில் ஏறி மிதித்தான். சீமையோட்டு ஏறவாணத் திண்ணைகளில் சிலர் துப்பட்டியால் முகத்தை மூடிப் படுத்திருந்தனர். தெற்கு வளவு வீதிகள் அநாதரவாக கிடந்தன. எவ்வித சப்தங்களும் இல்லை. இவன் தாழம்புதர் வீதியை நினைத்து எச்சரிக்கை உணர்வுடன் மிதிவண்டியை ஓட்டினான் .

இந்த பாகவதர் வீதி ஒவ்வொரு தின விடியற்காலையிலும் இவனுக்கு அமானுஷ்யத்தைத் தோற்றுவித்துக்கொண்டே இருந்தது. கடக்கும்போது ஏதாவது ஒரு கணத்தில், எதாவது ஒரு இடத்தில் விருக்கெனப் பயப்படுவது வாடிக்கையாக இருந்தது. இந்த பயம் பாகவதர் வாத்தியாரைப் பற்றி இவன் கேள்விப்பட்ட விசயங்களாலும், இவன் பார்த்த அவரின் தோற்றத்தாலும் இருக்கக் கூடும். இவன் இளம் பிராயத்தில் பாகவதர் வாத்தியாரின் புகைப்படத்தை கண்டதுண்டு.

ஆள் புழங்காத அவர் வீட்டின் முற்றத்துத் திண்ணை மேற்குப்புற ச்சுவரில் அந்தப் புகைப்படம் மாட்டப்பட்டிருந்தது. நூலாம்படை படிந்து, சட்டத்துக்குள் எட்டுக்கால் பூச்சிகளின் கூடுகள் சிதறியிருக்க, தலையிலிருந்து நெஞ்சுவரை கொண்ட கருப்பு வெள்ளைப் புகைப்படம். தோள்வரை புரளும் நெடிய தலைமுடி. நெற்றி திரளும் திருநீற்றுப் பட்டை. மையத்தில் குங்குமப்பொட்டு. மீசை கிடையாது. புகைப்படத்தை வைத்துப் பார்க்கும்போதே ஆள் நல்ல திடசாலியாக இருந்திருப்பார் எனத் தெரிந்தது.

அந்தப் புகைப்படம் ஒருநாள் கனமான கார்மழைக்குப் பின்னான கோடைக் காற்றில் முற்றத்துத் திண்ணையில் விழுந்து உடைந்தது. இவன் அதை எடுத்து வந்து பாகவதர் வாத்தியாருக்கு மீசை வரைந்தான் . அம்மாவுக்குத் தெரியாமல் திண்ணை விட்டத்தின் மேல் சொருகி வைத்தான். மறுதினம் திண்ணையில் படுத்திருந்த அப்பா பாம்பு கடித்து இறந்து போனார். பாகவதர் வாத்தியாரின் வீட்டுத் தாழம்புதரிலிருந்து வந்த பாம்புகள்தாம் அப்பாவைக் கடித்திருக்கக் கூடும் என ஊருக்குள் பேசிக்கொண்டனர். அப்பா பாய்விரித்திருந்த இடத்துக்கு நேர்மேலேதான் பாகவதர் வாத்தியாரின் மீசை வரைந்த புகைப்படம் இருந்தது. இவனுக்கு அச்சம் தொற்றியது. கறுக்கிருட்டில் யாருக்கும் தெரியாமல் அந்தப் புகைப்படத்தை எடுத்துக்கொண்டு போனான். உடைந்த சட்டங்களுக்குள் மீசை வரைந்த பாகவத வாத்தியார் ஒரு ஜமீன் போல இருந்தார். ஊருக்குக் கிழக்கே பாவடி தாண்டி நூறுபடிக் குளத்தில் புகைப்படத்தை வீசி எறிந்தான். அறுபது படிகளுக்கு மேலாக நிரம்பியிருந்த பச்சைப்பாசி படிந்த நீர் சிற்றலையுடன் நெளிந்தது. புகைப்படம் மிதக்கவில்லை. மூழ்கிவிட்டது. அன்றிரவு இவனுக்கு உறக்கமே வரவில்லை. இந்த விஷயத்தை யாரிடமும் சொல்லவில்லை.

அது பிரமோதூத ஆண்டு. பருவ மழையே இறங்கவில்லை. ஐப்பசியில் வறப்பனி. கார்மழையும் பெய்யவில்லை. கோடையின் உக்கிரத்தில் மாடுகள் கத்திக்கொண்டே இருந்தன. ஊரை பெரிய பஞ்சம் சூழ்ந்தது. நிலையாவரைக்கொடிகள் கூட சொடுங்கிக் கறுகின. நூறுபடிக் குளம் வற்ற ஆரம்பித்தது. கடைசிப் படியிலும் நீர் வற்றிய பின் தரையில் பாகவத வாத்தியாரின் புகைப்படம் கிடப்பதை ஊர்ச்சனங்கள் பார்த்தனர். புகைப்படத்திற்கு எதுவுமே ஆகவில்லை. இவன் வரைந்திருந்த மீசை கூட அப்படியே இருந்தது. இவனை மறுபடியும் பயம் கவ்வியது. நடுவான சூரியன் பொசுக்கிய பகலில் குளத்துக்குள் இறங்கினான் . கெண்டைமீன் செதிள்கள்

வெடிப்புண்ட வண்டலில் புதையுண்டு கிடந்தன. நாரைகள் நடந்திருந்த பாதச்சுவடுகளை மிதித்து நடந்து போய் புகைப்படத்தை எடுத்துக்கொண்டு படியில் மேலேறினான் . பாகவத வாத்தியாரின் அவயங்கள் மீது ஒரு சிறு மண்துகள் கூட ஒட்டவில்லை.

புகைப்படத்தை முடக்கற்றான் கொடிக்கற்றைக்குள் மறைத்து வைத்து வெள்ளாட்டுக்குத் தழை கொண்டுவருவதுபோல் வீதியில் நடந்தான். தலைச்சுமை கனம் கூடிக்கொண்டே வருவதுபோல இருந்தது. தைரியமாக வெளிநடை கடந்து பாகவத வாத்தியாரின் வீட்டுக்குள் நுழைந்தான் . முன்திண்ணை இடிபாடு இடுக்குகளுக்குள் முளைத்து வளர்ந்திருந்த தாழம்புதர்த்தூர்களின் மீது புகைப்படத்தை வீசி எறிந்தான் அந்தரத்தில் மிதந்த புகைப்படம் திடீரென மறைந்து போயிற்று. எங்கு விழுந்ததென்றே தெரியவில்லை. உள் ஆசாரத்துக்குள்ளிருந்து பாகவத வாத்தியார் ஏதோ மந்திரத்தை உச்சரித்தார். தாழம்புதரடியில் நாகத்தின் சீற்றம் எழுந்தது. சிதலமான தொழுவத்துக்குள் இருந்து பசுக்கள் கத்தின. வாசல் வன்னிமர உச்சியிலிருந்து கருடன்கள் குரலிட்டன. கோம்பைச் சுவர்களிலிருந்து தடித்த பல்லிகள் கீழிறங்கி சகுனித்தன. இவன் பயந்து வீதிக்கு வந்தான். எல்லாவற்றின் சப்தங்களும் ஒன்று கூடி இவன் காதுகளை நிரப்பி வீட்டை நோக்கி ஓட வைத்தன.

பாகவத வாத்தியார் வீடு இருக்குமிடத்தில் நூத்தியிருபது வருசத்துக்கு முன்னால் பெரிய ஆலமரத்துடன் கூடிய நீலி கோவில் இருந்ததாகச் சொன்னார்கள். ஆல் வளர வளர ஆண்களுக்கு ஆகாது என்று யாரோ ஒரு சாமக்கோடங்கி ஊருக்குள் வந்து குடுகுடுப்பை அடித்தபடி சொல்லியபின் ஆலமரத்தை வெட்டிவிட்டனர். அதன்பின்பு அறுபது வருடங்கள் கடந்தபின் உக்கிர நீலி ஊருக்குள் ஆகாது என்று நீலியையும் தூக்கி ஊருக்குத் தெற்கே நூறுபடிக் குளக்கரையோரம் வைத்துவிட்டனர்.

அத்திக் கட்டையில் நீலி இருக்கும்போதே பாகவத வாத்தியார் இங்கு வந்துவிட்டார். மாட்டு வண்டிகள் வரிசையாக வந்து தேக்கு மரச்சட்டங்களையும் வேலைப்பாடு அமைந்த கதவுகளையும் இறக்கின. மரகதப் பச்சைநிறக் கருங்கல் அடுக்கி திருச்சூர் கொத்தர்கள் சுவர் எழுப்பினார்கள். அந்த வருஷம் மழை மிகுந்து பெய்தது. வீட்டிற்கு வெளித்திண்ணை கட்டும்போது மழை ஈரம் பட்டுபட்டு பச்சை வண்ணம் பூத்துவிட்டது. பாகவத வாத்தியார் வீடு புண்ணியார்ச்சனை நடத்திய இரவுதான் கோட்சே காந்தியை சுட்டுக் கொன்ற விஷயம் ஊருக்குள் பரவியது. ஊர்சனங்கள் பயந்து போனார்கள்.

பாகவத வாத்தியார் பல வண்ணத்தில் அடர்வான ஒப்பனையிட்டு, தடித்த உடையணிந்து தனி ஒருவராகச் சுற்றுவெளி ஊர்களுக்குச் சென்று அடவுகள் கூடிய நாடகம் ஒன்றை நடித்து வந்தார். ஆண்டுகள் பல கடந்தபின்தான் அந்த நாடகத்தின் பெயர் கதகளி என ஊர்சனங்களுக்குத் தெரியவந்தது. அதுவும் எருமை வியாபாரி ஒருவர் எர்ணாகுளத்தில் இருந்து வந்து இந்தத் தகவலைச் சொன்னார். இந்திராகாந்தியைச் சுட்டுக் கொன்ற வருசத்திலிருந்து பாகவத வாத்தியார் கதகளி அரங்கேற்றுவதை நிறுத்திக்கொண்டார். தாழம்புதர் வீதி வீட்டுக்குள்ளேயே முடங்கிக் கிடந்தார். வெளி ஆட்களின் பார்வையிலேயே அவர் தென்படவில்லை.

அன்று கார்த்திகைத் தீபத் திருநாள். அந்திச் சிவப்பு சிறுகச் சிறுக கறுக்கத் துவங்கியது. இவனும் மற்ற ஊர் சிறுவர்களும் சூந்து ஆடிக்கொண்டு வீதி வீதியாக ஊரைச் சுற்றி வந்துகொண்டிருந்தனர். பின்னே வந்த நாய்கள் குரைத்து குரைத்து களைத்துப்போய் அடங்கின. சூந்தின் காய்ந்த தென்னோலைகளும் கம்பந்தட்டுகளும் கருகி கருகி சாம்பல் பூத்து உதிர்ந்துவிட்டன. புகைப் படலம் ஊரைச் சூழ்ந்துகொண்டிருந்தது. சூந்துகள் வரிசையாக பாகவத வாத்தியார் வீட்டைக் கடந்தன. ஜூவாலையுடன் கொளுந்துவிட்டு எரிந்த சூந்துத்தீ ஒவ்வொன்றாக அணைய ஆரம்பித்தது. அந்த நேரத்தில் காற்று விசையாகக் கூட வீசவில்லை. இவனும் ஊர் சிறுவர்களும் அச்சத்தில் கலக்கமடைந்தனர். அடுத்த வீதிக்கு போனதும் சூந்துகள் தானாகத் திடூரெனத் தீப்பற்றிக் கொண்டன. இவனும் ஊர் சிறுவர்களும் மேலும் பயந்து போயினர். சூந்துகளை வீசிவிட்டு வீட்டைப் பார்த்து ஓட ஆரம்பித்தனர். சொக்கப்பனை தாண்டவேயில்லை.

அப்போது சந்தைக்குப் போய்விட்டு மொட்டைவண்டியில் எதிரே வந்த மாமா இவனையும் ஊர் சிறுவர்களையும் தடுத்தார். விஷயம் கேள்விப்பட்டதும் நேராகப் பாகவத வாத்தியார் வீட்டுக்குக் கூட்டிப் போனார். பாகவத வாத்தியாரை ஊரை விட்டு துரத்தப் போகிறார் என நினைத்து இவனும் ஊர் சிறுவர்களும் பின்னே நடந்தனர். நிலா சற்று முன்புதான் கிளம்பி மேலேறிக்கொண்டிருந்தது. வீட்டின் வெளித்திண்ணை மீதேறி இவனும் ஊர் சிறுவர்களும் நின்று கொண்டனர். மாமா மட்டும் உள் ஆசாரத்து முற்றத்துக்குப் போனார். வீடெங்கும் அலாதியான அமைதி. முற்றத்தின் மையத்தில் பாகவத வாத்தியார் உடையின்றி சித்தாசனத்தில் கிழக்கு நோக்கி புலித்தோலின்

மீது அமர்ந்திருந்தார். குருத்துமடல் தலைவாழை இலைகளில் பதினெட்டு பட்சணங்களின் படையல் பரப்பி வைக்கப்பட்டிருந்தது.

வெகுநேரம் நிசப்தமாகக் கடந்தது. திடீரென பாகவத வாத்தியார் மூச்சை ஆழ்ந்து இழுத்து விட்டார். அடிவயிறு ஒடுங்கி மார்புக் கூடு விரியத் துவங்கியது. அந்தச் சமயத்தில் எங்கிருந்தோ பிணையல் பாம்புகள் களிநடனம் புரிந்து சீறும் ஓசை கேட்டது. பாகவத வாத்தியார் கண்களைத் திறந்தார். பிணையல் பாம்புகளும் பிணையலை முடித்து முன்னே வளைந்தன. பாகவத வாத்தியார் அதுவரை பச்சரிசி பட்சணத்துக்குள் மறைத்து வைத்திருந்த மஞ்சள் பூசிய வெண்துகிலை வெளியே எடுத்தார். பிணையல் பாம்புகள் முன்பு நீட்டினார். பிணையல் பாம்புகள் படம் விரித்து ஆக்ரோஷத்துடன் வெண்துகிலைக் கொத்தின.

இவனும் ஊர் சிறுவர்களும் பீதியுடன் பார்த்தபடி நின்றனர். பாகவத வாத்தியார் வாய்க்குள் ஏதோ முனகினார். பிணையல் பாம்புகள் சட்டெனப் பிணையலைப் பிரித்து ஒன்றன்பின் ஒன்றாகப் பின்கட்டை நோக்கிச் சென்று மறைந்தன. பாகவத வாத்தியார் மாமாவின் பக்கம் திரும்பினார். கையில் இருந்த வெண்துகிலை மாமாவை நோக்கி வீசி எறிந்தார்.

“எடுத்து வச்சுக்கோ... இன்னையிலிருந்து நீ பணக்காரன்... ஆனா துணி பத்திரம்...”

மாமா குனிந்து வெண்துகிலை எடுத்துக்கொண்டார். அந்த வருசமே கரைவெளி வயல்களில் அறுவடையான நெல் மூட்டைகளை அடுக்கி வைக்க மாமாவுக்கு இடம் போதவில்லை. மேலும் மேலும் சொத்துகள் சேர்ந்தன. ஊரின் முக்கியப்புள்ளியானார். ஆண்டுகள் விரைந்தோடின. அக்கினி நட்சத்திர வெயில் சுட்டெரித்த ஒரு சித்திரை மதியத்தில் பாகவத வாத்தியார் மாமாவை இந்த வீட்டுக்குக் கூட்டி வந்தார். வீட்டு வாசல் ஈசான மூலை வன்னிமரத்தைக் காண்பித்தார். கிளைகள் இலை உதிர்ந்து பட்ட மரம்போலக் காட்சியளித்தது. உச்சியில் கருடன்களின் கூடுகளைப் பெருங்காக்கைகள் கொத்தி எடுத்துப் போய்க்கொண்டிருந்தன.

“இந்த மரம் துளிர்க்கலாம்... . ஆனா கருடன் இனி ஒருபோதும் திரும்பி வராது... ”

மாமா புரியாமல் பார்த்தார்.

"...நிலத்தில் பசண்டை இல்லை... பசண்டையில்லாத நிலத்தை நீர்வண்ணப்பெருமாள் ஒருபோதும் சுத்தமாட்டார்... "

மாமாவுக்கு பாகவத வாத்தியாரின் பேச்சு எதுவும் புரியவில்லை.

"இந்த ஊர் சனங்க போர்வெல் ஓட்டி ஜலத்தை ஐநூறு அடிக்கு கீழே கொண்டுபோய்ட்டாங்க... . பூதேவி வாசமில்லை... இந்த கருடன்கள் மாதிரி நானும் வடக்கு தேசம் போறேன்..."

வைகாசியில் இந்த வீட்டை பாகவத வாத்தியார் மாமாவுக்கே எழுதிக்கொடுத்துவிட்டுப் புறப்பட்டுப் போய்விட்டார். அந்த வருஷம் மாசியில் கோட்டை மாரியம்மன் கோயில் சாட்டு அறிவிக்கப்பட்டதும் மாமா திருவிழாவுக்கு நாடகம் போடவேண்டும் என இவனைக் கூப்பிட்டுக் கூறினார். பாகவத வாத்தியாரின் சகவாசத்தால் மாமாவுக்கு புத்தி இப்படிப் போனதாக ஊருக்குள் பேசிக்கொண்டனர். இவன் மாமாவோடு கிளம்பிப் போகும்போது நடைவாசற்படியில் நின்று அம்மா திட்டினாள்.

"வெள்ளாமை வெளைச்சல் எடுக்கிற குடியானவனுக்கு வேஷம் கட்டறது ஒத்து வருமா. கூறுகெட்டுத் திரியறே... இவே... ?"

மாமா பதில் பேசாமல் சிரித்துக்கொண்டார். வயக்காட்டுச் சாலையில் கார்மழை பெய்த ஈரமண் சக்கரத்தில் அப்பியபடி சவ்வாரி வண்டி தாராபுரம் போய்ச் சேர்ந்தது. கோட்டைமேட்டு உப்பு மண்டிகளைத் தாண்டி அரசு மேல்நிலைப் பள்ளியின் பின்புற வாயிலுக்குள் நுழைந்து நின்றது. மாமா இவனை மட்டும் அழைத்துக்கொண்டு உன்னிப் புதர்களுக்கிடையே நெளிந்து சென்ற ஒற்றைக்கால் தடத்தில் நடந்தார். வெள்ளை மங்கிய கட்டடத்தின் முன்னறையில் காக்கிச் சீருடையணிந்த மாணவர்கள் சிலர் துருவேறிய கிணற்று மோட்டார்களைப் பிரித்துப்போட்டு காயில் கட்டிக்கொண்டிருந்தனர். இவனையும் மாமாவையும் கண்டதும் உள்ளறையிலிருந்து ராஜமாணிக்கம் வாத்தியார் எழுந்து வெளியே வந்தார். இவன் மாணவர்களையும் மோட்டார்களையும் உற்றுப் பார்ப்பதைக் கவனித்த ராஜமாணிக்கம் வாத்தியார் இருமியபடி பேசினார்.

"இவங்க எல்லாம் ஈஎம் ஆர் ஸ்டூடண்ட்... எலக்ட்ரிக் மோட்டார் ரீவைண்ட்டிங்... நல்ல வேலை வாய்ப்புள்ள கோர்ஸ்... கிரீஸ் பூசர பிட்டர்ன்னு . நெனைச்சு ஆரும் சேருகிரதில்ல... அதுதான் எனக்கு சவுகிரியம் நாடகம் எழுத முடியுது..."

அப்போது உன்னிப்புதர் தடத்திலிருந்து ஓடி வந்த ஒரு மாணவன் வாத்தியாரின் உள்ளங்கையில் விக்ஸ் டப்பியையும் நார்த்போல் சிகரெட்டையும் திணித்துவிட்டு மோட்டாரிடம் போய் உட்கார்ந்தான். ராஜமாணிக்கம் வாத்தியார் விக்ஸ் டப்பியிலிருந்து விரல் நுனியில் தைலத்தை எடுத்தார். நார்த்போல் சிகரெட்டில் தடவி பற்ற வைத்தார்.

"சளிக்கு... இப்படி செய்யறது இதமா இருக்கும்..."

ராஜமாணிக்கம் வாத்தியார் புகையை வெளியே விட்டார். வெயிலில் கலந்து மறைந்த புகையை நிமிர்ந்து பார்த்த மாணவனை அருகில் வரும்படி சாடை செய்தார்.

"நீ போய்... நம்ம குயிலமுதனைக் கூட்டிக்கிட்டு வா... "

அந்த மாணவன் உன்னிப் புதர்த் தடத்தில் இறங்கி ஓடினான்.

"இந்த வருஷம் எனக்கு சோமநூத்து மாரியம்மன் கோயில்ல ஒரு நாடகம் இருக்கு... காதலுக்குக் கண்ணில்லையின்னு லவ் ஸ்டோரி... ரிகசல் போயிட்டு இருக்கு... அதனாலதான் குயிலமுதனை உங்களுக்கு அனுப்புகிறேன். . என் சிஷ்யன்தான்... மெட்ராஸ் போயி... சினிமாவுல எல்லாம் இருந்துட்டு வந்திருக்கான்... இப்ப உங்க நாடகத்தைக் கூட பேமலி ரிலேசன்சிப்பை மையமா வெச்சு அவன்தான் எழுதறான்... அவன் எழுதினா வசனம் அப்படியே மனசுல நிக்கும்... கிளாப்ஸ அள்ளிட்டு வந்திரும்... வில்லேஜ் ஆடியன்ஸ கட்டிப் போட்டுருவான்..."

உன்னிப் புதர்த் தடத்தில் அந்த மாணவனைப் பின்தொடர்ந்து குயிலமுதன் வந்து சேர்ந்தான். சிவந்த நிறத்தில் சுருள்முடியுடன் இருபத்தியைந்து வயது மதிக்கத்தக்க தோற்றத்தில் இருந்தான். கையில் பெரிதான ஒரு குயர் நோட்டு இருந்தது. ராஜமாணிக்கம் வாத்தியார் சிகரெட்டை அணைக்காமலே வெளியே வீசிவிட்டுக் குயிலமுதனை இவனுக்கும் மாமாவுக்கும் அறிமுகப்படுத்தி வைத்தார். குயிலமுதன் பெண்மை கலந்த குரலில் பேசினான்.

"உறவுக் கோலங்கள் நம்ம நாடகத்தோட தலைப்பு... . மொத்தம் இருபத்திரெண்டு கேரக்டர்... . உங்க ஊருல ஆட்கள் தேறுவாங்களா.... ?"

"அம்பது பேரு வேண்ணாலும் நடிக்க பிரியமா இருக்காங்க தம்பி... நீங்க எப்ப வந்து ரிகசல் ஆரம்பிக்கிறீங்கன்னு சொல்லுங்க... ?"

குயிலமுதன் ராஜமாணிக்கம் வாத்தியாரைப் பார்த்தான். ராஜமாணிக்கம் வாத்தியார் யோசித்துவிட்டுச் சொன்னார்.

"வர்ற... ஞாயித்துக் கிழமையிலிருந்து வெச்சுக்கலாம்..."

திருவிழாவுக்குப் பன்னிரண்டு நாட்களே இருந்தன. குயிலமுதன் நாடக ஒத்திகையை வேகமாக நடத்தினான். மாமாவின் வெளி ஆசாரத்து முற்றத்தில்தான் ஒத்திகை நடந்தது. குயிலமுதனே எல்லாப் பாத்திரமுமாக மாறி நடித்துக் காண்பித்தான். அத்தையும் சுகுணாவும் எல்லோருக்கும் இரவு உணவும் டீ காபி எனத் தயாரித்துக் கொடுத்தனர். நாடகத்தில் இவனுக்கு கடிதம் கொண்டு வரும் தபால்காரர் வேஷம். ஒரே ஒரு காட்சிதான். ஆனால் மாமா ஊரில் மைனராகத் திரியும் ஜமீன். இறுதிக் காட்சியில் வில்லனின் பெண்ணான கதாநாயகியையும், நகரத்திலிருந்து ரேசன் கடைக்கு வேலைக்கு வரும் கதாநாயகனையும் சேர்த்து வைத்து தன் சொத்தையெல்லாம் அவர்களுக்கு உயில் எழுதிக் கொடுத்து உயிர் துறக்கும் உருக்கமான பாத்திரம். மாமாவின் நடிப்பு சுற்றுவெளி ஊர்களில் எல்லாம் பேசப்பட்டது. மாமா இந்த சந்தோசத்தைக் கொண்டாட நினைத்தார். நாடகத்தில் பங்குபெற்ற அனைவரையும் தோட்டத்துக் கிணற்று மேட்டுக்குக் கூப்பிட்டிருந்தார். நடிகர்கள் அநேகம்பேர் வந்து கிணற்று மேட்டில் உட்கார்ந்திருந்தனர். கள் முட்டிகளும் நாட்டுச் சாராய மொடாக்களும் தயாராக இருந்தன. குயிலமுதனை மட்டும் இன்னும் காணவில்லை. மாமா எதிர் பார்த்தபடியிருந்தார். கீழே நீர்த்தொட்டியோரம் கல் அடுப்பில் ஆட்டுக்கறி வறுத்துக்கொண்டிருந்த அத்தை இவனைக் கூப்பிட்டாள்.

"ஏம்ப்பா... வூடு வரைக்கும் ஒரு எட்டு போயிட்டு வந்திரே... நய உப்பே மறந்துட்டு வந்துட்டேன்... . கறி வெந்து முடியப் போகுது சீக்கிரம்..."

மேற்கே பொழுது முகிலுக்கிடையே விழுந்து ஒளி சிதறிக் கிடந்தது. மாமா வீட்டின் முற்றத்தில் போய் நின்று சுகுணாவைத் தேடினான். உள் ஆசரத்துக்குள்ளிருந்து யாரோ பேசும் சப்தம் கேட்டது. இவன் திண்ணையேறி சன்னல் பக்கம் போய் நின்று உள்ளே எட்டிப் பார்த்தான். மங்கிய வெளிச்சத்தில் குயிலமுதன் தோள் மீது சுகுணா சாய்ந்திருந்தாள்.

இவன் அரவம் எழுப்பாமல் திரும்பி வீதிக்கு வந்தான். அந்த சித்திரத்திலிருந்து மனசு மீளவில்லை. மளிகைக்கடை சென்று உப்புப் பொட்டலம் வாங்கினான். கிணற்று மேடு போய் அத்தையிடம் கொடுத்துவிட்டு மௌனமாக உட்கார்ந்துகொண்டான். தொலைவில் வீதி விளக்குகள் பிரகாசித்தன. குயிலமுதன் வந்தான். எதுவுமே நடக்காததுபோல மாமாவுடன் பேசினான்.

மூன்று மாதங்கள் போயிருந்தன. மழை தூறிக்கொண்டிருந்த ஒருநாள் திடீரென மாமா இவனோடு மெட்ராஸ் கிளம்பினார். சென்ட்ரல் ரயில் நிலையத்திலிருந்து இறங்கி ஆட்டோவில் செல்லும்போது இவன் மாமாவிடம் கேட்டான்.

“ஏமாமா குயிலமுதன் சொன்னான்னு சினிமா சூட்டிங் பாக் கறதுக்கு மெட்ராஸ்தான் வரணுமா… பக்கத்துல கோபியிலியோ… பொள்ளாச்சியிலேயோ… ஒருநா போனா பொழுதுக்குள்ள பாத்துட்டு வந்தரலாமே…”

மாமா சிரித்துக் கொண்டார். விழித்தெழாத தெருக்களில் நிசப்தம் கவிந்திருந்தது. இரவு பெய்த மழை ஈரம் இருந்தது. ஆட்டோ நின்ற தெரு முனையிலேயே குயிலமுதனும் மூன்று நபர்களும் நின்றிருந்தனர். குயிலமுதன் மட்டும் இவர்களோடு ஆட்டோவில் ஏறிக்கொண்டான். மற்ற மூன்று பேரும் பைக்கில் பின்தொடர்ந்தனர்.

ஏ.வி.எம் ஸ்டுடியோவுக்குள் ஆட்டோ நுழைந்ததும் இவனுக்கு பிரமிப்பாக இருந்தது. விநாயகர் கோயில் முன்பு ஆட்கள் திரண்டிருந்தனர். முரளி நடிக்கும் தினந்தோறும் படப் பூஜை. சின்ன சின்ன பாத்திரங்களில் நடிக்கும் நிறைய நடிகர் நடிகைகளை இவன் பார்த்தான். முரளி தோளில் போட்ட பூமாலையை வாங்கி வைத்திருந்தவரிடம் பைக்கில் வந்த மூன்று நபர்களும் கிட்டத்தில் போய் ஏதோ பேசினர். பின்பு இவர்களோடு வந்து நின்றுகொண்டனர். விழா முடியும் வரை காத்திருந்தனர். முரளி காரில் ஏறும்போது மாமாவை அருகில் அழைத்துப் போய் அறிமுகப்படுத்தினர்.

“அய்யாதான் நம்ம ‘மிராசுதார் மகன்’ படத்தின் புரடியூசர் சார்…”

முரளி சிரித்தபடி கும்பிட்டுவிட்டு காரில் ஏறி ச்சென்றுவிட்டார். முரளி கறுப்பாக வசீகரமாகவே இருந்தார் இவனுக்கு முரளியை ரொம்பவும் பிடித்திருந்தது. ஊர் புறப்படும்போது மாமா குயிலமுதனிடம் ஐந்து லட்ச ருபாய் கொடுத்தார்.

“நாளைக்கே முரளி சாருக்கு அட்வான்ஸ் கொடுத்து அக்கிரிமெண்ட் ரெடி பண்ணிருவேன்…”

குயிலமுதன் சென்ட்ரல் ரயில் நிலையம் வரை கூடவந்து வழியனுப்பினான்.

“மிராசுதார் மகனில் நீங்கதான் மிராசுதார்… படம் வெளிவந்தவுடன் விஜயகுமார் மாதிரி நீங்க பீல்டுல ஒரு ரவுண்ட் வருவீங்க…”

கோவை எக்ஸ்பிரஸ் புறப்பட்டது. ஊர் வரும்வரை மாமா மிராசுதார் மகன் பற்றியே பேசியபடி வந்தார். மாமா படம் தயாரிக்கிற சேதி சுற்றுவெளி ஊருக்கெல்லாம் பரவிவிட்டது அன்று விடிந்தும் விடியாத அதிகாலை. மழை அடர்ந்து பெய்து கொண்டிருந்தது. பஞ்சாலை நுழைவாயிலிலேயே வாட்ச்மேன் தினத்தந்தியை விரித்துக் காண்பித்தார். மிராசுதார் மகன் பாடல் பதிவுடன் இனிதே ஆரம்பம் என்கிற விளம்பரம். மாமா அரிவாளை ஓங்கியபடி மூர்க்கமாக கர்ஜிக்கும் புகைப்படம். முரளி கனகாவைத் தூக்கிக்கொண்டு நடந்து வரும் புகைப்படம். அதன் கீழே கதை, திரைக்கதை, வசனம், இயக்கம் குயிலமுதன் என்றும் இருந்தது. உச்சியில் மாமா படத்தைப் பெருமையுடன் வழங்குவதாக இருந்தது. இவனோடு வேலை செய்யும் மற்ற பஞ்சாலைத் தொழிலாளர்களும் சந்தோசப்பட்டனர். அன்று மதியம் மாமா மெட்ராஸ் சினிமா ஆபிசிலிருந்து பஞ்சாலைத் தொலைபேசிக்குக் கூப்பிட்டு இவனிடம் பேசினார்.

"நாளைக்கு நாங்க மொதமொதலா ஷூட்டிங் பண்ண நம்ம ஊருக்குத்தான் வர்றோம்... தலைவாசல் வெநாயகன் கோயிலைக் கொஞ்சம் சுத்தம் பண்ணி வெச்சிரு..."

மறுநாள் இருள் விலகுவதற்கு முன்னான கருக்கலிலேயே படக்குழுவினர் தலைவாசல் வந்துவிட்டனர். சூரிய உதயத்துக்கு முன்பே கேமராமேன் விநாயகர் கோயிலுக்கு லைட்டிங் பண்ண ஆரம்பித்துவிட்டார். குயிலமுதன் கேமராமேன் பின்னால் அமைதியாக கைகட்டி யோசித்தபடி நின்றான். மாமாவுக்கு ஒப்பனை நடந்துகொண்டிருந்தது. மேக்கப்மேன் ஜமீன்தாருக்கான தோற்றத்தை ஒப்பனையில் கொண்டுவரப் போராடிக்கொண்டிருந்தார். குயிலமுதனின் உதவியாளர் அருகில் நின்று மாமா முதன்முதலாகப் பேசும் வசனத்தைத் திரும்ப திரும்ப சொல்லிக்கொடுத்துக்கொண்டு இருந்தார்.

சுற்றுவெளி ஊர்களில் இருந்தெல்லாம் சனங்கள் ஷூட்டிங் பார்க்க வந்து குவிந்துவிட்டனர். முரளியும் கனகாவும் நாளை மறுநாள் வருவதாக புரடக்சன் மேனேஜர் சனங்களிடம் சொல்லிக்கொண்டிருந்தார். கேமராமேன் தயாரானார். கேமராவுக்குப் பூஜை போட தேங்காய் சூடத்துடன் சுகுணா நின்றாள். ஜமீன்தார் விநாயகரை வணங்கி, அங்கிருந்து நடந்து எதிரில் உள்ள ஆலமரத்தடிக்குச் சென்று தீர்ப்பு வழங்கும் ஷாட். ஆலமரத்தடியில் துணை நடிகர்கள் கூடி பஞ்சாயத்து பேசத் தயாராக நிறுத்தப்பட்டிருந்தனர். ட்ரேக்கன் ட்ரேலி போட்டு

ஒரே ஷாட்டில் எடுப்பதாக கேமராமேனின் திட்டம். அந்த நேரத்தில் டைரக்டர் குயிலமுதனைக் காணவில்லை. தேடிப் பார்த்தார்கள். அருகில் குயிலமுதன் இருப்பதற்கான சுவடேயில்லை. நேரம் போயிற்று. . கேமராமேன் மாமாவிடம் வந்து பேசினார்.

"டைரக்டர் இல்லாம இப்ப எப்படி ஷூட் பண்ணறது... ?"

மாமா பதில் பேசமுடியாமல் குழம்பினார். படப்பிடிப்பு நிறுத்தி வைக்கப்பட்டது. சாயங்காலத்தில் ராஜமாணிக்கம் வாத்தியாரும் குயிலமுதனின் அப்பாவும் வந்தனர். குயிலமுதன் எங்குத் தேடியும் கிடைக்கவில்லை. இருள் சூழ்ந்தது. மாமா பணத்தைக் கொடுத்துப் படப்பிடிப்பு குழுவினரை மெட்ராஸ் அனுப்பி வைத்தார். ஊருக்குள் பெருத்த அவமானமாகப் போய்விட்டது. பலரும் பலவிதமாகப் பேசத்துவங்கிவிட்டனர். அத்தையும் சுகுணாவும் சதா அழுதபடியே இருந்தனர். அந்த வாரமெல்லாம் மாமா வீட்டுக்குள்ளேயே முடங்கிக் கிடந்தார்.

அன்று விடிகாலையிலேயே மாமா இவனை வந்து கூட்டிக்கொண்டு அமராவதி ஆற்றைக் கடந்து அக்கரை வயலுக்கு போனார். பழுப்புத்தாளுடன் கார்ப்போக நெல் அறுவடைக்குத் தலை சாய்ந்து நின்றது. ஏறுவெயில் படர்ந்து கொக்குக் கூட்டங்கள் வட்டமிட்டன. தெற்கத்தி ஆசாமிகள் நான்குபேர் வந்து வயலை நோட்டமிட்டனர். விரைவில் பத்திரப் பதிவை வைத்துக்கொள்ளாலாம் எனச் சொல்லி விட்டுப் போய்விட்டனர். ஆற்றைக் கடந்து இக்கரை வரும்போது மாமா மிகவும் சோர்வாகவே காணப்பட்டார்.

"இதுவெரைக்கும் முப்பது லட்ச ரூவா காணாமப் போயிருச்சு... இந்தத் தலக்கட்டுல நா சம்பாரிச்ச எல்லாம் போயிருச்சு... மானம் மருகாதியும் போயிருச்சு..."

மாமா கண் கலங்கினார். இவனுக்கு என்ன பதில் கூறுவதென தெரியாமலேயே கூட நடந்தான். அடுத்து வந்த தினங்களில் இவன் மாமா கூடவே இருந்தான். மாமா உள் ஆசாரத்து ஊஞ்சலில் நாளெல்லாம் உட்கார்ந்தே கிடந்தார். யாரோடும் எதுவும் பேசிக்கொள்ளவேயில்லை. வீட்டுக்குள் நிசப்தம் நிரந்தரமாகக் குடிகொண்டுவிட்டது. வயலை விற்ற பணமும் வீடு வந்து சேரவில்லை.

அடைமழைக் காலம் ஆரம்பித்துவிட்டது ஐப்பசி முதல் வாரம். விடிய விடிய அடைமழை கொட்டிக்கொண்டிருந்தது. இவன் மாமா வீட்டு வெளிநடையில் குடையை மடக்கும்போதே முற்றத்தில்

சுகுணாவை நிறுத்தி அத்தை சாபமிட்டபடி அடித்துக்கொண்டிருந்தாள். சுகுணா மழையில் நனைந்துகொண்டு விறைப்பாகவே நின்றாள். மாமா தூணோரம் உடைந்துபோய் உட்கார்ந்திருந்தார். இவனைக் கண்டதும் அத்தை அடிப்பதை நிறுத்திவிட்டுச் சொன்னாள்.

“இந்தப் பாழாப்போனவ பண்ணிய காரியம் தெரியுமாப்பா... . எங்க குடும்பத்த எட்டுச் சேத்தின நாடகக்காரனுக்கு முந்தி விரிச்சிருக்கா... இப்ப முழுகாம நாலு மாசமாம்... ”

அத்தை இரு கைகளாலும் தலையில் அடித்துக்கொண்டு அழுதாள். மழை விட்டபாடில்லை. மறுநாள் இவன் மாமாவைப் பார்க்க வீட்டுக்கு போனபோது சுகுணா மட்டுமே இருந்தாள்.

“மச்சான்... என்னை ஏதாச்சும் தர்மாசுபத்திரிக்குக் கூட்டிப்போயி கலைக்க வெச்சுறேன்... அம்மா தர்ற பப்பாளி பழத்தையும் ஜிலேப்பி யையும் திங்க முடியல...”

இவன் மாமாவிடம் பேசி சம்மதம் வாங்கினான். அத்தையையும் சுகுணாவையும் அழைத்துக் கொண்டு வெள்ளகோவில் போனான் நிர்மலாதேவி ஆஸ்பத்திரியில் சுகுணாவைச் சேர்த்தான். நான்கு தினங்கள் கழித்து ஊருக்கு திரும்பியபோது பெரும்பாலும் எல்லோருக்குமே விஷயம் தெரிந்திருந்தது. அடுத்த இரு தினங்களும் மாமா வீட்டுக்குள் எதையோ தேடிக்கொண்டிருந்தார். கவலையடைந்திருந்தார். அத்தை இவனிடம் சொன்னாள்.

“பாகவத வாத்தியார் கொடுத்த பாம்பு கொத்திய மஞ்சள் துணியத்தான் தேடறாரு... எங்க போச்சுன்னு தெரியல...”

பருவமழை முடிவுறும் தருவாயிலிருந்த மார்கழி இறுதி வாரம். மூடுபனி கவிந்த விடிகாலை ஒன்றில் சுகுணா வந்து இவனை எழுப்பிக் கூட்டிப்போனாள். மாமா வீட்டு முற்றத்து வாசப்படியில் அத்தை வெறித்தபடி உட்கார்ந்திருந்தாள். சுகுணா இவனை நெல் மூட்டைகள் அடுக்கியிருந்த உள் ஆசாரத்து திண்ணைக்கு அருகில் கூட்டிப்போய் நிறுத்தினாள். இவனுக்குப் பகீர்ரென்றது. நெல் மூட்டைக்கும் விட்டத்துக்குமிடையே மாமாவின் கால்கள் ஆடிக்கொண்டிருந்தன.

அந்த வருஷம் மாசியில் இவன் சோமநூத்து மாரியம்மன் கோவில் திருவிழாவுக்குப் போயிருந்தபோது குயிலமுதன் நாடகமேடையில் இருப்பதைக் கண்டான். குயிலமுதனும் இவனைப் பார்த்தான். நாடகம் நடக்க நடக்கவே இறங்கி வந்து எவ்வித கூச்சமும் இல்லாமல் இவனிடம் பேசினான்.

“எனக்கு சினிமா பத்தி எதுவும் தெரியாது... வெறு ஆசையில இறங்கிட்டேன்... டைரக்சன் பண்ண கத்துக்கல... அன்னிக்கு எனக்கு எப்படி எடுக்கறதுன்னு சுத்தமா தெரியல... நாடகம் வேற சினிமா வேறேன்னு புரிஞ்சுது... அத்தனை பேத்துக்கு முன்னால அவமானப்படக் கூடாதுன்னு. ஓடிட்டேன்...”

இவனுக்கு குயிலமுதன் மீது அளவிட முடியாத ஆத்திரம் வந்தது. மேடையில் நடித்துக்கொண்டிருந்த காட்சி முடிந்தது. குயிலமுதன் மேற்கொண்டு பேசாமல் சென்றுவிட்டான். காலம் அத்தையையும் சுகுணாவையும் வீட்டோடவே முடக்கிவிட்டது. வீட்டின் நாலாமூலையிலும் வறுமை நிரந்தரமாகத் தங்கி வாசம் செய்தது. உறவினர்களும் விலகிப் போய்விட்டனர் இவன் மாமா வீட்டுக்கு செல்வதை கௌரியும் அம்மாவும் விரும்பவில்லை போவதையே நிறுத்திக்கொண்டான். ஆனாலும், ஒவ்வொரு நாளும் கோழி கூப்பிட பஞ்சாலைக்கு செல்ல தாழம்புதர் வீதியைக் கடக்கும் போது எல்லாம் ஏனோ இவனுக்கு அச்சம் ஏற்பட்டது. பாகவத வாத்தியாரின் உருவமும் மாமாவின் நினைவும் தோன்றி மனத்தை அலைக்கழித்தன. பாகவத வாத்தியார் இன்னும் அரூபமாக வீதியில் நிற்பதாகவே பிரமை கொண்டான். மாமாவின் கடைசி நாட்களில் இயலாமையில் உட்கார்ந்திருந்த அவரின் வெறித்த கண்கள் இவனைவிட்டு விலகவேயில்லை. நாகங்கள் கொத்திய மஞ்சள் பூசிய துணி காற்றில் அலைந்து இவன் முன்னால் விழுவது போலவே அடிக்கடி தோன்றியது.

ஆடிக் காற்றின் காலம். கோடைக் காற்று வெறிச்சோடிய தாழம்புதர் வீதியில் சப்தமிட்டுக் கடந்தது. இவனுக்கு மில்லுக்கு செல்லும் அவசரம். சைக்கிளை விசையாய மிதித்தான். காராட்டுப் பூனை மிரண்டு குறுக்கே தாவி ஓடியது. யாரோ ஒரு பெண் உருவம் வீதியில் வழிமறித்து நிற்பதுபோலவே பட்டது. இவன் சைக்கிளின் வேகத்தைக் குறைத்தான். உள்ளுக்குள் பயம் எழுந்தது. கிட்டத்தில் போவதுக்கு முன்பே அது ஒரு பெண் உருவம் எனத் தெரிந்ததும் மேலும் பயம் கூடியது. பாகவத வாத்தியாரின் வசியத்தில் பலியான ஏதோ ஒரு பெண் பேய் என்று நினைத்து உடல் நடுங்கத் துவங்கிவிட்டது. அக்கம் பக்கத்தில் ஆட்கள் இல்லை.

அந்தப் பெண் பேய் நடுவீதியில் நகராமல் அப்படியே நின்றது ஒருகணம். இவன் கண்ணை மூடிக்கொண்டு ஒதுங்கிப் போக சைக்கிளை வேகமாக அழுத்தினான்.

“மச்சான்... நாந்தான் சுகுணா... நில்லுங்க...”

சுகுணாவின் குரல் கேட்டதும் இவன் சைக்கிளை நிறுத்தி காலூன்றியபடி நின்றான். அதற்குள் சுகுணா சைக்கிள் அருகில் வந்து மெதுவாகப் பேசினாள்.

“நேத்து மத்தியானத்திலிருந்தே அம்மா அடங்கல... தூங்கவுமில்ல... சத்தம்போட்டு ஆர்ப்பாட்டம் பண்றா...”

இவன் யோசித்தபடியே சைக்கிளைவிட்டு இறங்கினான். உருட்டிக் கொண்டு சுகுணா பின்னால் நடந்தான். வீட்டின் உள் ஆசாரம் பூட்டி யிருந்தது. சன்னலில் எட்டிப் பார்த்தான். அத்தை சுவரோரம் நின்று தன்னப்போல பேசிக்கொண்டிருந்தாள். சுகுணா விரக்தியாகப் பேசினாள்.

“இனிமேலும் இங்க வெச்சிருக்க முடியாது... கல்பாத்தி கூட்டிட்டு போயிறலாமுன்னு இருக்கேன்...”

இவன் எந்தப் பதிலும் சொல்லாமல் கிளம்பிவிட்டான். பஞ்சாலை செல்லும் வரை சுகுணாவுக்குக் கொஞ்சம் பண உதவி செய்திருக்க வேண்டும் என்ற எண்ணம் தோன்றியபடியே இருந்தது. இவன் அத்தையும் சுகுணாவும் என்ன ஆனார்கள் என எதுவும் தெரியாததால் அவ்வப்போது குழம்பிக்கொண்டு இருந்தான். ஆறு மாதங்கள் போயிருந்தன. ஓர் இளமதியம் பஞ்சாலைத் தொலைபேசிக்குக் கூப்பிட்டு சுகுணா பேசினாள்.

“... மச்சான்... . அம்மா... அம்மா...”

சுகுணா மேற்கொண்டு சொல்லமுடியாமல் தேம்பி தேம்பி அழுதாள். இவன் பஞ்சாலைஷ்ஹ் தோழர்களிடம் பணம் கைமாத்து வாங்கிக் கொண்டு கேரளா புறப்பட்டான். கல்பாத்தி எங்கும் அத்தி துளிர்த்து காய் காய்த்திருந்தது . மனநலக் காப்பகம் போகும் வழியெங்கும் குரங்குகள் குறுக்கும் நெடுக்கும் பாய்ந்தன. சுகுணா அழவில்லை. ஏதோ பெரிய நிம்மதி கிடைத்ததுபோலச் சாந்தமாக அமர்ந்திருந்தாள்.

மறுதினம் அந்தி மஞ்சள் வெயில் மங்கிக்கொண்டு வந்தபோது அத்தையின் இறுதிக் காரியம் முடிந்தது. ஊர்க்காரர்களும் உறவினர்களும் அதிகமாக யாரும் வரவில்லை. பொழைச்சுக் கெட்ட குடும்பத்தின் மரணத்துக்கு நேரும் கதி இதுதான் எனச் சுற்றுவெளியில் பேசிக்கொண்டார்கள். அதன் பின்னான நாட்களில் அவ்வளவு பெரிய வீட்டில் சுகுணவால் தனிமையில் இருக்க முடியவில்லை. இரவெல்லாம்

வெளித்திண்ணையில் விழித்துக்கொண்டு உட்கார்ந்திருப்பதை இவன் கண்டான்.

அடுத்து வந்த வைகாசி நடுநிசி ஒன்றில் கார்மழைக் காற்று விசைகொண்டு வீசிற்று. உச்சி வானிலிருந்து கல்லுமாரி நிலத்தில் விழுந்து சிதறிற்று. வெளித்திண்ணைக் கட்டிலில் படுத்திருந்த இவன் தனிமையில் வசிக்கும் சுகுணாவைப் பற்றி யோசித்தான். எழுந்து நனைந்தபடி தாழம்புதர் வீதி சென்றான். மின்னல் கண்ணைப் பறிப்பதுபோல வெட்டியது. மாமா வீட்டின் நடைக் கதவு சாத்தப்பட்டிருந்தது. இவனுக்கு மனசு கேட்கவில்லை. உள்ளே சுகுணா நல்லபடியாக இருக்கிறாளாவெனக் காண நினைத்தான். வெளித் திண்ணை வாசற்படியேறிக் கதவைத் தட்டினான். சுகுணா நடந்து கதவடிக்கு வந்தாள். கதவைத் திறக்காமலேயே சுகுணா பேசினாள்.

"இன்னாவெரைக்கும் எனக்கு யாருமே இல்லையின்னு நெனைச்சு அழுதுக்கிட்டு இருந்தேன்… கடவுள் உங்கள அனுப்பிச்சு வெச்சுருக்கார்… ""

இவன் பதிலேதும் கூறாமலேயே சிறிது நேரம் அப்படியே நின்றான். துளியின் அடர்வுடன் மழை வலுத்துப் பெய்துகொண்டேயிருந்தது. சுகுணா சொன்னாள்." உள்ள வந்தா ஊரு தப்பாப் பேசும்… போயிட்டு நாளைக்கு வாங்க மச்சான்…"

"பத்திரமா இரு… "

இவன் திரும்பி வீதிக்கு வந்தான். கௌரியும் அம்மாவும் கொட்டும் மழையில் குடை பிடித்தபடி நின்றிருந்தனர். அன்றுதான் இவன் மேல் முதல் சந்தேகம் விழுந்தது. அடுத்த ஐந்து மாதங்களில் குடும்பமும், ஊரும் சேர்ந்து இவனும் சுகுணாவும் ஊரைவிட்டு ஓடும் சூழலை ஏற்படுத்திவிட்டது. ஊருக்கே திரும்பி வராத பதினான்கு வருஷ வனவாச வாழ்க்கை. இப்போது சுகுணா இல்லை. ஊருக்குத் திரும்பி வந்தாயிற்று.

3

காவ்யா உறங்கிப் போயிருந்தாள். வெயில் தாழ்ந்து வந்தது. இவன் காவ்யாவை எழுப்பிக் கூட்டிகொண்டு வடக்கு வளவை நோக்கி நடந்தான். வீதியில் ஆட்கள் புழக்கம் இருந்தது. இவன் யாரோடும் பேசவேயில்லை. இவன் வீட்டின் முன்பு சென்றபோது ஆள் இருப்பதற்கான சுவடேயில்லை. குரலிட்டுக் கூப்பிட இவனுக்குத்

தயக்கமாக இருந்தது. காவ்யாவோடு வெளித்திண்ணையில் அமர்ந்தான். குழப்பமாக உணர்ந்தான். திரும்பிப் போய்விடலாமாவென யோசனை எழுந்தது. காவ்யா நிச்சலனமாகவே உட்கார்ந்திருந்தாள். அதற்குள் ஊர்சனங்களுக்கு விஷயம் தெரிந்து சிலர் வந்து எட்டிப் பார்த்து விசாரிக்கத் துவங்கிவிட்டனர். உறவினர் பெண்ணொருத்தி சொன்னாள்.

"... கௌரி மேட்டுக்கடை மில்லுக்கு வேலைக்குப் போறா... பய்யன் தாயம்பாளையத்து பள்ளிக்கொடத்துக்கு போறான்... ரெண்டு பேரும்... பொழுது எறங்கற நேரத்திலதான்... வருவாங்க..."

இருட்டுகிற வேளையில்தான் கௌரியும் பையனும் வந்தனர். கௌரிக்குத் தலைமுடி உச்சி வகிடோரம் நரைக்க ஆரம்பித்திருந்தது. பையன். அரும்பு மீசையில் இருந்தான். இருவரும் இவனையும் காவ்யா வையும் கண்டு அதிர்ச்சியடையவில்லை, ஆச்சரியமும் அடையவில்லை. ஊருக்குள் நுழையும்போதே யாராவது சொல்லியிருப்பார்கள். இவனும் காவ்யாவும் எழுந்து வாசலில் இறங்கினர். கௌரி சிரித்தாள். காவ்யாவின் கிட்டத்தில் போய் விசாரிக்க ஆரம்பித்தாள். இவனுக்கு அச்சம் அகன்று மனசு கொஞ்சம் நிம்மதியானது. பையன் எதுவும் பேசவேயில்லை இவனையும் காவ்யாவையும் மாறி மாறிப் பார்த்தபடியே இருந்தான். இரவு உணவுக்குப் பின் காவ்யா சீக்கிரமே உறங்கிவிட்டாள். நடைக்கதவோரம் வந்து நின்ற கௌரி மெதுவான குரலில் கேட்டாள்.

"காவ்யா பெரிய மனுசி ஆயிட்டாளா... ?"

"... இல்ல..."

கௌரி சிரித்தபடி திரும்பி உள்ளே போய்விட்டாள். இவனுக்கு பெரிய பாரம் நீங்கியதுபோல இருந்தது. ஊர் அடங்கிவிட்டது. தேய்பிறை நிலா கிளம்பி மேலேறி வந்தது. இவன் எழுந்து தாழம் புதர் வீதிக்குப் போனான். மாமாவின் வீடு மௌனித்து கிடந்தது. இராப்பூச்சிகளின் சப்தம்கூட வெளிப்படவில்லை நிலா வெளிச்சம் படர்ந்த முற்றத்தில் ஏதோ ஒளிர்வதுபோல இருந்தது. இவன் கதவைத் திறந்து கிட்டத்தில் போனான். குனிந்து எடுத்துப் பார்த்தான். இவனும் கௌரியும் மணக்கோலத்தில் நின்ற கல்யாணப் புகைப்படம். இவனுக்கு மட்டும் தடிமனாக மீசை வரையப்பட்டிருந்தது. இதை யார் வரைந்து இங்கு கொண்டு வந்து போட்டிருப்பார்கள் என்று இவனுக்குப் புரிந்துவிட்டது. சிரித்துக்கொண்டான்.

- (நம் நற்றிணை, ஏப்ரல் - மே 2018)

மண் உருவாரங்கள்

நிசப்தம் சூழ்ந்த பின்னிரவு. அடர்ந்த இருள்வெளி. ஊரைக் கடந்து நான் வடக்கு நோக்கி ஓடியபடியே இருந்தேன். உச்சி வானிலிருந்து எரிநட்சத்திரங்கள் சரிந்து விழுந்துகொண்டே இருந்தன. நெடும்பனைகள் நிறைந்த நிழலியாற்றங்கரை மேட்டில் வங்கநரிகள் இடைவிடாமல் ஊளையிட்டுக்கொண்டே இருந்தன. மாகாளியம்மன் வெளிக்கோபுரத்திலிருந்து மாடப்புறாக்கள் கூட்டம் கூட்டமாக எழுந்து பறந்து வட்டமடித்தன. வழியெங்கும் காலத்தால் சிதைவுறாமல் நின்ற ஆயிரக்கணக்கான மண் உருவாரங்கள் என்னையே வெறித்தன. அதன் கண்கள் இளஞ்சிவப்பு ஒளிபெற்றுச் சுடர்ந்தன.

மண் உருவாரக்குதிரைகள் முன்னங்கால் தூக்கிக் கனைத்தன. யானைகள் நிலைகொள்ளாமல் துதிக்கையை உயர்த்திப் பிளிறின. ஆடுகள், மாடுகள் ஒருசேரக் குரலிட்டன. நாய்கள் குரைத்தன. பாம்புகள் படம் விரித்துச் சீறின. மனித உருவாரங்கள் அகோரமாய்ச் சிரித்தன.

நான் தன்வயம் இழந்த நிலையில் ஒதுங்கி ஒதுங்கி கோவிலைக் குறி வைத்து முன்னேறினேன். வானில் பளீரென்ற மின்னல். நிலம் அதிர கனத்த இடி. மழை கொட்டத் தொடங்கியது. உயிர் பெற்ற மண் உருவாரங்கள் என்னை வழிமறித்தன. நான் ஓட்டத்தை மட்டும் நிறுத்தவில்லை. இப்படி எதற்காக ஓடி வருகிறேன் என்பதும் புரியவில்லை. காலடியில் மழைநீர் பெருகி வழிந் தோடியது. திடீரெனத் துப்பாக்கி வெடிக்கும் சப்தம். ஆகாயத்தில் தீப்பிழம்பு தோன்றி மறைந்தது. இடைக்கச்சையில் துப்பாக்கியைச் சொருகியபடி எட்வின் துரை குறுக்கே வந்து நின்றார். நான் பெருமூச்சு அடங்காமல் துரையையே பார்த்தேன். துரையின் கண்கள் சட்டென மூடிக்கொண்டன. நிலத்தில் சரிந்து விழுந்தார்.

என். ஸ்ரீராம் | 99

மழைத்துளிகள் அடர்வு கொண்டன. துரையின் மண் உருவாரம் சிறிது சிறிதாகக் கரைந்து மழைநீரோடு கலந்தது. சற்று நேரத்தில் துரை இருந்த சுவடே தெரியவில்லை. மற்ற மண் உருவாரங்கள் இயல்பு நிலைக்குத் திரும்பி என்னை நெருங்கி வந்து வட்டமிட்டு நின்றன. அவையும் மழைநீரில் கரைந்து காணாமல் போயின. அந்த இடமே வெறுமையாயிற்று. நான் மட்டும் தனித்து நின்றேன். மழை வலுத்துப் பெய்தபடியே இருந்தது. உச்சி வானிலிருந்து துரையின் குரலில் அசரீரி கேட்டது.

“படைப்பென்று எதுவுமில்லை... அழிவென்று எதுவுமில்லை...”

அசரீரி எட்டுத்திக்கிலும் எதிரொலித்தபடியே இருந்தது. திடீரெனக் கருமுகில் வானம் வெளுத்தது. மழை ஓய்ந்தது. அதிக ஒளியுடன் நட்சத்திரங்கள் மின்னின. எங்கும் பகல் போல வெளிச்சம் பரவிற்று. நான் வேகவேகமாக காலடி மண்ணைப் பிசைந்தேன். களிமண் குழைந்து இலகுவானது. துரையின் உருவாரத்தை முதலில் செய்தேன். அடுத்தடுத்து குதிரைகள், யானைகள், ஆடுகள், மாடுகள், பாம்புகள் என உருவாரம் கொண்டன. மனித உருவாரங்களும் முழுமை பெற்றன. மீண்டும் உச்சி வானில் இருந்து துரையின் குரலில் அசரீரி கேட்டது.

“ படைப்பென்று எதுவுமில்லை... அழிவென்று எதுவுமில்லை... ”

மண்திண்ணையில் படுத்திருந்த நான் விழித்தெழுந்தேன். என் நெடுமூச்சு இன்னும் அடங்கவில்லை. வெளியே இருள் பிரியாத வைகறை. பனையோலைக் கூரையில் கூடுகட்டியிருந்த வானாஞ்சிட்டுகள் முனகின. நான் கனவின் பிரமிப்பில் இருந்து மீளாமல் உட்கார்ந்திருந்தேன். அறுபது வருடங்களுக்குப் பின்னால் இரண்டாவது முறையாக இந்தக் கனவைக் காண்கிறேன். இந்தக் கனவின் தாத்பரியத்தை உள்ளுக்குள் உணர ஆரம்பித்தேன். இந்தக் கனவு என் வாழ்வில் ஏதோ ஒரு மாற்றத்தின் அறிகுறி என்பது புரிந்தது.

நேரம் கடந்தது. சூளைச் சுவரில் அணைந்திருந்த சேவல்கள் கூவத் தொடங்கின. சூளைச்சாம்பலின் வாசனை குளிர்வாடைக் காற்றில் கலந்து வந்தது. களிமண் குத்தாரிகள் காய்ந்து வெடிப்புண்டு கிடந்தன. இந்த மாகாளியம்மன் சாட்டுக்கும் நூற்றுக்கு அதிகமான மண் உருவாரங்கள் செய்து கொடுக்கச் சொல்லி ஊர்சனங்கள் வேண்டியிருக்கிறார்கள். தொண்ணூறு வயதில் தனியொருவனாய் மண் உருவாரங்களைச் செய்ய முடியுமாயெனத் தெரியவில்லை.

நான் விரைசலாக வீதியில் இறங்கி நடந்தேன். ஊரின் இயக்கம் இன்னும் தொடங்கவில்லை. நிழலி ஆற்றங்கரை மேடேறி மாகாளியம்மன் சன்னதி முன்புபோய் நின்றேன். இருமருங்கும் நேர்த்திக்கடன் செலுத்தப்பட்ட பழைய மண் உருவாரங்கள் வரிசையிட்டு நின்றன. வண்ணம் மங்கி, முற்றிலும் உதிர்ந்து போய், பாசி படிந்து கிடந்தன. எப்போது வேண்டுமானாலும் விழுந்துவிடலாம் என்கிற நிலையில் சில உருவாரங்கள் இருந்தன. மனித உருவாரங்கள் சிலவற்றிற்குத் தலை புண்டுபோய்த் தொங்கின.

நான் எட்வின் துரையின் உருவாரத்திற்கு முன்புபோய் நின்றேன். முறுக்கிய மீசை, இறங்கிய கிருதா, தீட்சணமான கண்கள் என துரை காலத்தால் சிதைவுறாமல் கம்பீரமாகவே நின்றார். நான் அதன் முன்பான தரையில் அமர்ந்து பார்த்தபடியே இருந்தேன். கீழ்வானம் வெளுத்து வெளிச்சம் பரவிக்கொண்டிருந்தது.

இரண்டாம் உலக யுத்தம் தீவிரமாக நடைபெற்றுக்கொண்டிருந்த நேரம். அப்போது எனக்குப் பதினான்கு வயது. அம்மா இறந்து பத்து தினங்கள் கூடப் பூர்த்தியாகவில்லை. வெள்ளைக்கார எட்வின் துரையின் உதவியாளராகப் பணிபுரிந்த அப்பா அவசரமாகத் துரையுடன் வெளியூர் புறப்பட வேண்டிய சூழல். மதராசில் என்னைத் தனியாக விட்டுப்போக அப்பாவுக்கு மனமில்லை. கூடக் கூட்டிக்கொண்டே கிளம்பினார். எட்வின் துரையின் ஜீப்பில் தென்மேற்குத் திசையை நோக்கிய பயணம்.

ஜீப்பின் முன் பகுதியில் அமர்ந்திருந்த எட்வின் துரை குடுவை யிலிருந்து மதுவை ஊற்றிக் குடித்தபடியே வந்தார். அவ்வப்போது உடம்பு வலியால் துடித்தார். சில நேரங்களில் கைகால்கள் மரத்துப்போய் செயலற்றுக் கிடந்தார். துளியும் உறக்கம் வருவதில்லை. மாதக்கணக்காக இந்த விநோத வியாதியால் பீடிக்கப்பட்டு அவதியுறுவதாக அப்பா சொன்னார். அப்பாவும் துரை அருகில் அமர்ந்து துரையை ஆசுவாசப் படுத்தியபடியே வந்தார். கருங்கல் ஜல்லி பரப்பிக் கிடந்த மண் சாலையில் ஜீப் குலுங்கிகுலுங்கி சென்றபடியே இருந்தது. ஏரிப்பாசனம் கொண்ட நெல் வயல்களையும், ஏற்றம் இறைக்கும் கிணற்று நீர்ப்பாசன விளைநிலங்களையும் ரசித்துக்கொண்டே நான் ஜீப்பின் பின்பகுதியில் அமைதியாக அமர்ந்து வந்தேன். ஆனாலும் வலி பொறுக்க முடியாத துரையின் கதறல் எனக்கு அச்சத்தை ஏற்படுத்திய வண்ணம் இருந்தது. வேதனை அதிகமாகும் தருணங்களில் துரை அப்பாவையும் ஓட்டுநரையும் கெட்ட வார்த்தையில் திட்டினார்.

அப்பாவோ வருத்தம் சிறிதும் காட்டாமல் தொடர்ந்து துரையை ஆறுதல்படுத்தியபடியே வந்தார்.

“துரை அவர்களே... இன்னும் இரண்டு நாளில் பாலக்காடு சென்று விடலாம்... அங்கு மூலிகை வைத்தியம் பார்த்தவுடனேயே உங்கள் உடல் வலி நீங்கி நல்ல உறக்கம் வந்துவிடும்... கவலைப்படாதீர்கள். ”

அன்று சாணி மெழுகிய களத்துமேடு ஒன்றில் அப்பா துரைக்கான கூடாரத்தைக் கட்டினார். சுற்றிலும் தினையும், வரகும் விளைந்து அறுவடைக்குத் தயாராக இருந்தன. துரை தன் குழல் துப்பாக்கியை எடுத்துக்கொண்டு வேட்டைக்குக் கிளம்பினார். துணைக்கு நான் போனேன். கூடாரத்தில் இருந்து தெற்கே அரை மைல் தூரம் நடந்தபின் மலைக்கரடு வந்தது. விடத்தலான் மரங்களும், அத்திக் கள்ளிகளும் நிறைந்த பாறைகளின் இடையே துரை மேல்நோக்கி நடந்தார். அந்தி மஞ்சள் வெய்யிலினூடே இலையுதிர்கால மரங்களின் சருகுகளிடையே முள்ளம்பன்றிகளும், முயல்களும் தாவித்தாவி ஓடின. செம்போத்துகள் குரலிட்டபடியே மரம் விட்டு மரம் பறந்து போயின. துரையினால் குறி பார்த்து எதையும் சுட முடியவில்லை. தொடர்ந்து தோற்றபடியே இருந்தார். எனக்குச் சலிப்பு ஏற்பட்டது. இதை உணர்ந்துகொண்ட துரை என் அருகில் வந்து சிரித்தார். துரை தமிழிலேயே பேசினார்.

“நான் சிங்கம் புலிகளைத் தனியாளாக வேட்டையாடியவன்... இவற்றைச் சுடுவது எனக்குச் சுலபமான காரியம்... நான் வேண்டு மென்றேதான் குறி தவறிச் சுட்டேன்... உயிரின் மரணம், உடல் வலியின் ரணம் இப்போதுதான் எனக்குப் புரிய ஆரம்பித்திருக்கிறது...”

நான் துரையையே விளங்காமல் பார்த்தேன்.

“என் மனைவியும் குழந்தைகளும் லண்டனில் வசிக்கிறார்கள்... நான் கப்பலில் அங்கு போய்ச் சேர முப்பது நாட்களுக்கு மேலாகும்... அதுவரை நான் உயிரோடு இருக்கணும்... அதுக்கான வைத்தியத்தைத் தேடித்தான் இந்தப் பயணம்...”

துரை என் தோளில் கை போட்டுக்கொண்டு மலைக்கரடிலிருந்து கீழே இறங்கினார். இருவாட்சிகள் தலைக்கு மேலே பறந்து போயின. நாங்கள் கூடாரத்துக்கு வந்து சேர்ந்தபோது இருட்டிவிட்டது. காடாவிளக்கு வெளிச்சத்தில் உட்கார்ந்து நாங்கள் அப்பா சமைத்திருந்த நாட்டுக்கோழிக் கறிக்குழம்பைத் தினையரிசி சாதத்துக்கு ஊற்றிப் பிசைந்து சாப்பிட்டோம். முன்னிரவு கடந்தது. மதுவை அதிகமாகக் குடித்திருந்த போதும் துரைக்குத் துளியும் தூக்கம் வரவில்லை. மேலும்

உடம்பு வலியால் துடித்தார். அப்பா எழுந்துபோய் துரைக்கு முள்எலி தைலத்தைத் தேய்த்து நீவிவிட்டுக்கொண்டே இருந்தார். நானும் ஓட்டுநரும் வெந்நீர் ஒத்தடம் கொடுக்கும் வேலையில் இறங்கினோம். துரை மெல்லக் கண்ணயர்ந்தார். எங்களுக்கு நிம்மதி ஏற்பட்டது.

அந்த நேரம் கூடாரத்தின் அருகில் செல்லும் மண்பாதையில் திடீரெனக் கொம்புகள் முழங்கின. கொட்டுமுழக்கு விசைகொண்டு அடிக்கப்பட்டது. தீவட்டி வெளிச்சத்தில் சனக்கூட்டம் மண் குதிரைகளைச் சுமந்து போய்க்கொண்டிருந்தனர். சிலர் பாடல் பாடிய படியும், கொட்டிசைக்கு ஏற்றபடி நடனமாடிக்கொண்டும் போயினர். துரை சட்டெனத் தூக்கம் கலைந்து எழுந்தார். நீண்ட நாட்கள் கழித்து உறங்கிய சந்தோசம் எல்லாம் நொடியில் மறைந்துவிட்டது. எழுந்து கூடாரத்திற்கு வெளியே வந்த துரை கோபத்துடன் எங்களைப் பார்த்தார்.

“முட்டாள்களே... என்ன சத்தம் இது... ? ”

அப்பா தலைகவிழ்ந்து கொண்டு தயங்கியபடியே பேசினார்.

“துரை அவர்களே... அருகில் இருக்கும் மாகாளியம்மன் கோவிலின் திருவிழாவிற்கு நேர்த்திக்கடன் செலுத்த மண் உருவாரங்களைக் கொண்டு செல்கிறார்கள்... ”

துரை யோசித்துக் கொண்டு சற்று நேரம் நின்றார். அதற்குள் இன்னொரு சனக்கூட்டம் முன்பு போலவே யானை உருவாரங்களை சுமந்து கொண்டு போனது. அதன்பின்பு மாட்டு உருவாரங்களையும், ஆட்டு உருவாரங்களையும் சுமந்தபடிப் போனது. எட்வின் துரை வெகுண்டெழுந்தார். கூடாரத்துக்குள் ஓடி குழல் துப்பாக்கியைத் தூக்கிக்கொண்டு வெளியே வந்தார். பூட்ஸை அணிந்துகொண்டு, கெட்டவார்த்தையில் திட்டியபடி அந்தச் சனக்கூட்டத்தை நோக்கியபடி ஓடினார். நாங்களும் துரையைப் பின்தொடர்ந்து இருளில் ஓடினோம். முழங்கால் அளவு நீரோடிய நிழலி ஆற்றைக்கடந்து அந்தச் சனக்கூட்டம் அக்கரை மேடேறிக் கொண்டிருப்பது தீவட்டி வெளிச்சத்தில் தெரிந்தது.

நாங்கள் பயத்துடனேயே சப்தமிட்டுக்கொண்டு துரையைத் தடுத்து நிறுத்த முயன்றோம். அதற்குள் துரையும் ஆற்று நீரில் இறங்கி அக்கரை மேடேறி ஓடினார். கல்விளக்கு வெளிச்சத்தில் திருவிழாக்கோலம் பூண்டிருந்த மாகாளியம்மன் முன்பு ஆயிரக்கணக்கில் சனங்கள் கூடியிருந்தனர். துரை துப்பாக்கியை நீட்டி வானத்தைப் பார்த்துச் சுட்டார். மண் உருவாரங்களை இறக்கி வைத்துக்கொண்டிருந்த

சனக்கூட்டம் பயந்து நாலாத்திக்கிலும் சிதறியது. கொம்பின் முழக்கமும், கொட்டுச்சத்தமும் சட்டென அடங்கின. மேலும் துரை துப்பாக்கியை நீட்டி சனங்களைக் குறி பார்த்தபடியே கத்தினார்.

“என்னைத் தூங்கவிடாத இந்தச் சத்தத்தை இனி நான் ஒருபோதும் கேட்கக் கூடாது... மீறினால் சுட்டுப் பொசுக்கிவிடுவேன்... ”

அச்சமயம் தீபாராதனைத் தட்டேந்திய பூசாரி துரையின் எதிரில் வந்து நின்றார்.

“இது மாகாளியம்மன் சாட்டு தொரை... வருசத்துக்கு ஒருமுறை வருவது... பாதியில் நிறுத்தக் கூடாது... தெய்வக் குத்தத்துக்கு ஆளாவோம்... ”

அடுத்த கணம் பூசாரியின் வலது தொடையைத் துப்பாக்கிக் குண்டு துளைத்தது. பூசாரி வீறிட்டு அலறியபடி நிலத்தில் விழுந்து வலியால் துடித்தார். துரை கோபம் தீராமல் கர்ஜித்தார்.

“என்ன துணிச்சல் இருந்தால் என்னை எதிர்த்துப் பேசுவாய் நீ... ”

சனக்கூட்டம் ஒடுங்கிப்போய் நின்று அச்சத்துடன் பார்த்தபடி இருந்தது. துரை குழல் துப்பாக்கியைத் தோளில் மாட்டிக்கொண்டு கூடாரத்தை நோக்கி நடக்கத் தொடங்கினார். கோவில் வளாகம் எங்கும் பேரமைதி. நாங்கள் என்ன செய்வதென்று தெரியாமல் தவித்தோம். கொஞ்ச நேரம் அங்கேயே மௌனமாய் நின்றுவிட்டுக் கூடாரத்தை நோக்கித் திரும்பினோம். நிழலி ஆற்றங்கரை வரும் வரை யாரும் யாரோடும் எதுவும் பேசிக்கொள்ளவில்லை. நீர் சுழித்தோடும் சிறு ஓசை மட்டுமே கேட்டது. தூரத்தில் நீலத்தாழைக் கோழிகள் கூவின. நீர் மத்தியில் யாரோ தத்தளிப்பது தெரிந்தது. நாங்கள் அருகில் சென்று பார்த்தோம். துரை நடுங்கியபடி நின்றிருந்தார். அப்பா துரையின் கைகளைப் பற்றினார்.

“என்னாச்சு துரை... ? ”

“என் கண்பார்வை திடீரெனப் பறிபோய்விட்டது...”

“துரை அவர்களே நான் சொல்வதைக் கொஞ்சம் கேட்கனும்... இந்த மாகாளியம்மன் சக்திவாய்ந்த தெய்வம்... அவளது சாட்டினை நீங்கள் நிறுத்தியதோடு மட்டுமல்லாமல் பூசாரியையும் சுட்டு வீழ்த்தியிருக்கிறீர்கள்... உக்கிர அம்மனான மாகாளி தண்டனையாக உங்கள் கண்பார்வையைப் பறித்துக்கொண்டாள்...”

"இதை நம்பச்சொல்கிறாயா முட்டாள்... எனக்குத் தெரியும் என்னை எப்படிக் காப்பாற்றிக்கொள்வதென்று... முதலில் என்னைக் கூடாரத்திற்கு கூட்டிப்போ நாயே... "

நாங்கள் துரையால் இன்னும் என்ன அபகீர்த்தி நேருமோ என்கிற பீதியுடனேயே அந்த இரவைக் கழித்தோம். விடிந்தவுடன் நானும் அப்பாவும் மட்டும் மாகாளியம்மன் கோவிலுக்கு சென்றோம். எங்களைக் கண்டதும் ஊர்சனங்கள் உடனே வந்து கூடிவிட்டனர். சாட்டு நின்று போனதில் அவர்கள் முகத்தில் வருத்தம் தொனித்தது. பூசாரி உயிர் பிழைத்துக்கொண்டதாகவும், நாட்டுவைத்தியர் வீட்டில் சிகிச்சை பெறுவதாகவும் தகவல் தெரிவித்தனர்.

கூடாரத்துக்குத் திரும்பியதும் அப்பா ஊரின் நிலைமையைத் துரைக்குத் தெரிவித்தார். கண்பார்வை பறிபோன அச்சத்தில் இருந்த துரை சிறிது நேரம் யோசித்துவிட்டுக் கேட்டார்,

"இப்ப நான் என்ன செய்யனும்...?"

"பெரிய மனசு பண்ணி... நீங்க நின்று போன கோவில் சாட்டை நடத்த ஏற்பாடு செய்ய வேண்டும்..."

"அப்படிச் செய்தால்... ? "

"மாகாளியம்மன் உங்களுக்கு பறிபோன கண்பார்வையைத் திரும்ப வழங்குவாள்..."

துரை மேலும் சிறிது நேரம் யோசித்தார். பின் ஜீப்பில் ஏறி ஓட்டுநருக்குக் கட்டளையிட்டார்.

"விரைவாக மாகாளியம்மன் கோவிலுக்கு போக..."

ஜீப் மாகாளியம்மன் கோவிலை அடைந்தபோது கோவில் ஆள் அரவமின்றிக் கிடந்தது. துரையைக் கண்டு பயந்த ஊர்சனங்களும் வீடுகளுக்குள் பதுங்கிக்கொண்டனர். அப்பாவும், ஓட்டுநரும் வீதி வீதியாகச் சென்று ஊர்சனங்களைச் சமாதானப்படுத்தி அழைத்து வந்தனர். துரை ஊர்சனங்களிடம் பேசினார்.

"என்னை மன்னித்துவிடுங்கள்... திருவிழாவை நிறுத்த வேண்டாம் தொடர்ந்து நடத்துங்கள்... "

ஊர்சனங்கள் உற்சாகம் அடைந்தனர். உடனேதுரைநாட்டுவைத்தியர் வீட்டுக்குச் சென்று பூசாரியிடமும் மன்னிப்பு கேட்டார். பூசாரி நெகிழ்ந்து போய்விட்டார்.

“துரை… இந்த ஊரிலேயே தங்கியிருங்கள்… சாட்டின் எட்டாம் நாள் மாவிளக்கின் போது எங்க மாகாளிக்கு ஒரு கண்ணடக்கம் செஞ்சு வெக்கிறதா வேண்டிக்குங்க… மாகாளி நிச்சயம் உங்களுக்குக் கண்பார்வையைக் கொடுப்பாள்… ”

“நான் தூங்கி நீண்ட நாட்களாயிற்று… உடல் வலியும் உயிர் போகிறது… அதற்கு என்ன செய்ய வேண்டும்…?”

“அப்படியானா… உங்களப் போல உருவாரமொன்னு செஞ்சு வைக்கிறதா வேண்டிக்கிங்க…”

மீண்டும் மாகாளியம்மன் சாட்டுக்கான ஏற்பாடு தொடங்கியது. ஊர்சனங்கள் மண் உருவாரம் செய்யும் எல்லோரையும் துரையின் முன்பு கூட்டி வந்து நிறுத்தினர். ஆனால், அவர்கள் எட்டு நாளில் மனித உருவாரம் செய்வது சாத்தியமில்லை என மறுத்தனர். துரை ஒரே முடிவாக உடனடியாக உருவாரம் செய்தாக வேண்டும் எனக் கட்டளையிட்டார். மறுநாள் மண் உருவாரம் செய்பவர்கள் துரைக்குப் பயந்து ஊரைவிட்டுப் போய் ஒளிந்துகொண்டதாக எங்களுக்கு தகவல் வந்தது. இந்த இக்கட்டான நிலையை எப்படிச் சமாளிப்பது எனத் தெரியாமல் அப்பா தவித்தார்.

அன்று மதியம் அப்பா என்னை அழைத்துக்கொண்டு மாகாளியம்மன் கோவிலுக்குச் சென்றார். எதுவும் பேசாமல் தீபச்சுடர் தெரியும் மூலஸ்தானத்தையே பார்த்தபடி வெகுநேரம் நின்றிருந்தார். அந்தச் சமயத்தில் ஊரின் மேற்குப்புறத்தில் இருந்து சூளைப்புகை வானை நோக்கி எழும்பிப் பரவிக்கொண்டிருந்தது. நானும் அப்பாவும் புகையைப் பார்த்தபடியே ஊரின் மேற்குப்புறத்திற்கு ஓடினோம். அங்கு மண் உருவாரக் குதிரை ஒன்றுக்கு சூளை வைக்கப்பட்டிருந்தது. வெய்யிலோடு தீக்காந்தலும் சேர்ந்து சுட்டது. அருகில் எண்பது வயதுப் பெரியவர் ஒருவர் வெற்றிலை போட்டுக்கொண்டு அமைதியாக நின்றிருந்தார். தலையில் உருமால். இடுப்பில் அழுக்கு ஒற்றை வேட்டி. அந்தப் பெரியவர் எங்களைக் கண்டதும் சிரித்தபடியே கேட்டார்.

“இன்னும் ஆறு நாள் பாக்கியிருக்கு… துரையோட உருவாரத்த செஞ்சிரலாம்…”

குறுகிய அவகாசத்தில் யாரும் செய்ய முடியாத துரையின் மண் உருவாரத்தை இந்தப் பெரியவரால் மட்டும் எப்படிச் செய்ய முடியும் என்ற எதிர்பார்ப்பு எனக்கு ஏற்பட்டது. நான் அவருடனே இருந்து கொண்டு கவனித்தேன். அன்று சாயங்காலம் வரை அவர் எந்த

வேலையும் செய்யாமல் அமைதியாகவே இருந்தார். இருள் சூழும் வேளையில் சூளைப் பக்கம் போய் உருவாரம் வடிப்பதற்கான களிமண்ணைக் கொட்டி நீர் வார்த்தார். ஈரமண்ணைக் காலால் மிதித்துப் பக்குவப்படுத்தினார். குழைந்து வரும் களிமண்ணில் துரையின் உருவாரம் உருப்பெற்றது. சூளை வைத்து எடுத்த போது நிஜமான துரை கம்பீரமாக நிற்பது போலவே இருந்தது.

எட்டாம் நாள் திருவிழாவின் மதியத்தில் பூசாரி வந்து துரையின் மண் உருவாரத்துக்கு கண் திறக்கும் சடங்கை நிகழ்த்தினார். பின் கொம்பூதலுடனும், கொட்டுமுழக்குடனும் துரையின் மண் உருவாரம் மாகாளியம்மன் கோவிலுக்கு எடுத்துச் செல்லப்பட்டது. கூட்டத்தோடு கூட்டமாக நடந்து வந்த துரையினால் இக்காட்சிகளைக் காண முடியவில்லையே தவிர எல்லாவற்றையும் உணர்ந்தவர் போலக் காணப்பட்டார். இதனிடையே அப்பா பொற்கொல்லர் மூலம் தங்கத்தாலான கண்ணடக்கம் ஒன்றையும் செய்து முடித்திருந்தார். மாகாளிக்குக் காணிக்கைகள் செலுத்தப்பட்டதும். துரைக்குக் கண்பார்வை திரும்பி உடல் பிணி நீங்கிற்று. ஆச்சர்யத்தில் துரை திக்குமுக்காடிப் போனார். விழிக்கடையோரம் நீர் பெருகி வழிந்தது.

மறுதினமே நாங்கள் துரையுடன் மதராசுக்குப் புறப்பட்டோம். விடைபெறும்போது அந்தப் பெரியவர் என்னிடம் கேட்டார்

“நீ என்னவாகப் போற...?”

“நான் படித்து பெரிய வக்கீலாகப் போறேன்...!”

பெரியவர் மேலும் எதுவும் கேட்கவில்லை. சிரித்துக் கொண்டார்.

கோவில் நடை திறக்கும் சப்தம் கேட்டு நான் பிரக்ஞை மீண்டேன். நீர்க்குடத்தைச் சுமந்தபடி நின்றிருந்த பூசாரி என்னைப் பார்த்துக் கேட்டார்.

“என்னங்கய்யா... காலங்காத்தால இங்க வந்து இப்படி உட்கார்ந் திருக்கீங்க... ?”

நான் அவசரமாக எழுந்து நின்றேன்.

“இந்த வருஷம் சனங்களோட வேண்டுதல் அதிகமா இருக்கு... எனக்குத் தெரிய நீங்க உருவாரம் செய்ய இப்பவே ஆரம்பிக்கனும்...”

பூசாரி நடையைத் திறந்து கோவிலினுள் போய்விட்டார். ஏறுவெய் யில் படிந்த மண் உருவாரங்களைப் பார்த்தபடியே கோவிலை விட்டு அகன்றேன். முதன்முறையாகக் கால்கள் தடுமாறின.

பார்வை மங்கியதாய்த் தோன்றியது. வீட்டு வாசலுக்குச் சென்று களிமண்ணைப் பிசைந்த போது விரல்கள் விறைத்துக்கொண்டு வணங்க மறுத்தன. இனி உருவாரம் செய்ய முடியாது என்ற பயம் உள்ளுக்குள் எழுந்தது.

அப்பாவின் நடுங்கும் விரல்களைப் பிடித்தபடியே நான் அமர்ந்திருந்தேன். கண்பீளை அண்டிய அப்பாவின் கண்களிலிருந்து கண்ணீர் திரண்டு விழுந்தது. அப்பா ஏதோ எனக்கு உணர்த்த முயல்வதுபோல் தோன்றியது. மறுநாள் காலையில் கண்மூடி துயில்வது போல அப்பா கிடந்தார். அப்பாவின் ஈமக்காரியங்கள் முடிந்த இரவு எனக்கு ஒரு கனவு வந்தது. நிழலி ஆறும் மாகாளியம்மன் கோவிலும், மண் உருவாரங்களும், துரையின் குரலில் கேட்ட அசரீரியுமாக அந்தக் கனவு விரிந்தது. பதினாறு வருடங்கள் மறந்து போயிருந்த அந்தப் பெரியவரின் ஞாபகம் வந்தது. விடிந்ததும் நான் கிளம்பினேன்.

நெற்றியில் முதுமையின் சுருக்கக்கோடுகளோடு,உற்றுக் கவனித்த படி வெள்ளாட்டுக்கிடாய் உருவாரத்துக்கு ஈரக்களிமண் பூச்சை பூசிக்கொண்டிருந்த அந்தப் பெரியவர் முன்பு போலவே சிரித்தார்.

நான் சொன்னேன்

“எனக்கொரு கனவு வந்தது...”

அவர் மீண்டும் சிரித்தார்

“இப்ப என்ன செஞ்சுட்டு இருக்கற...?”

“மெட்ராஸ்ல வக்கீலா இருக்கிறன்...”

“அப்புறம்...”

“நீதிபதியாவேன்...”

“அதுக்கப்புறம்...”

நான் என்ன சொல்வதென்று தெரியாமல் யோசித்தேன். அவர் மீண்டும் சிரித்தபடியே கேட்டார்.

“அப்ப எதுக்கு இங்க வந்தே...?”

“எனக்கு இங்க வரனும்னு தோனுச்சு...“

“அப்ப சரியான எடத்துக்குத்தான் வந்திருக்க...”

பொழுது கிளம்பி மேலேறியிருந்தது. களிமண் நீரில் சூரிய ஒளி பிரதிபலித்தது. வீதியில் ஒரு கார் வந்து நின்றது. காரில் இருந்து

வெள்ளைக்காரப் பெண் ஒருத்தி இறங்கி என்னை நோக்கி வந்தாள். கைகள் கூப்பி வணங்கினாள்.

"ஐ யாம் சாரா எட்வின்... கிரேட் கிரேண்ட் டாட்டர் ஆப் எட்வின் துரை... ஐ வான்ட் டு லேர்ன் அன்ட் ரிசர்ஜ் எபோட் யுவர் மண் உருவாரங்கள்... "

நான் தெம்புடன் எழுந்து நின்றேன். கனவில் உச்சி வானிலிருந்து துரையின் குரலில் கேட்ட அசரீரி காதில் ஒலித்தது,

"படைப்பென்று எதுவுமில்லை... அழிவென்று எதுவுமில்லை... "

- *(புதிய பார்வை டிசம்பர் - 16 - 31 / 2017)*

நீலவானம்

1

மாடப்புறாக்கள் வான்நோக்கி எழும்பி தொலைதூரத்துக்குப் பறந்து போயின. வரையாடுகள் மிரட்சிகொண்டு கூட்டம் கூட்டமாகக் கலைந்து ஓடத்துவங்கின. சாம்பல்நிற மரஅணில்கள் தொடர்ந்து கிறீச்சிட்டன. கடம்பமரப் பூக்களைத் தழுவி வந்துகொண்டிருந்த தென்றல் காற்றில் திடீரென சந்தனத்தின் நறுமணம் வீசிற்று. பாறையிடுக்கில் விழுந்து கிடந்த காய்ந்த கடம்பமர விறகுகளைச் சேகரித்துக்கொண்டிருந்த இவன் திடுக்கிட்டு நிமிர்ந்து நோக்கினான். குற்றிலுப்பைக் கிளைகளை ஒதுக்கிக்கொண்டு துறவி ஒருவர் வேதகானம் பாடியபடி வடக்குத் திசையில் பயணம் போய்க்கொண்டிருந்தார். காவியுடையணிந்து கையில் கமண்டலமும், தண்டமும் தாங்கியிருந்தார்.

இவன் விறகுகளை அங்கேயே போட்டுவிட்டுப் பாறையிடுக்கிலிருந்து குதித்து, துறவியைப் பின்தொடர்ந்தான். மலையடிவாரத்தை நோக்கிக் கீழிறங்கிய துறவி குறிஞ்சிமலர் பூத்த வனத்துக்குள் நுழைந்தார். அங்கு தர்ப்பைப்புல் வேய்ந்த கூரை கொண்ட மண்சுவர் பர்ணசாலை ஒன்று தனிமையில் இருந்தது. துறவி மகிழம்பூக் கோலமிட்ட வாசற்படி முன்பு போய் நின்றார். நடைக்கு வெளியே இரு வளைக்கரங்கள் நீண்டன. காட்டுக்கனிகளையும் கிழங்குகளையும் துறவிக்குப் படைத்துவிட்டு உள்ளிழுத்துக்கொண்டன. இவன் பலாசமரத்தின் பின்னே மறைந்து நின்றுகொண்டு பார்த்தபடியிருந்தான். துறவி பேசுவது காதில் விழவில்லை. திடீரெனத் துறவியின் குரல் எட்டுத்திசையும் எதிரொலித்தது.

"பத்துத்தலை ராவணன் என்றால் தேவர்களும் நடுநடுங்குவார்கள்... என் மீது காற்று விரைந்து வந்து மோதாது... என் முன்னிலையில் சூரியன் சூடு நிறைந்த தன் கிரணங்களை அடக்கிக் கொள்கிறான்.... என்னைப் பார்த்த மாத்திரத்தில் நதிகள் ஓடாது நின்றுவிடுகின்றன... "

அந்நேரம் பெருங்காற்றில் மரக்கிளைகள் முறிந்து விழுந்தன. மலையெங்கும் கடும்பாறைகள் பெயர்ந்து உருண்டோடின. துறவி பருத்த ராவணரூபம் பூண்டார். ராவணனின் கைவிரல்கள் விரிந்தன. பர்ணசாலையை மண்ணோடு பெயர்த்தெடுத்தான். இடி யோசை எழுப்பிக்கொண்டு அருகில் பறந்த புஷ்பகவிமானத்தில் ஏறினான். வானவெளியின் உயரத்துக்கு போனான்.

"ஆபத்து.... ஆபத்து... காப்பாற்றுங்கள்.... காப்பாற்றுங்கள்... "

இவன் அண்ணாந்து பார்த்துக்கொண்டு கூக்குரலிட்டபடி குறிஞ்சிப் புதர்களைத் தாண்டி தாண்டி ஓடினான். சட்டென அந்தரத்தில் பறந்தான். ஜடாயுவாக வடிவம் எடுத்தான். ஜடாயு புஷ்பகவிமானத்தின் குறுக்கே போய் நின்றது. ராவணன் மீது பாய்ந்தது. கொடும்போர் ஒன்று நிகழ்ந்தது. ஜடாயுவுக்கு அலகு நறுக்கப்பட்டது. கால்கள் ஒடிந்து தொங்கின. சிறகுகள் முறிந்து விழுந்தன. குரல்வளை நெறிக்கப்பட்டது. மூச்சு முற்றிற்று. உயிர் போகும் தருணம்.

ராவண வேஷத்தில் இருந்த மாமா நாடகமேடையிலிருந்து கீழே குதித்தார். கூட்டத்தை விலக்கி இவனை நோக்கி வந்தார். ராவணனின் வலது கையில் சிறு குடில். குடிலுக்குள்ளிருந்து தீனமான குரலில் நிர்மலாவின் கதறல்.

"மச்சான் என்னைக் காப்பாற்றுங்கள்... மச்சான் என்னைக் காப்பாற்றுங்கள்... "

நிர்மலா தொடர்ந்து கதறிக்கொண்டே இருந்தாள். ராவணனின் காலடி பட்டு தரையில் புழுதிப் படலம். நாடகம் பார்த்துக்கொண்டிருந்த ஊர்ச்சனங்கள் அச்சத்தில் நாலாத்திக்கிலும் கலைந்து ஓடினர். கூட்டத்தின் மத்தியில் உட்கார்ந்திருந்த இவனை ராவணன் நெருங்கினார். இவனால் சட்டென எழ முடியவில்லை. ராவணனின் சுண்டுவிரல் இவனை பூமிக்குள் அழுத்தியது. இவன் பெருங்குரல் எடுத்து சப்தமிட்டான்.

"நிர்மலா... நிர்மலா... "

இவனுக்குக் கால்கள் உதறின. யாரோ உலுக்குவதுபோல உணர்ந் தான். கட்டில் கால்மேட்டில் அம்மா நின்றிருந்தாள். இவன் எழுந்து

அமர்ந்தான். சுவாசம் சாந்தமடையவில்லை. இவன் அம்மாவையே பார்த்தான்.

“பொழைக்கற குடியானவன் பொழுது கெளம்பறவெரைக்கும் தூங்கினா... இப்பிடி வெட்டியா கனவு காணவேண்டியதுதான்... . ”

அம்மா முறைத்தபடி சமயக்கட்டுத் திண்ணையேறிப் போனாள்.

❖❖❖

2

தொலைவில் மயில் கூட்டம் அகவிற்று. நெருஞ்சி முட்கள் இறைந்து கிடந்த புழுதிக் காட்டின் ஊடாக ஒற்றைக்கால் தடம் போனது. இவன் நாய்ச்சோற்றுப் போசியைச் சுமந்தபடி நடந்து கொண்டிருந்தான். கனவின் ஞாபகம் நீங்க மறுத்தது. விடியக்காலை கனவு வேறு. பலன் என்னவாக இருக்கும் என அப்புச்சியிடம் கேட்க வேண்டும் என்று நினைத்துக்கொண்டான். எங்கும் ஏறுபொழுதின் வெயில். குருத்துச் சாய்ந்த தென்னைகளின் நிழல்கள் தூண்தூண்களாக மேற்குப் பார்த்து நீண்டு படிந்திருந்தன. காய்ந்த தென்னைமரத்துண்டில் பொந்து தேடி வந்த பச்சைக்கிளிகளும், பனங்காடைகளும் ஒன்றோடு ஒன்று சண்டையிட்டபடி உரத்து குரலிட்டுக் கொண்டிருந்தன.

வடபுறம் பனைச்சால்களுக்கு அப்பால் மாமாவின் தோட்டத்திலும் நெடிய தென்னைகள் மட்டை தொங்கி நின்றன. அதைத் தாண்டி ஊர் வரை எங்கும் மழையற்ற வறண்ட செம்மண்வெளி. கோடைக் காற்றின் அகோர விசை. கடந்த இரு வருடங்களாகவே தொடர்ந்து மழை பொய்த்து விட்டது. கார்மழை, பருவ மழை என எதுவுமே கனத்து இறங்கவேயில்லை. ஒரு தடவைகூட சரிவு வெள்ளம் ஓட மழை பெய்யவில்லை. இலையுதிர்ந்து சொடுங்கி நின்ற பருத்திமார்களிடையே போர்வெல் குழி தென்பட்டது. இவன் சாக்குப் படுதாவை போட்டு மூடி கட்டி வைத்திருந்தான். ஆடி மாத ஆரம்பத்தில்தான் ஆயிரத்து முந்நூறு அடிவரை போர்வெல் ஓட்டினான். வெறும் வறப்புழுதியாகவே போயிற்று. கைக்காசு போக இரண்டு லட்சம் கடனும் ஆகிவிட்டது.

இவன் பருத்திக்குட்டை வரப்பைத் தாண்டி நடந்தான். கிழக்குவெளி ஊர்ப் பக்கமிருந்து எவர் தோட்டத்திலோ போர்வெல் ஓட்டும் சப்தம் வந்தது. இந்தச் சுற்றுவெளி எங்கும் போர்வெல் குழிகள் பெருகிவிட்டன. நிலத்தடி நீரை ஆயிரத்து ஐந்நூறு அடிக்குக் கீழே

கொண்டுபோய்விட்டார்கள். நாள்தோறும் எங்காவது ஒரு தோட்டத்தில் போர்வெல் வண்டி வந்து நின்று ஓடிக்கொண்டேயிருந்தது. தண்ணீர் பொத்ததாகப் பேச்சே இல்லை. தென்னந்தோப்புகளைக் காப்பாற்ற குடியானவர்களுக்கு வேறு மார்க்கமும் தெரியவில்லை.

இவன் தூரத்தில் வருவதைக் கண்டதும் பட்டியக்கிடை செம்மறிகள் கத்தத் துவங்கிவிட்டன. பட்டி செம்மிநாய் சங்கிலியை இழுத்தபடி முன்னங்காலால் மண்ணை வாரியது. தற்போது ஆவணி மாதத்தின் கடைசி வாரம். இதுவரை ஆகாயத்தில் மழைக்கான எவ்வித முகாந்திரமும் இல்லை. கருத்த முகில்கள் கூடிய தருணம்கூட ஏனோ சட்டென மாயமாய் கலைந்துபோய் நீலவானம் தெரிந்தது. செம்மறிகளின் பாடுதான் பெரும்பாடு. வறப்பொருக்கல்களில் எல்லாம் செங்கறையான்கள் ஏறிவிட்டன. ஒருவாய் மேயவே வாய்ப் பேதுமில்லை. மண்ணை உழும்பி செவ்வருகு வேர்களைத் தேடித் தின்றன.

இவன் நேராகத் தொண்டுப்பட்டிக்குச் சென்றான். கல்பண்ணையில் நாய்ச்சோற்றை ஊற்றினான். போர்ப்பட்டறையில் நிலக்கடலைக் கொடி தீர்ந்துவிட்டது. வண்டிச்சாய்ப்புக்குள் குவித்திருந்த விதையடித்த சூரியகாந்தி ரக்குகளும் காலியாகியிருந்தன. இன்று செம்மறிகள் பசியாற என்ன வழியென்றே யோசித்தபடியே சிறிதுநேரம் அப்படியே நின்றான். மீண்டும் செம்மறிகள் கத்த ஆரம்பித்துவிட்டன.

இவன் வண்டிச்சாய்ப்பின் ஏறப்பில் சொருகியிருந்த கொடுவாளை உருவி எடுத்தான். முருங்கைமுட்டியில் வெங்கிக்கல்ப்பொடியை நுணுக்கிப்போட்டுப் பதம் தீட்டினான். பட்டியக்கிடை போய் செம்மிநாயைச் சங்கிலியிலிருந்து கழற்றிவிட்டான். வாலைக் குழைத்த செம்மி கல்பண்ணை நோக்கி ஓடிற்று. இவன் பட்டித்தரம்பைத் திறந்து செம்மறிகளை வெளியே முடுக்கினான். நேராகப் பனைச்சாலடிக்கு போனான். சட்டையைக் கழற்றி இளம்பனங்கருக்கின் மீது வீசிப்போட்டன். வேட்டியை மடித்துத் தாராக்கோவணம் கட்டினான். இடுப்பில் கொடுவாளைச் சொருகிக் கொண்டான். மேலே அண்ணாந்து பார்த்துவிட்டு பச்சைக் குருத்தோலை தெரிந்த பனையொன்றில் தாவி ஏறினான். நெஞ்சில் மரக்கருக்கு படாமல் இருக்க கையின் ஆதரவிலேயே மேலேறினான். பனைக்கு இரண்டு குருத்தோலைகள் விழுந்தன. பசி தாளாத செம்மறிகள் ஓடி வந்து பனையோலைகளைக் கடிக்க முயன்றன.

இவன் நான்காவது பனையில் மேலேறும்போது வடபுறம் மாமா தோட்டத்தைப் பார்த்தான். அப்புச்சி தடியூன்றிக்கொண்டு வரப்பில்

தெற்கே வந்துகொண்டிருப்பது தெரிந்தது. மாமா வீட்டின் முன்பு ஊர்ச்சனங்கள் சிலர் நின்றிருந்தனர். முழுமாதக்கர்ப்பிணியாக இருந்த நிர்மலாவுக்குப் பிரசவம் ஆகியிருக்கக் கூடும் என நினைத்தான். குருத்தோலையைப் பிடித்து அறுக்கும்போது செங்குளவிகள் மொய்த்துக் கடித்தன. காய்ந்து தொங்கிய அடிமட்டையின் நுனியில் வெள்ளைநிறக் கூடெங்கும் செங்குளவிகள் ஒட்டியிருப்பதை அப்போதுதான் கவனித்தான். இவன் அவசரமாகக் கீழே இறங்கினான். செங்குளவிகள் அடிமரம் வரை பறந்து வந்து கொட்டின. அதற்குள் அப்புச்சி கிளுவை வேலிக்கு அந்தப்பக்கமாக நின்று கூப்பிட்டுக்கொண்டே இருந்தார்.

“பாலுக்குட்டி... பாலுக்குட்டி... ”

செம்மறிகள் பனையோலைகளைப் புழுதியில் எட்ட இழுத்துப் போயிருந்தன. தரித்துப்போடும் வரைகூடக் காத்திருக்கவில்லை. இவன் கொடுவாளைப் புழுதியில் வீசிவிட்டுக் கிளுவை வேலிப் பக்கம் போனான். கிளுவை முட்களிடையே அப்புச்சி குலுங்கி குலுங்கி அழுவது தெரிந்தது. இவன் ஒருகணம் குழம்பிப் போனான்.

“என்னாச்சு அப்புச்சி... ”

“நம்ம நிர்மலாவுக்கு சாமத்துல பிரசவவலி எடுத்திருச்சுடா... பிளசர் வந்து தாராபுரம் ஆசுப்பத்திரிக்குக் கூட்டிட்டுப் போச்சு... அங்க முடியாதுன்னுட்டாங்களா... இப்ப கோயமுத்தூர் ஆசுப்பத்திரி போயிருக்கறதா சொல்லறாங்க...”

அப்புச்சி உடைந்துபோய் மேலும் அழுதார். இவன் நிர்மலாவுக்கு ஏதோ ஆபத்து என்பதை மட்டும் உணர்ந்தான். அங்கிருந்து நகர்ந்து புழுதியில் கிடந்த பனை நிழல் ஒன்றில் போய் உட்கார்ந்தான். நிர்மலாவை இந்த நிலைமையில்கூடப் போய்ப் பார்க்க முடியாத சூழலை நினைத்தபோது பெருங்கவலை தொற்றியது. உள்ளுக்குள் அமைதியின்மை பரவிற்று. தொடுவானம்வரை எங்கும் ஒரே மாதிரி கவிந்து கிடக்கும் நீலவானத்தைப் பார்த்தபடியே இருந்தான்.

❖❖❖

3

கோடைக்காலக் கொக்குகள் மேற்கு பார்த்துக் கூட்டம் கூட்டமாகப் பறந்து போயின. வெளித்திண்ணையில் அமர்ந்திருந்த இவனும் நிர்மலாவும் ஒருசேரப் பாடினர்.

"கொக்கே கொக்கே... பூப் போடு...

கோவிலுக்கு வந்து பூப் போடு... "

இருவரும் நகக்கண்கள் தெரியாமல் உள்ளங்கையில் நாம்பிக் கொண்டனர். மூன்று முறை எச்சில் துப்பி, விரல்களை விரித்து நகக்கண்களைப் பார்த்தனர். இவன் நகக்கண் ஒன்றில் வெள்ளைப் பூ விழுந்திருந்தது. நிர்மலா நகக்கண்களில் எதுவுமில்லை. இவன் எழுந்து வாசலில் குதித்துக் குதூகலித்தான். நிர்மலா பெருங்குரலெடுத்து அழத் தொடங்கினாள். நித்யாவை இக்கத்தில் இடுக்கியபடி கணேசனுக்கு நடைவண்டி பழக்கிவிட்டுக்கொண்டிருந்த மாமா கிட்டத்தில் வந்தார்.

"உங்க புருஷம் பொண்டாட்டிச் சண்டையைக் காலங்காத்தாலயே ஆரம்பிச்சுட்டிங்களா... போய் குளிங்க... பள்ளிக்கோடத்துக்கு நேரமாகுது... ""

நிர்மலா பின்கட்டுக்கு ஓடி இவன் குளிக்க சுடுதண்ணீர் காயவைத் தாள். உடுத்துவதற்கு பள்ளிச் சீருடை எடுத்து வைத்தாள். அதன்பின்பு நிர்மலா தயாரானாள். அதனால் இன்னும் தாமதமானது. அதற்குள் மாமா வெளித்திண்ணையிலிருந்து மிதிவண்டியை இறக்கியெடுத்து வாசலில் நிறுத்தியபடி மணி அடித்துச் சப்தமிட்டார்.

"வர்றீங்களா... வரலையா... . நா வுட்டுட்டு போகட்டுமா...?"

ஒவ்வொரு நாளும் கேலி செய்வதுபோல அன்றும் அத்தை நிர்மலாவைக் கேலி செய்தாள்.

"அவ எப்படி சீக்கிரம் கௌம்ப முடியும்... புருசனத் தாட்டி உட்டுட்டுத்தானே அவ கௌம்புவா..."

இவனுக்கும் நிர்மலாவுக்கும் வெட்கம் சூழ்ந்தது. நிர்மலா மிதிவண்டியின் முன்னாலும், இவன் பின்னாலும் ஏறி அமர்ந்தனர். அப்போது மாமா தலைமையாசிரியராகப் பணிபுரிந்த சங்கரண்டாம் பாளையம் பள்ளிக்கூடத்திலேயே இருவரும் படித்து வந்தனர். மாமா மிதிவண்டியை வேகமாக மிதித்தார். பருவமழை இறங்காத காலம். புரட்டாசி முடிவுற சில தினங்களே இருந்தன. முந்தின இரவுதான் ஊர்க்கூட்டத்தில் மழை வேண்டி நீலியம்மனுக்குப் பச்சைத்தடுக்குப் பந்தல் வேய்ந்து, பொங்கல் வைத்து, மாவிளக்கு எடுக்க ஏற்பாடாகியிருந்தது. கூலி வளவு ஆட்கள் வீதியை நறுவிசு செய்துகொண்டிருந்தனர். ஊர் கடந்தபின் தார்ப்பாதையில் மிதிவண்டி ஏறிற்று. எல்லாநாளும் போலவே அன்றும் மாமா ராவணன் கதையைத் தொடர்ந்தார்.

“நேத்து எங்கடா விட்டோம்... ...”

“அசோகவனத்துல சீதை ராவணனுக்கு அறிவுரை கூறுவா...”

“அதுக்கு ராவணன் சொல்லறான்... மன்னிக்க முடியாத பேச்சை நீ பகர்கின்றாய்... உன் மீது நான் வைத்திருக்கிற அளவுகடந்த அன்பின் காரணமாக உன் பேச்சை நான் சகித்துக்கொண்டிருக்கிறேன்... எவ்விதத்திலும் நான் உனக்கு இரண்டு மாதம் தவணை தருகிறேன்... அதற்குள்ளாக நீ என் மனைவியாகத் தீர்மானித்து என்னுடன் படுத்துறங்...”

அந்தச் சமயத்தில் வெள்ளை அம்பாசிடர் எதிரில் வந்து வழிமறித்து நின்றது. கதர்க்கடை பெரியவாத்தியார் இறங்கி மிதிவண்டி அருகில் வந்தார். கண் கலங்கியபடி பேசினார்.

“மாப்பிள்ளையை லாரி அடிச்சிருச்சு...”

மாமாவின் முகம் சட்டெனக் கலவரமடைந்தது. விரைவாக இவனையும், நிர்மலாவையும் பள்ளிக்கூடத்தில் விட்டுவிட்டுக் காரில் ஏறிப் போனார். சாயங்காலம் அப்புச்சி வந்து வீட்டுக்கு கூட்டி வந்தார். வீடு நிசப்தம் பூண்டது. அந்த வாரமெல்லாம் மாமா வீட்டுக்கு வரவேயில்லை. நீலியம்மன் சாட்டு முடிந்திருந்த மறுதினம். அந்தி வெளிச்ச நேரம். அதே வெள்ளை அம்பாசிடர் வீதியில் நுழைந்து வாசலில் வந்து திரும்பி நின்றது. முன் கதவைத் திறந்து மாமா இறங்கி பின் கதவைத் திறந்துவிட்டார். தம்பி கணேசனுடன் இறங்கிய அம்மா ஓடிப் போய் திண்ணை வாசற்படி மீது நின்ற அப்புச்சியைக் கட்டிக்கொண்டு அழுதாள். அப்புச்சிக்கும் அழுகை வந்துவிட்டது. கண்கள் தளும்பின.

மாமாவும், கார் ஓட்டுநரும் அப்பாவைத் தூக்கிவந்து வெளித் திண்ணையில் உட்கார வைத்தனர். இவன் அப்போதுதான் அப்பாவைப் பார்த்தான். அப்பாவுக்கு இரு கால்களும் எடுக்கப்பட்டிருந்தன. கார் டிக்கியிலிருந்து மடக்கிய சக்கர நாற்காலி இறக்கப்பட்டது. அன்றிரவு உச்சிவானில் மின்னல் விட்டுவிட்டு மின்னிக்கொண்டிருந்தது. ஆசாரத்துத் தூணில் சாய்ந்து உட்கார்ந்து மழை பெய்வதைப் பற்றிப் பேசிக்கொண்டிருந்த மாமா திடீரென அப்பாவிடம் சொன்னார்.

“மாப்புள்ளே... நீங்க எதற்கும் கவலைப்படாதீங்க... நா பொறக்கும் போதே பெத்தவள முழுங்கிட்டு பொறந்தவன்... தாய்ப்பாலு குடுக்கலையே தவிர... ஒரு தாயா இருந்து என்னை வளர்த்து ஆளாக் கினது எங்கக்கா... அவள இந்த நெலமையில பாக்க என்னால

தாங்க முடியல... எனக்கும் ரெண்டும் பொட்டப்புள்ளைக... இதுக பாலுவுக்கும், கணேசனுக்கும்தான்... இப்பவே இந்த வீட்டையும், தோட்டத்தையும் சீதனமாகக் குடுத்ததாகவே நெனைச்சுக்குங்க... இது ஏதோ நா சாமத்துல உளர்ற வெட்டி வார்த்தையில்ல... நெஜமான வார்த்தை... . ”

இடி இடித்தது. சீமையோட்டுக் கூரை மீது பொட்டு பொட்டென சில துளிகள் விழுந்தன. கருமுகில்கள் கலைந்து போயின. மழை இறங்கவேயில்லை. அந்த வருஷம் பள்ளி அரைப் பரிட்சை விடுமுறை விட்டாயிற்று. தூங்கி எழுந்ததிலிருந்து இருளாகும் வரை இவனும், நிர்மலாவும் சலிக்காத விளையாட்டுத்தான். அன்று கீழ்வானம் செங்காரி கட்டியிருந்தபோதே இருவரும் எழுந்து ஊர்த் தலைவாசல் கடந்து மந்தைத் தரிசுக்கு ஓடினர். பட்டாம்பூச்சிப் பட்டம் விடும் விளையாட்டு. தரிசுவெளியில் தும்பைகள் அழிவுற்றதால் தேர்ப்பட்டாம்பூச்சிகள் தென்படவேயில்லை. நிர்மலாவின் முகம் சோர்ந்து போயிற்று. உடனே இவன் கேட்டான்.

“அப்ப நாம... தட்டாம்பூச்சிப் பட்டம் விடலாமா... ? “

நிர்மலா புரியாமல் இவனைப் பார்த்தாள். இவன் நிர்மலாவின் கையைப் பிடித்து இழுத்துக்கொண்டு தோட்டத்துக்கு ஓடினான். கிணற்றுமேட்டைச் சுற்றிலும் கொத்தவரைப் பாத்திகள். அதன் ஈரவரப் பெங்கும் புற்களில் ஊசித் தட்டான்கள் ஓடுவதும், பறப்பதுமாக இருந்தன. நிர்மலா ஆள்காட்டி விரலையும், பெருவிரலையும் மெல்ல நீட்டி ஒட்டியிருக்கும் ஊசித்தட்டான்களை லாவகமாகப் பிடித்தாள். இவன் பிடித்த ஊசித்தட்டான்களை செவ்வெறும்புக் குழியில் கொண்டுபோய் வைத்தான். செவ்வெறும்புகள் கடிக்க ஊசித்தட்டான்கள் மீது ஏறிக்கொண்டன. பின் இவன் ஊசித்தட்டான்களைப் பறக்கவிட்டான்.

“எறும்பு ஏரோப்பிளேன்ல... போகுதுடோய்... ”

இவனும், நிர்மலாவும் கைதட்டி ஆர்ப்பரித்தனர். அடுத்ததாக ஊசித்தட்டான்களின் வால் நுனியில் நூலைக் கட்டி பட்டம் பறக்கவிட்டனர். பொழுது மேலேறியிருந்தபோது கடவுப்படல் பக்கம் நின்று அம்மா கூப்பிட்டாள். வீட்டுக்குப் போனபோது டெம்போவில் சாமான்கள் ஏற்றப்பட்டிருந்தன. அதே வெள்ளை அம்பாசிடரில் நிர்மலாவையும் கூட்டிக்கொண்டு மாமா போய்விட்டார். இவனுக்கு விழிகளில் நீர் கோர்த்தது. வீட்டுக்குள் ஓடிப்போய் கட்டிலில் குப்புறப்

படுத்து அழுதான். சற்று நேரம் கழித்து உள்ளே வந்த அம்மா இவன் தலையைக் கோதியபடியே சொன்னாள்.

"மாமாவ காங்கேயம் பக்கந்தானே... மாத்தியிருக்காங்க... சீமைக்கா மாத்திட்டாங்க... . நீ அழக் கூடாது..."

4

மாசி அமாவாசை தினம். இவனைக் கூட்டிக்கொண்டு அப்புச்சி மானாவாரிக் கொறங்காட்டுவெளியில் நடந்தார். ஒரு காட்டுக்கும் இன்னொரு காட்டுக்கும் இடையே இருந்த கிளுவை வேலியில் தொக்கடா இருந்தது. ஏறி ஏறி குதித்து குதித்துப் போனார்கள். வேலாமரங்கள் இலையுதிர்த்த காலம். கல்கூடுகளில் முட்டையிட்டு அடைப்படுத்திருந்த ஆள்காட்டிகள் பறந்து அபயக்குரலிட்டன. சூரியநல்லூர் பெரியதனக்காரர் தென்னந்தோப்பில் கோம்பை நாய்கள் காவலிருந்தன. பண்ணையத்து ஆட்கள் ஈரவாய்க்கால்களில் விழுந்து கிடந்த முற்றிய வறத்தேங்காய்களைப் பொறுக்கி சாக்கிலிட்டுக் கொடுத்தனர். பட்டா வண்டியில் பாரமேற்றி திரும்பி வரும்போது வழிநெடுக அப்புச்சி பெரியதனக்காரரின் பெருமைகளைப் பேசியபடியே வந்தார். தோட்டம் வந்ததும் சாக்கு மூட்டைகளை அவிழ்த்துக் கிணற்றில் கொட்டினார். கார்ப் பருவம் கடந்ததும் இளமஞ்சள் குருத்துகள் முட்டி தேங்காய் கிணற்றின் நீர்ப்பரப்பெங்கும் சிற்றலையில் மிதந்தலைந்தன. அதே வருஷத்தின் முதல் பருவ மழை பெய்யும் தருணம். அப்புச்சி தோட்டத்தின் உத்தியோரம் எங்கும் நாலுமூலை சதுரக்குழி வெட்டித் தென்னம்பிள்ளைகளை நட்டார். குருத்துகள் ஓலை பிரிந்து விரைவாக வளர்ந்தன.

அந்த நாட்களில் அப்பாவும் வீட்டின் வெளித்திண்ணையே கதியெனக் கிடந்தார். வடக்கு பார்த்து உட்கார்ந்து சிவன்மலை முருகனை நினைத்து சதா அருணகிரிநாதரின் கந்தர் அநுபூதி பாடினார்.

"விதிகாணும் உடம்பை விடா வினையேன்
கதிகாண மலர்க்கழல் என்று அருள்வாய்... "

பெரும்பாலும் இந்த வரிகள்தாம் அப்பா வாயிலிருந்து வெளிப்பட்டது. அன்று தென்னம்பாளைகளில் தேன் குடிக்கும் கோதும்பிகள் சில பறந்து போயின. அப்புச்சி இவனை அழைத்துக்கொண்டு தென்னம்பிள்ளைகளை நோட்டம்விட்டார்.

தென்னம்பிள்ளைகள் சில முதல்பாளை விட்டிருந்தது. உடனே இவன் வீட்டுக்கு ஓடிப் போய் இந்த சந்தோசத்தை அப்பாவிடம் தெரிவித்தான். வீதி இடைச் சந்தில் தெரியும் நீலவானத்தை வெறித்தபடியே இருந்த அப்பா திடீரென விரக்தியாகப் பேசினார்.

“மாமனார் ஊட்டுத் திண்ணையில இப்படி மொடவனா மொடங்கிக் கெடக்கறது பெரும் துயரமா இருக்குடா... சில நேரங்கள்ல இந்த உயிர் எதுக்குன்னுகூட தோனுதடா... நீயும், கணேசனும் நல்லா படிச்சு முன்னேறிக்கணும்... உங்க மாமனை நம்பாதீங்க... தென்னம்பிள்ளை காய்க்கு வரும்போது எல்லாம் புடிங்கிட்டு வுட்டுருவான்... . அவன் கொணம் அப்பிடி...”

அப்பா சொன்னதை இவன் யாரிடமும் சொல்லவில்லை. தென்னம் பாளைகள் இளநீராயின. வளர்பிறை ஆறாம் நாளில் இவனும் அப்புச்சியும் கொடுங்கோல் கொண்டு செவ்விளநீர் சிலவற்றைப் பறித்தனர். தங்கரளிப் புதர்வழியில் நடந்து தொரட்டிமரக் கருப்பணசாமி கோவில் போனார்கள். அப்புச்சி வெங்கிக்கல் சாமிக்கு செவ்விளநீரை ஒவ்வொன்றாகப் பொத்து அபிசேகம் செய்தார். நெடுஞ்சாண்கிடையாக விழுந்து வணங்கினார்.

“பஞ்சத்திலும். மழையிலும், காத்திலும் எங்க தென்னம்பிள்ளை குருத்து சாயாம பலமா நின்னு காய்க்கணும் கருப்பராயா... ”

அந்த வாரத்திலேயே மாமா மறுபடியும் மாற்றல் வாங்கிக்கொண்டு ஊருக்கே வந்து சேர்ந்தார். ஞாயிற்றுக் கிழமையில் தோட்டத்தைச் சுற்றிப் பார்த்துவிட்டு வந்த மாமா அப்புச்சியைக் கூப்பிட்டுப் பேசினார்.

“அய்யா... இனி நானே தோட்டத்தை ஓட்டலாமுனு இருக்கேன்... அக்காகிட்ட என்னால சொல்ல முடியாது... நீங்க எப்படியாவது எடுத்துச் சொல்லீருங்க...”

அன்றிரவு விறகுச் சுமையுடன் வீட்டுக்கு வந்த அம்மா அதன்பின்பு தோட்டத்துக்கே போகவில்லை. இவனையும், கணேசனையும்கூட போகவேண்டாம் எனச் சொல்லிவிட்டாள். கூலி வளவுப் பெண்களுடன் சேர்ந்துகொண்டு அமராவதிக் கரைவெளி நெல்வயல்களுக்குக் களை யெடுக்க புறப்பட்டுவிட்டாள். தோட்டம் இல்லாமல் போனது பற்றி அம்மா துளியும் வருத்தப்படவேயில்லை. அதிகாலையில் எந்நேரம் எழுந்திருப்பாள் என்பதே யாருக்கும் தெரியவில்லை. இவனும் கணேசனும் எழும்போது அப்பாவைக் குளிக்க வைத்து, தானும்

குளித்து, சமையல்வேலைகளையும் முடித்துவிட்டு, கூலியாட்களோடு புறப்பட்டுப் போயிருந்தாள்.

அந்த வருஷத்தின் நெல் அறுவடைக் காலம் துவங்கிற்று. கரை வெளியில் இரவெல்லாம் கதிர் அரைக்கும் வேலை மும்முரமாக நடந்தது. இரண்டாம் சாமத்தில் நெல் மொழங்குடன் வீட்டுக்கு வந்த அம்மா குளித்துவிட்டு சலிப்பில் அசந்து தூங்கிவிட்டாள். முதல் சேவல் கூப்பிட வெளித்திண்ணையிலிருந்து அப்பா சப்தமிட்டுக்கொண்டே இருந்தார். அம்மா எழவில்லை. வெகுநேரம் கழித்து தூக்கச் சடைவில் பதில் சப்தமிட்டாள்.

“ஒரு நாளைக்கு கந்தர் அநுபூதி படிக்கலையின்னா முருகர் ஒன்னும் கோவிச்சுக்கமாட்டாரு...”

கோட்டான்கள் துயில் கொள்ளப் போய்விட்ட முன் அதிகாலை. அம்மா வாசல் தெளிப்பதற்காக நடையைத் திறந்து வெளியே வந்தாள். வெளித்திண்ணையில் படுத்துறங்கிக் கொண்டிருந்த அப்பாவைக் காணவில்லை. அம்மா இவனை வந்து எழுப்பினாள். மண் வீதியில் விண்மீன்கள் தருகிற வெளிச்சம். காற்று ஒலிப்பானுடன் மிதிவண்டிப் பால்காரர் போய்க்கொண்டிருந்தார். சக்கரநாற்காலியின் தாரை தெற்குவெளி ஊர்ப் பாதையில் பதிந்திருப்பதைக் கண்டனர். இவனும் அம்மாவும் தாரையைப் பிடித்துக்கொண்டு ஓடினர்.

மானாவாரிக் காடுகள் ஏகாந்தமாய்க் கிடந்தது. சக்கரநாற்காலியின் தாரை அமராவதி ஆற்றுக்குப் போகும் சரிவை நோக்கித் திரும்பியிருந்தது. அம்மா ஒருகணம் நின்று யோசித்தாள். இவனுக்குப் பயமாக இருந்தது. கொழிமணல் தாரையைப் பின்தொடர்ந்தனர். வண்ணாந்துறை சேற்றோர மாக சக்கரநாற்காலி மட்டும் தனியே கிடந்தது. வெள்ளம் மிகுத்த ஆற்றின் நீர்ப்பிரவாகம் பெரும் சலசலப்புடன் ஓடிக்கொண்டிருந்தது.

அம்மா அந்த இடத்திலேயே உட்கார்ந்து அழ ஆரம்பித்துவிட்டாள். அப்பா இறந்துவிட்டதாகவே ஊர்ச்சனங்களும் நம்பினர். சாஸ்திரம் முடிந்து பஞ்சாங்கம் பார்த்தபோது இறந்த நேர நட்சத்திரத்திற்கு மூன்று மாதம் வீடு அடைப்பு. அப்பா தங்கியிருந்த வெளித்திண்ணையில் கம்பந்தட்டும், இலந்தை முள்ளும் வைத்து அடைக்க முடியாது என்பதால் அம்மா தாழியைக் கவிழ்த்து தீபம் போட ஆரம்பித்தாள். அதன்பின்னான நாட்களில் இந்த வெறுமையான வெளித்திண்ணையில் அப்பா உட்கார்ந்து எந்நேரமும் கந்தர் அநுபூதி பாடுவதுபோலவே

இருந்தது. நடுச்சாமத்தில் அம்மா திடீரென எழுந்து போய் இந்த வெளித்திண்ணையில் உட்கார்ந்து அழுதுகொண்டு ஒப்பாரிப் பாடல் பாடுவதைக் கண்டான். அப்படியான ஒரு அகால தருணத்தில் இவனும் எழுந்து வெளித்திண்ணைக்குப் போனபோது அம்மா ஆற்றாமையுடன் பேசினாள்.

“பாவி முண்டே… நானே உங்கப்பனைக் கொன்னு போட்டேன்டா… எனக்கு எங்க போனாலும் இந்த ஜென்மத்துல விமோச்சனம் இல்லடா…”

இவனுக்கும் கண்ணீர் பெருகிற்று. அப்பாவுக்கு வீடு அடைப்பு நீங்கிய தினம். அப்புச்சி ஒறம்பறைச்சனங்கள் எல்லோரையும் இருக்கச் சொன்னார். மாமாவைக் கூப்பிட்டுப் பேசினார்.

“இந்த வூடு, காடு, தோட்டம் எல்லாம் நாந்தோனி சம்பாதிச்சது… எம்புள்ள வெறும்முண்டையா மூளியாகி நிற்கறதப் பாத்துட்டு என்னால சும்மா இருக்க முடியாது… இன்னிக்கு உங்க முன்னால தோட்டத்த செரிபாதியா பங்கி ஒரு பங்கை அம்மினி பேருக்கு எழுதி வைக்கப் போறேன்… இப்ப நீ பங்கு பங்கி வைடா…”

மாமா சூழலைப் புரிந்து கொண்டார். தோட்டத்தைக் கிழமேற்காக பிரித்துப் பங்கி வைத்தார். அம்மா தென்புறப் பங்கில் நின்று கொண்டாள். மாமா வீட்டையும் வேண்டாம் எனச் சொல்லிவிட்டு அத்தை வீட்டு சவ்வாரி வண்டியில் போய் ஏறிக்கொண்டார். அத்தை நிர்மலாவையும், நித்தியாவையும் இழுத்துக்கொண்டுபோய் வண்டியில் ஏற்றினாள். கடைசியாக அப்புச்சி வண்டியில் ஏறப் போனார். அத்தைக்குக் கோபம் வந்தது. ஆவேசமாகக் கத்தினாள்.

“ஆற மூய்க்கறதுக்கு மறுக்காவும் எங்ககூட வர்றே பாங்கிழவா… போய் புள்ளையக் காப்பாத்து போ… இனி நா சோறு போடுவேன்னு கனவு கண்டிராதே…”

சவ்வாரி வண்டி கிளம்பிற்று. ஒறம்பறைச்சனங்களும் கலைந்தனர். அப்புச்சி வாசலிலேயே நின்றுகொண்டிருந்தார். இவன் போய் அப்புச்சியின் கையைப் பிடித்து வெளித்திண்ணைக்கு அழைத்து வந்தான். அதன்பின்பு அப்பா உட்கார்ந்து கிடந்த இடத்தில் அப்புச்சி உட்கார்ந்துகிடந்தார். ஆடியில் மாமா ஆட்களைக் கூட்டிவந்து தோட்டத்தின் நடுவே நீளமாகக் கிளுவை வேலி நட்டார். தோட்டம் இரண்டாகப் பிரிந்து விட்டது. ஆவணி போய் புரட்டாசி வந்தது. அம்மா கழுத்து நகைகளைக் கழற்றிக் அப்புச்சியிடம் கொடுத்தாள்.

மறுநாளே அப்புச்சி வீராச்சிமங்களம் ஆசாரியிடம் நகைகளை விற்று பணத்துடன் வந்தார். இவனையும் அழைத்துக்கொண்டு கன்னிவாடிச் சந்தை போய் பதினெட்டு செம்மறிப் பிரவைகளை வாங்கி தோட்டம் ஓட்டி வந்தார். மின்னமார் அடுக்கி, பட்டித் தரம்பு கட்டிச் சேர்த்தார். அந்த வருஷத்தின் கார்காலத்திலேயே பிரவைகள் சினை பிடித்து ஈத்து ஈனின. பட்டி பெருகிற்று.

❖❖❖

5

வனச்சோலைக்குள் மேற்குத்திசையிலிருந்து விசைக்காற்று வீசிற்று. நாவல்மரக் கிளைகள் அசைவுற்று கனிகள் உதிர்ந்தன. மண்ணில் விழுந்த கனிகளை இவன் மூங்கில் கூடையில் சேகரித்துக்கொண்டிருந்தான். அந்த நேரம் பருத்துக் கொழுத்திருக்கின்ற வானரம் ஒன்று வனச்சோலைக்குள் இருந்திருந்தாற்போல் பிரவேசித்தது. கனிமரங்களை வேரோடு பிடுங்கித் தூர எறிந்தது. கடும்பாறைகளைப் பெயர்த்து உருட்டி விளையாண்டது.

இவன் சட்டென ஜம்புமாலீ ராட்சசனாக உருவம் மாறினான். வானரத்தின் எதிரில் போய் நின்றான். மூர்க்கமான போர் மூண்டது. இரவு பகல் என மாறிக் காலம் கடந்தது. ஜம்புமாலீ களைப்படைந்தான். வானரம் இவன் கால்களைப் பிடித்துச் சுழற்றி ஆகாயத்தில் உயரே வீசிற்று. சமுத்திர உப்புநீருக்குள் போய் விழுந்தான். ராட்சச முள் மீன்கள் நெருங்கி வந்தன. உயிர் பயத்தில் அலறினான். மீனின் கூரான பற்கள் இவன் சதையைக் கிழித்தன. ரத்தம் கடல் நீரில் கலப்பதைப் பார்த்துக்கொண்டே இருந்தான்.

இவன் துர்க்கனவு கண்டு திடுக்கிட்டுக் கண்விழித்தான். காக்கைகள் கரையும் ஓசை கேட்டது. வெளியே பளபளவென விடிந்திருந்தது. இவன் அவசரமாக எழுந்து கிளம்பினான். பன்னிரண்டாம் வகுப்பு கணக்குத் தேர்வு. ஏனோ பயம் தோன்றியது. இவன் சாப்பிட வட்டில் முன் அமர்ந்தபோது துர்க்கனவு பற்றி அம்மாவிடம் சொன்னான். அம்மா சாதத்தை பரிமாறிக்கொண்டே சிரித்தாள்.

“உனக்கு எப்பப் பார்த்தாலும் பரிச்சையப்ப கனவுதான்... நல்லதே நடக்கும்... ஒழுங்கா எழுதிட்டு வா...”

அந்த நேரம் வெளிநடைப் பக்கம் பேச்சு சப்தம் கேட்டது. முந்தானையில் ஈரக்கையைத் துடைத்துக்கொண்டு அம்மா எழுந்து போனாள். மாமா,அத்தை, நித்தியா என உள்ளே வந்தார்கள். மாமா

ஆசாரத்துக் கட்டிலில் அமர்ந்தபடியே இவனிடம் பேசினார்.

"முழுப்பரிச்சையில ஆயிரத்துக்கு மேலே எடுத்திருவியா...?"

"ம்ம்ம்..."

"டீச்சர் ட்ரெயினிங் சேத்தி... உன்னை என்னை மாதிரி ஒரு வாத்தியாராக்கனுமுன்னு நீ பொறந்ததிலிருந்தே எனக்கொரு கனவு.... அப்படியே நிர்மலாவையும் டீச்சராக்கி உங்க ரெண்டு பேருக்கும் முடிச்சுப் போட்டு வெச்சிர ஆசை..."

இவன் பதில் பேசாமல் பள்ளிக்குப் புறப்பட்டுப் போனான். ஏறுபொழுது வெயில் கண்ணைக் கூச மிதிவண்டியில் கிழக்கு பார்த்துப் போகும்போது விவரிக்க முடியாத ஒருவித உற்சாகம் பீறிட்டது. தேர்வு முடிந்து மதியம் வீடு திரும்பும்போது அம்மா பண்டாரத்தோடு சேர்ந்து பூந்திலட்டு பிடித்துக்கொண்டிருந்தாள். அப்பாவின் வெள்ளை வேட்டியில் சிமிழ் சிமிழாய் லட்டுக்கள். இருட்டியதும் இவனும், அம்மாவும் பலகாரத்துடம் மாமா தோட்டம் போனார்கள். கணேசன் நித்தியாவுடன் வீட்டு வாசலில் விளையாண்டு கொண்டிருந்தான். இவன் நிர்மலாவைத் தேடினான். நிர்மலா தட்டுப்படவில்லை. ஒறம்பறைச்சனங்கள் திரண்டுவிட்டனர். மறுநாள் விடியக் கருக்கலிலேயே நிர்மலாவுக்கு மனை வைத்து தண்ணீர் ஊற்றி, சீர் செய்தனர்.

அன்று இளமதியம் தோட்டத்துக்கு இடையே நடப்பட்டிருந்த கிளுவை வேலியில் மாமா கடவு வெட்டிவிட்டார். அப்புச்சி வடபுறம் போய்த் தங்கிக்கொண்டார். இவன் தேர்வில் தோல்வி அடைந்தான். ஆங்கிலத்திலும், கணிதத்திலும் போய்விட்டன. இவனுக்கு மாமா முகத்தில் விழிக்க வெட்கமாக இருந்தது. அம்மா திட்டியதால் வேறு வழியில்லாமல் மாமாவைப் பார்க்க வடபுறம் போனான்.

திண்ணை வாசற்படியில் மாமா கதை சொல்லிக்கொண்டிருந்தார். அன்றும் ராவணன் கதைதான். பந்தலுக்கடியில் நித்தியா, நிர்மலா, கணேசன், ஊர்க்குழந்தைகள் சிலர் என நிறையப் பேர் அமர்ந்து கவனத்துடன் கதை கேட்டனர்.

"வெற்றி வீரனாக இந்திரஜித் தன் தந்தை ராவணனிடம் வந்தான்... இராமனையும், லட்சுமணனையும் தான் கொன்றுவிட்டதாகத் தெரிவித்தான்... அச்செய்தியைக் கேட்ட ராவணனுக்கோ மட்டில் அடங்காத மகிழ்ச்சி உண்டாயிற்று... செயற்கரிய செயலை இந்திரஜித் சாதித்ததற்காக மனமார ஆசி கூறினான்..."

கதை விரிந்தது. இவன் தயக்கத்துடனேயே பந்தக்காலைப் பிடித்தபடி வெகுநேரம் நின்றிருந்தான். மாமா இவனை ஏறெடுத்தும் பார்க்கவில்லை. அதன்பின்பு இவன் மாமா வீட்டுக்குப் போவதையே நிறுத்திக்கொண்டான். தோட்டத்தில் அப்புச்சிக்கு ஒத்தாசையாக இருந்தான். செம்மறிகளை மேய்த்தான். இவன் மேலே படிக்காததால் அம்மா அவ்வப்போது வருத்தப்பட்டாள். இவன் படித்து முன்னேறனும் என்ற அப்பாவின் ஆசையையும் நிறைவேற்றாமல் போய்விட்டோமே என இவனும் அடிக்கடி நினைத்து வருத்தப்பட்டான்.

இரண்டு மாதம் போயிருந்தது. அடைமழை தூறிக்கொண்டிருந்த குளிர் இரவு. மூன்றாம் சாமம் கடந்த வேளையில் செம்மிநாய் விடாமல் குரைத்தபடியே இருந்தது. இவன் கதவைத் திறந்து வெளியே வந்து பார்த்தான். வெளித்திண்ணையில் அப்பா உட்கார்ந்திருந்தார். திண்ணைத் தூணையொட்டி சக்கரநாற்காலி நின்றது. நரைத்த தலை முடி, நீண்ட வெள்ளைத்தாடி அப்பா ஒரு துறவி போலத் தோற்றம் கொண்டிருந்தார். முன்பு போலவே வடக்கு பார்த்துக் கை கூப்பி கந்தர் அநுபூதி பாடத் தொடங்கினார்.

“விதிகாணும் உடம்பை விடா வினையேன்

கதிகாண மலர்க்கழல் என்று அருள்வாய்...”

இவன் அப்பாவையே பார்த்தபடி இருந்தான். கண்ணில் நீர் மல்கியது.

❖❖❖

6

விடியற்காலை வேளை. வாசல் பந்தல் ராமபாணக்கொடியிலிருந்து பூவாசனை வீசிற்று. நெடுநாட்களுக்குப் பின்பு எங்கிருந்தோ சிட்டுக்குருவிகள் கூடுகட்ட சத்தையுடன் வந்து கூரை மேல் கிறீச்சிட்டன. அப்போதுதான் இவன் தோட்டம் கிளம்புவதற்காகக் கட்டிலிலிருந்து எழுந்து உட்கார்ந்திருந்தான். திடீரென மாமா வீட்டுக்குள் வந்தார். நேராகச் சமையல்கட்டுக்கு சென்று அம்மாவிடம் தணிந்த குரலில் ஏதோ பேசினார். அம்மாவின் முகம் பூரித்துவிட்டது. ஆசாரத்துக்கு வந்து சுவர் அலமாரியைத் திறந்து இவன் ஜாதகத்தை எடுத்துக் கொடுத்தாள். அதுவரை நடைவாசற்படி மீது உட்கார்ந்து கவனித்துக்கொண்டிருந்த அப்புச்சி மாமாவைப் பார்த்துச் சப்தமாகப் பேசினார்.

“அத்தைப் பையன், மாமா பொண்ணு கலியாணத்துக்குப் பொருத்தம் அவசியமில்ல...”

"அப்பா குலதெய்வக் கோயில்லயாவது பூ கேட்டுருவோம்..."

"குல தெய்வக் கோயில் வரைக்கும் எதுக்குப் போகணும் இவிடத்த இருக்கற நம்ம தொரட்டிமரக் கருப்பராயங்கிட்டே பூக் கேக்கலாம்...'

அப்போது வெளித்திண்ணையில் வடக்கு பார்த்து அமர்ந்திருந்த அப்பா கடகடவெனச் சிரித்தார். இவன் அப்பாவை முறைத்துவிட்டுத் தோட்டத்துக்குப் போய்விட்டான். அந்தவாரம் வெள்ளிக்கிழமையே தொரட்டிமரக் கருப்பணசாமி கோவிலில் இரு குடும்பத்தினரும் கூடினர். பண்டாரம் பூவரச இலைக்குள் செவ்வரளி, வெள்ளரளி பூக்கள் வைத்து மடித்துக் கட்டிய பொட்டலத்தை சாமி முன்பு குலுக்கிப் போட்டார். அப்புச்சி கும்பிட்டபடி பூ கேட்டார்.

"செம்பூ வந்து வெள்ளப்பூ வரட்டும்... கட்டி வழியுடு கருப்பராயா..."

நித்தியா முதல் பூவை எடுத்துக் கொடுத்தாள். பண்டாரம் சாமியை வணங்கி பூவரச இலைப் பொட்டலத்தைப் பிரித்தார். வெள்ளரளிப் பூ இருந்தது. அடுத்த பூவும் அதேபோல் வந்தது. அப்புச்சி இயலாமையாய்ப் பேசினார்.

" சரி... கருப்பராயங் கணக்கு அப்படி இருக்குதுன்னா... மனுசங்க நாம என்ன செய்ய முடியும்... "

எல்லோரும் சோர்வாக வீட்டுக்கு வந்தபோது அதே வெளித் திண்ணையில் வடக்கு பார்த்து அமர்ந்திருந்த அப்பா மீண்டும் கட கடவெனச் சிரித்தார். இவன் இந்த முறை அப்பாவை முறைக்கவில்லை. ஆழமாகப் பார்த்தான். அடுத்த இரண்டு வருஷம் இவன் வாழ்க்கையில் பெரிதான மாற்றம் எதுவுமின்றியே கடந்தது. நிர்மலாவுக்கு ஆசிரியர் பயிற்சி முடித்த வருசமே கல்யாணமும் நடந்தது. மாப்பிள்ளையும் வாத்தியார் உத்தியோகம்தான். இவனைவிட அழகாகக்கூட இருந்தார். பொண்ணு மாப்பிள்ளை விருந்துக்கு வந்திருந்த நிர்மலா பின்கட்டில் வைத்து இவனிடம் கேட்டாள்.

"நீங்க கொஞ்சம் முயற்சி செய்திருந்தா என்னைக் கலியாணம் பண்ணியிருக்கலாம்... வேணுமின்னேதானே விட்டுடீங்க... "

இவன் மவுனமாகவே நின்றான். நிர்மலாவுக்குக் கண்களில் நீர் முட்டியது. பட்டுச்சேலை முந்தானையால் துடைத்தபடிக் கிளம்பிப் போய்விட்டாள். இவன் தோட்டத்துக்கு வந்து தனிமையில் நிர்மலாவை நினைத்து நினைத்து அழுதான்.

7

வருடங்கள் விரைந்தோடின. அம்மா இவனுக்கு நிறைய இடங்களில் பெண் பார்த்தாள். ஏனோ கல்யாணம் கூடி வரவில்லை. வயது ஏறிக்கொண்டே இருந்தது. கணேசன் கல்லூரி முடித்து திருப்பூரில் பனியன் கம்பனி வைத்துவிட்டான். காரும், வீடும் வாங்கி விட்டான். கணேசனுக்கு சொந்தத்தில் நிறையப் பேர் பெண் கொடுக்க முன் வந்தனர். ஆனால், கணேசனோ அண்ணனுக்கு முதலில் கல்யாணம் நடக்கட்டும் என மறுத்து வந்தான்.

அன்று உச்சிக்கால வெய்யில், நெடும்பனை நிழல்கள் ஒடுங்கியிருந்தன. தோட்டத்தில் யாரும் இல்லாத சந்தர்ப்பம். வண்டிச்சாய்ப்பில் நின்றிருந்த இவனைத்தேடி மாமா வந்தார். பதினைந்து வருசங்களுக்குப் பின்னர் மாமா முதன்முறையாக இவனிடம் பேசினார்.

"மாப்பிள்ளை... நா நேராக விஷயத்துக்கு வர்றேன்... நம்ம நித்யாவும் டீச்சரா போஸ்டிங் வாங்கிடுச்சு... நம்ம கணேசனுக்கே குடுத்தர்லாம்ன்னு யோசனை..."

இவன் பதில் பேசவில்லை. சிறிதுநேரம் அங்கேயே நின்று பார்த்துவிட்டு மாமா வடக்கு பார்த்து நடக்கத்தொடங்கினார். அன்றிரவு வீட்டிற்கு வந்த கணேசனிடம் இவன் சொன்னான்

"இனி எனக்கு கலியாணம் நடக்குமுன்னு நம்பிக்கையில்லை... நீ மூய்ச்சுக்க..."

கணேசன் இவனையே தீர்க்கமாகப் பார்த்தான். மூன்று தினங்கள் போயிருந்தன. அந்தியில் கொஞ்சம் வெளிச்சம் இருக்கும்போதே மாமாவும் அத்தையும் வீட்டுக்கு வந்தனர். மாமா இரவு உணவு சாப்பிட்டபடி அம்மாவிடம் பேசினார்.

"அக்கா... நித்யாவைக் கணேசனுக்கு கொடுக்கலாமுன்னு முடிவு செஞ்சுட்டேன்... இந்தவாட்டி ஜாதகம், பூ கேக்கறதுன்னு எந்த சோலியுமில்ல... நேரா கலியாணம்தான்..."

அம்மாவுக்கு சந்தோசத்தில் என்ன செய்வதென்றே தெரியவில்லை. வீடெங்கும் பரபரப்பாய் அலைந்தாள். இவன் வெளித்திண்ணையில் அப்பாவோடு உட்கார்ந்து மௌனமாகப் பார்த்துக்கொண்டிருந்தான். அம்மா வடை பாயாசம் செய்தாள். கணேசன் வர முதல்சாமம்

கடந்துவிட்டது. சமையற்கட்டுக்கு சாப்பிடப் போன கணேசனிடம் அம்மா விஷயத்தைச் சொன்னாள். கணேசன் திரும்பி ஆசாரத்துக்கு வந்தான். மாமாவையும், அத்தையையும் பார்த்துச் சொன்னான்.

"எப்ப எங்கண்ணனுக்கு அந்த வூட்டுல எடமில்லையோ... அதுக்கப்புறம் நான் போனா நல்லாயிருக்காது... நீங்க நித்யாவையும் வெளியிலேயே கட்டிக்கொடுத்துருங்க... "

மறுதினம் விடிந்தபோது மாமா தோட்டத்துக் கிளுவை இடை வேலியில் இருந்த கடவை அடைத்துவிட்டார். அத்தோடு இரு குடும்பத்துக்குமான போக்குவரத்து நின்றுபோனது. கணேசன் கல்யாணத்துக்குக்கூட மாமா வீட்டிலிருந்து யாரும் வரவில்லை. நித்யா கல்யாணத்துக்கும் இங்கிருந்து யாரும் போகவில்லை. எப்பவாவது அப்புச்சி மட்டும் கிளுவைவேலிக்கு அந்தப்பக்கம் நின்று இவனோடு பேசிவிட்டு செல்வதை வழக்கமாக்கியிருந்தார். காலம் வேகமாக ஓடிற்று.

❖❖❖

8

சூறைக்காற்று சருகுகளைச் சுழற்றியபடி ஓசையிட்டுக் கடந்தது. செம்மறிகள் மிரட்சியுற்றுக் கத்தின. பனை நிழல் கிழக்கேபோய் சுருங்கியிருந்தது. கணேசன் காரைக் கடவடியில் நிறுத்திவிட்டு இறங்கி ஒற்றைக்கால் தடத்தில் வந்துகொண்டிருந்தான். இவன் எழுந்து நின்றான். கணேசன் கிட்டத்தில் வந்ததும் வராததுமாகப் பேசினான்.

"அண்ணா... இன்னும் நீ எத்தனை நாளைக்கு இந்தக் காட்டையும், ஆட்டையும் கட்டிக்கிட்டு அழப்போறேன்னு தெரில... இந்த வேடை காலத்துல ஆடுக தேவையா... வித்து தலைமுழுகு... மழபேஞ்சு காலஞ்செழுச்சாவேண்ணா வாங்கிக்கலாம்... மேச்சேரி சந்தையில கெடக்கு ஏகப்பட்ட ஆடுக... அப்புறம் நான் புதுசா கம்பனியில ஒரு யூனிட் தொடங்கியிருக்கேன்... நீ வரப்பிரியப்பட்டா அங்கு வந்துரு..."

இவன் எதுவும் பேசாமலேயே இருந்தான். கணேசன் கிணற்று மேட்டை எட்டிப் பார்த்துவிட்டுக் கிளம்பிவிட்டான். அவன் எதுக்கு வந்தான் என்றே தெரியவில்லை. இளமதியம் வாக்கில் ஆட்டு வியாபாரி தோட்டம் வந்தார். புழுதியில் மந்தையிட்டு நின்ற செம்மறிகளைப் போய் நோட்டமிட்டார். இவனுக்கும் ஆடுகளை விற்றுவிடலாம் என்றே தோன்றியது. அதனால் ஆட்டு வியாபாரியை

எதுவும் சொல்லவில்லை. அந்த நேரம் பார்த்து கிளுவைவேலிக்கு அந்தப்பக்கம் நின்று அப்புச்சி கூப்பிட்டுக்கொண்டே இருந்தார். இவன் அருகில் போனான்.

"எதுக்கடா... இப்ப ஆடுகள விக்கறே... இங்க என்ன இராவணன் பஞ்சமா வந்திருச்சு... "

இவன் புரியாமல் அப்புச்சியையே பார்த்தான். அப்புச்சி நீல வானத்தைப் பார்த்தபடியே உணர்ச்சிவசப்பட்டுப் பேசினார்.

" புராணகாலத்துல ஈசுவரங்கிட்ட வரம் வாங்குன ராவணன் மூனு லோகத்தையும் ஆட்டிபடச்சானாம்... அப்போ வருணபகவானும் ராவணனுக்குப் பயந்திட்டு மழையே பெய்யலையாம்... சீவராசிகள் எல்லா செத்து மடியுதாம்... பூமியே வறண்டு போச்சு... கடல் வத்திக்கிட்டுயிருக்கு... இந்த நேரம்தான் ராமபிரான் ராவணனைக் கொல்றாரு... அப்புறம் வருணபகவான் மழையா கொட்டித் தீர்க்கராரு... எப்பவும் ராவணன் பஞ்சம் வந்தா கூடவே ராமர் பட்டாபிசேக மழை பெய்யும்முன்னு சொல்லுவாங்க... நீ ஆடுகள விக்காதே... கூடிய சீக்கிரம் நல்ல மழை பெய்யுற அறிகுறியிருக்கு..."

மரங்கொத்தி ஒன்று பனையிலிருந்து வீறிட்டுக் கத்தியபடி வெய்யிலில் பறந்து போயிற்று.

"ஊர்ல எல்லாரும் கழிவுப் பஞ்சு வாங்கிப்போட்டு பண்டம்பாடிகளை காப்பாத்துறாங்க... நீயும்போயி வாங்கிப் போடு... "

நிலத்தின் கொதிப்பு அதிகமாயிருந்தது. இவன் ஆடு விற்பதில்லை யென ஆட்டு வியாபாரியை அனுப்பிவைத்தான். மொபட்டை எடுத்துக்கொண்டு பஞ்சு அரவைமில் போனான். பணம் கட்டி ரசீது வாங்கினான். பின்புறம் இருந்த கிடங்குக்கு முன்பாக ஏற்கனவே சிலர் நின்றிருந்தனர். பண்டாரம்தான் கழிவுப் பஞ்சை அள்ளி சாக்கில் திணித்து எடைபோட்டுக் கொடுத்துக்கொண்டிருந்தார். இவன்முறை வந்தபோது பண்டாரம் இவனைச் சற்றுத் தள்ளியிருந்த கம்பிவேலிப் பக்கம் கூட்டி வந்தார்.

"அப்புனு... உனக்கு விஷயம் தெரியுமா... அம்மிணி போயிருச்சுன்னு பேசிக்கறாங்க... பன்னண்டு வருசமா கொழந்தப்பாக்கியமில்ல... மொதப் பேறுகாலம் இப்படியா ஆகணும்... "

இவன் அதிர்ச்சியை வெளிக்காட்டிக்கொள்ளாமல் பண்டாரத்தையே பார்த்தான். புகையிலைச் சாற்றின் கறைபட்டு ஊறிக்கிடந்த நரைமீசையை ஒதுக்கிவிட்டுக்கொண்டு பண்டாரம் சுற்றுமுற்றும் பார்த்தார்.

"அன்னிக்கு ஒரு தப்பு பண்ணிட்டேன்... உங்க மாமா வாங்கி குடுக்கும் சரக்குக்கு ஆசப்பட்டு பூவரசு எலையில எல்லாம் வெள்ளப்பூவா கட்டிப் போட்டுட்டேன்..."

பண்டாரத்தின் குரலில் விசனம் நிறைந்திருந்தது. அந்தக்கணம் இவனுக்கு அப்பாவின் கடகடவென்ற சிரிப்பு மட்டும் ஞாபகம் வந்தது. இவன் கழிவுப் பஞ்சுச் சாக்கை மொபட்டில் ஏற்றிப் புறப்பட்டான். தோட்டம் வரும்வரை இவனுக்கு மாமா பத்துத்தலை இராவணனாகவே தெரிந்தார். கட்டுத்தரை வந்ததும் கழிவுப்பஞ்சை ஊரத்தாழியில் கொட்டி நீரில் கலக்கினான். காந்தத்தை உள்ளே வைத்து அலசினான். பஞ்சில் கலந்திருந்த சிறு கம்பிகள் எல்லாம் காந்த முனையில் ஒட்டிக்கொண்டன. அதற்குள் மோப்பம் கண்ட செம்மறிகள் தாழியை மொய்க்கத் தொடங்கின. இவன் மறுபடியும் பனைச்சால் நிழலுக்கே வந்து உட்கார்ந்தான். வடபுறம் மாமா வீட்டில் ஒறம்பறைச்சனங்கள் அதிகமாகக் கூடிவிட்டனர். அந்த நேரம் மதியச்சோறு கொண்டுவந்த அம்மா இவனிடம் கேட்டாள்.

"ஏண்டா... பொண்டாட்டியத் தின்னவனாட்ட உக்காந்திருக்கே..."

இவனுக்கு ஒருகணம் உடம்பு அதிர்ந்து மீண்டது. அம்மா வடக்கே பார்த்தபடியே மேலும் பேசாமல் போய்விட்டாள். இவன் அம்மா ஏன் அப்படிக் கேட்டாள் என யோசித்தபடியே வெகுநேரம் உட்கார்ந்திருந்தான். திடீரென நீலவான உச்சியில் கருமுகில் கூட்டம் கவிந்திருந்தது. இவன் பார்த்துக்கொண்டிருக்கும்போதே சடசடவென மழை இறங்கியது. பெருகிய வெள்ளத்தினூடே நிர்மலாவைக் குழிமேட்டுக்கு உறவினர்கள் எடுத்துப்போனார்கள். இவன் மழையில் நனைந்தபடியே நிச்சலனமாகப் பார்த்துக்கொண்டே இருந்தான். சட்டென மழை ஓய்ந்துவிட்டது. மஞ்சள் வெய்யில் பரவிற்று. மழை பெய்ததற்கான சுவடே இல்லாமல் நீலவானம் நிர்மலமாய் விரிந்து கிடந்தது.

- (நம் நற்றிணை, சனவரி - மார்ச் 2018)

பரஞ்சேர்வழி

அந்த சூரியன் மேற்கே சரிந்துவிட்டது. முகிலற்ற நீல ஆகாயத்தின் கீழாக இரு செம்பருந்துகள் வட்டமிட்டுக்கொண்டிருந்தன. வழிநெடுகவும் புளியமரங்களற்ற தார்ச்சாலை. ஓரங்கள் அரித்து, ஜல்லிகள் வெளிப்பிதுங்கிக் கிடந்தன. இவன் காலடியில் விழுந்து முன்னே நீண்டுபோகும் நிழலைப் பார்த்துக்கொண்டே சூதானமாக நடந்தான்.

பத்தடி தூரத்துக்கு முன்னால் ஒருவர் அவிழ்ந்த வேட்டியைக் கையில் பிடித்தபடித் தலைச்சுமையோடு நடந்து போய்க்கொண்டிருந்தார். அவர் அநேகமாக உள்ளூர்க்காரராக இருக்க வேண்டும். இவன் ரவியைப் பற்றி விசாரிக்கலாம் என நினைத்தான். எட்டை விரைவாக வைத்து நடையில் வேகம் கூட்டினான். மஞ்சள் பூசிய புறவெளியெங்கும் சலனமற்றுக் கிடப்பதுபோலப் பட்டது. இருபுறமும் கம்பிவேலியிட்ட மேட்டாங்காடுகளில் அளவைக்கற்கள் நடப்பட்டிருந்தன. தாள் முற்றி பழுப்புநிறங்கொண்ட ஊசிப்புற்களைக் கொக்குக் கூட்டங்களோடு மயிலைமாடுகள் மேய்ந்துகொண்டிருந்தன.

இவன் நிழல் முன்னே சென்றவரின் நிழலோடு சரிசமமாயிற்று. அந்த ஆள் நடந்தபடியே இவனை ஏற இறங்கப் பார்த்தார். இவன் தான் முதலில் பேச்சைத் தொடங்கினான்.

"நீங்க பரஞ்சேர்வழியா?"

"ஆமாங்க... நீங்க...?"

"வெளியூரு?"

"அப்ப நோம்புக்கு ஒறம்பறைக்கு வந்திருக்கீங்களா?"

"நோம்பா?"

'ஆமாங்க, எங்க வளவுல பட்டத்தலச்சி ஆத்தா சாட்டியிருக்கு...'

'நான் ரவியின்னு ஒருத்தரப் பார்க்க வந்திருக்கேன்.'

‘எந்த ரவி... கைகோள வளவு ரவியா... குடியான வளவு ரவியா?’

‘குடியான வளவு ரவி...’

அந்த ஆள் சட்டென நின்றார். இவனை உற்றுப் பார்த்தபடியே கேட்டார்.

‘அந்த மனுசன நீங்க எதுக்குப் பாக்கணும்?’

‘முன்னே எனக்கு பழக்கம்’

அந்த ஆள் மேற்கொண்டு எதுவும் பேசவில்லை. விலகி நடந்தார். நிழல் ஒற்றையாயிற்று. இவன் கொஞ்சநேரம் அப்படியே நின்றான். ரவி மீது இந்த ஊர்க்காரர்களுக்கு இருக்கும் துவேஷம் இன்னும் குறையவே இல்லையென நினைத்தபோது, திரும்பிப் போய்விடலாமா என்று யோசித்தான். பின் இவ்வளவு தூரம் வந்துவிட்டுப் பார்க்காமல் போக்கூடாது எனத் தீர்மானித்து மேலும் நடந்தான். தார்ச்சாலையின் மீது படிந்து அசையும் நிழல் நீண்டு கொண்டே சென்றது. இவனுக்கு இந்த நிழல் பொம்மைக் கூத்தில் கதைகூறும் பொம்மைகளின் திரைப்பிம்பம் போலவே பட்டது. பப்பூன் வந்து கட்டியங் கூறினான். குட்டி இளவரசன் தோன்றினான். தன் பால்யத்தின் நினைவுகளை வரிசைக்கிரமமாகச் சொல்லத் தொடங்கினான்.

அப்போது இந்தப் பாதை மண்பாதை. இதேபோல பொழுது அஸ்தமிக்கும் தருணம். மாசிக்கே உண்டான இலையுதிர்கால வெளி. ஆவாரம் பூக்களைக் கருந்தும்பிகள் சுற்றின. சவ்வாரி வண்டி அசைந்து அசைந்து போயிற்று. சக்கரப்புழுதி எழும்பிற்று. எருதுகள் தளர்ந்துபோய் நடந்தன. கொம்புச்சலங்கைகள் குலுங்கி ஒரே லயத்தில் ஒலித்தன. இளமதியம் தாயம்பாளையத்திலிருந்து புறப்பட்டு வெயிலின் ஊடாகப் பதினெட்டு மைலுக்கு மேலாக வடக்கே பயணித்த அசதியுடன் இவன், அம்மா, அப்பா மூவரும் வண்டிக்குள் அமர்ந்திருந் தனர். வண்டியோட்டி எருதுகளின் சாணி அப்பிய வாலை முறுக்கித் துரிதப்படுத்தினார். இவன் பரஞ்சேர்வழி என்ற கைக்காட்டியை அம்மாவிடம் காட்டினான். அம்மா பெருமூச்செறிந்தபடி விரக்தியாய் பேசினாள்.

‘உங்கப்பா மட்டும் கட்சிகிட்சின்னு போகாம கம்முனு இருந்தா, நா இந்த பரஞ்சேர்வழியிலேயே பரம்சேர்ற வரைக்கும் காலம் தள்ளிக் கண்ண மூடிருவேன்டா...’

வண்டியின் பின்பகுதியில் ஒரு காலைத் தொங்கப்போட்டு உட்கார்ந்திருந்த அப்பா, சட்டென நிமிர்ந்து அம்மாவை முறைத்தார்.

அம்மா முன்பக்கமாக முகத்தை திருப்பிக்கொண்டாள். சற்றுத் தொலைவில் ஊரின் சீமையோட்டுக் கூரைகளும் சுண்ணாம்புக்காரைச் சுவர்களும் தெரிய ஆரம்பித்தன. இருந்திருந்தாற்போல் சாயங்காலத் திற்கே உண்டான அமைதியை ஒருவித சப்தம் கலைத்தது. அரிசி ஆலை ஓடிற்று. நெல்மூட்டைகளை ஏற்றிக்கொண்டுவந்த பாரவண்டிகள் எதிரில் கடந்தன.

அப்பா அம்மாவிடம் சொன்னார் ..

'இந்த ரைஸ்மில்க்காரர் வூட்டுக்குத்தான் நாம குடிபோறோம்...'

சவ்வாரி வண்டி கிழக்காகத் திரும்பி ஊருக்குள் நுழைந்தது. தலைவாசல் எதிரிலேயே ஆரம்பப் பள்ளிக்கூடம். கொடிக்கம்பத்தின் பக்கம் வீட்டுச்சாமான்கள் ஏற்றிவந்த மொட்டைவண்டிகள் அவிழ்த்து விடப்பட்டிருந்தன. நுகத்தடியில் கட்டியிருந்த எருதுகள் வைக்கோல் தின்று கொண்டிருந்தன. வண்டியோட்டிகள் இருவரும் குறிஞ்சி மண்டபக் கல் திண்ணையில் துண்டைவிரித்துப் போட்டு படுத்து உறங்கிக்கொண்டிருந்தனர். குறிஞ்சி மண்டபத்தை ஒட்டி சிவன், பெருமாள் கோவில்கள் புராதனத்தன்மை மாறாமல் இருந்தன. மரக்கதவினால் வெளிநடை சாத்தியிருந்தது. வண்டி நின்றதும் எருதுகள் நெடுமூச்செறிந்தன. வயதானவர்களும் சிறுவர்களும் சூழ்ந்துவிட்டனர். அப்பா வண்டியிலிருந்து இறங்கியதும் இவனை அழைத்தார். சிவன்கோவில் மதிலைக் காண்பித்துக் கேட்டார்.

'வாசு, என்ன எழுதியிருக்குன்னு படி...?'

மதிலில் நீலக்காவியால் சாமிகளின் பெயர் எழுதியிருந்தது.

"சுகந்தருந்... சுகந்தருந்.. சுகந்தருந்தல.."

இவன் எழுத்துக்கூட்டிப் பார்த்தும் அந்தப் பெயர் வாயில் நுழையவேயில்லை. உச்சரிக்கத் தடுமாறினான்.

'பேரவுட்டுப்போட்டு அடுத்ததப்படி...'

'உடனு... உடனுற...'

அப்பா பள்ளிச் சிறுவர்களின் பக்கம் திரும்பினார்.

"தம்பிகளா... உங்களில் யாராச்சும் இந்தப் பேரைப் படிங்க பார்க்கலாம்...' சிறிது நேரம் சிறுவர்களிடையே நிசப்தம் நிலவியது. புதுவாத்தியார் எதிரில் பேசத் தயங்கினர். 'ஏம் பயப்படுறீங்க? வந்து தைரியமா படிங்க?'

ஒடிசலான ஒரு பையன் அப்பா கிட்டத்தில் வந்து நின்றான்.

"சுகந்த குந்தலாம்பிகை உடனுறை மத்தியபுரீஸ்வரர் திருக்கோவில் சார்...'

'எந்த வகுப்பு நீ?'

'மூனாம் வகுப்பு சார்'

அப்பா இவனிடம் திரும்பினார்.

'பாத்தியா, அவனும் மூனாம் வகுப்புத்தான் படிக்கறான். ம்ம்ம், உன் பேரு என்னப்பா? 'ரவி சார்'

அப்பா சவ்வாரி வண்டியிடம் சென்று திரும்பினார். நோட்டும் பேனாவும் தந்தார்.

'கிட்டப் போய் பொழுது எறங்கறதுக்குல்ல சத்தமா சொல்லிட்டே நூறுதடவ எழுதிக்கிட்டு வா.'

இவனுக்கு அப்பாவின் குணம் தெரியும். எதுவும் பேசாமல் மதிலோரம் நகர்ந்தான். கண்களில் நீர்த்துளிகள் தேங்கிப் பார்வையை மறைத்தன. ரவியும் மற்ற சிறுவர்களும் கூடவே வந்து நின்று வேடிக்கை பார்த்தனர். இவனுக்கு அவமானமாகப் போய்விட்டது.

'சுகந்தகுந்தாலாம்பிகை உடனுறை மத்தியபுரீஸ்வர் திருக்கோவில்...'

இவன் சப்தமாக சொல்லிக்கொண்டு எழுத ஆரம்பித்தான். கவிந்து கிடந்த நிசப்தத்தை கலைத்துக்கொண்டு மதில்மேல் குருட்டாந்தைகள் கத்தின. மேற்கே மூன்றாம் பிறை சுடர்விட்டது. அம்மா வந்து இவனை வீட்டுக்கு அழைத்துப்போனாள். விளக்குத்திரி எரிந்து அவிசல் வாசம் அடித்தது. இவன் பயணக் களைப்பில் எதுவும் சாப்பிடாமலே படுத்ததும் உறங்கிவிட்டாள்.

மறுதினம் விடிந்ததும்தான் இவன் வீட்டைப் பார்த்தான். கிழக்கு பார்த்த நடை வீதிக்கு மேலே மேடையிட்டுக் கட்டுப்பட்ட தொட்டிக்கட்டு வீடு. விசாலமாக இருந்தது. நடுமுற்றத்தைச் சுற்றிலும் மரத்தூண்கள் தாங்கிய திண்ணைகள். தெற்குத் திண்ணையின் தொடர்ச்சியாகச் சாவடி, பின்கட்டு வாசறபடி இறங்கினால் சேந்து கிணறு. தேன்வாழைத்தார்கள். முற்றிய கறிவேப்பில்லை மரம். ஒற்றைத் தையல்குருவியின் இடைவிடாத ஓசை. இவனுக்கு வீட்டை மிகவும் பிடித்திருந்தது. இதுவரை இவ்வளவு விஸ்தீரணமான ஒரு வீட்டில் வசித்ததேயில்லை.

திடீரென விமானத்தின் முறைச்சல் கேட்டது. வெளிச்சம் விழும் நடுமுற்றத்துக்கு ஓடிவந்து மேலே அண்ணாந்தான். விமானம்

கண்ணுக்குத் தெரியவில்லை. வெண்முகில்கள் மேற்காக நகர்ந்தன. அந்தச் சமயத்தில் அம்மா சமையற்கட்டுக்குள்ளிருந்து சப்தமிட்டாள்.

‘வாசு சன்னலையெல்லாம் நீக்கி வையி...’

இவன் வடக்குத்திண்ணை ஏறினான். சன்னலின் தேக்கு மரப்பலகைகள் கிறீச்சிட்டன. கம்பிகளுக்கு அப்பால் சிறகடிக்கும் மாடப் புறாக்களோடு பெருமாள் கோவில் கோபுரம் தெரிந்தது. இறங்கி ஓடிவந்து தெற்குச் சாவடி சன்னலைத் திறந்தான். வேப்பிலைகளின் இடுக்கின் கீழாக சீமையோட்டு வீடு தென்பட்டது. காற்று விசையாக வீச வேப்பிலைகள் உதிர்ந்தன. வீட்டின் வெளிப்புறச்சுவர்களில் ஜல்லி மண் சரிந்து மழைநீர் ஒழுகிய தடம் இருந்தது. சாணி வழித்த வாசலில் கல் அடுப்பு கூட்டி ஈயப்பாத்திரத்தில் உலை கொதித்துக் கொண்டிருந்தது. விறகு புகைந்து ஜுவாலை பாத்திரத்தைச் சுற்றிலும் தகதகத்தது. அடுப்போரம் வெள்ளைச்சேலை உடுத்திய அம்மா ஒருத்தி ஈராங்காயம் தொலித்துக்கொண்டிருந்தாள். பாவாடை சட்டையில் ஒன்றுபோல சாயல்கொண்ட இரு அக்காக்கள் சுத்திண்ணையில் உட்கார்ந்து ராட்டையில் தார் சுற்றிக்கொண்டிருந்தனர். கோவணம் கட்டிய அப்புச்சி ஒருத்தர் சுத்திண்ணை எறப்பில் கோவைத்தழை கட்டிக்கொண்டிருந்தார். வெள்ளாட்டுக் குட்டிகள் தொற்றுக்கால் போட்டு எம்பிக்கடிக்க முயன்றுகொண்டிருந்தன. ரவி உள்ளங்கை உமிக்கரியை விரலில் தொட்டு பல் விளக்கிக்கொண்டு வாசலில் வந்து நின்றான். வாசற்படியில் படுத்திருந்த நாய் எழுந்து சடைவு முறித்தது. ராட்டை சுற்றிய அக்காக்களில் ஒருத்தி சன்னலைப் பார்த்துச் சப்தமிட்டாள்.

‘புது மாப்பிள்ளை ஒன்னு கள்ளத்தனமாப் பாக்குதடாவ். எட்டிப் புட்டீங்கடா...’

அந்த வீட்டில் எல்லோரும் ஒரே நேரத்தில் சன்னலுக்குள் நிற்கும் இவனைப் பார்த்தனர். இவன் வெட்கப்பட்டு சமையற்கட்டுப்பக்கம் ஓடி வந்துவிட்டான். அன்று பள்ளிக்கூடத்திலும் யாரும் இவனோடு பேசவில்லை. சில தினங்களாகியிருந்தன. தனிமையில் தவித்தான். ஊருக்குள் எங்கும் விளையாடச் செல்லமுடியவில்லை. எந்நேரமும் அம்மாகூடவே இருந்தான். அம்மா ஒவ்வொரு நாளும் கிண்டல் செய்யத் தவறவில்லை.

‘குட்டிப்போட்ட பூனையாட்ட எப்பப்பார்த்தாலும் முந்தானையப் புடுச்சுக்கிட்டு. வீதியில போய் வெளையாடலாமுல்ல...’

அன்று சனிக்கிழமை. ஏறுவெயிலின் கிரணங்கள் பரவின. வெளிநடைமீது யாரோ நிற்கும் நிழல் நடுமுற்றத்தில் விழுந்தது. இவன் சாவடியில் நின்று பார்த்தபடியிருந்தான். ரவி உள்ளே எட்டிப் பார்த்தான்.

'புளிச்சான் புடுங்கப் போறேன் வர்றியாடா?'

இவன் அம்மாவைப் பார்த்தான். அம்மா போய் வரும்படி ஜாடை செய்தாள். வளவுக்குள் எங்கோ சேவல் கூவியது. ரவி ஊரைக் கடந்து கிழக்கே கூட்டிப் போனான். கிளுவை வேலிகள் கொண்ட மேட்டாங்காடுகள் வந்தன. காட்டுவெளி ஏகாந்தமாக இருந்தது. காலடியோசை கேட்டுக் குழம்பினான். புதருக்குள் பதுங்கியிருந்த கதுவேலிகள் சடசடத்துப் பறந்தன.

'மாடு மேஞ்சிட்டு தண்ணீர் குடிக்கறதுக்குள்ள நாம புளிச்சான புடுங்கனும். இல்லீனா புளிச்சான் இனிச்சுப்போயிரு.

ரவி இவனைத் துரிதப்படுத்தினான். எங்கும் வறட்சியின் முகாந்திரம் தொடங்கியிருந்தது. கிளுவைகள் இலையுதிர்த்துக்கொண்டிருந்தன. கொடிப்புளிச்சான்கள் வேலியேறிப் படர்ந்து நாகசர்ப்பம் விரிக்கும் படம்போலப் பூப்பூத்திருந்தன. ரவி புளிச்சாங்கொடியை அற்று உருவினான். இவனிடம் தின்னக் கொடுத்தான். இவனுக்கு புளிச்சானை எப்படித் தின்பது எனத் தெரியவில்லை. முழித்தான். ரவி இன்னொரு புளிச்சாங்கொடியை உருவி வாயில் திணித்து மென்று கொண்டிருந்தான்.

'சாற முழுங்கிட்டு சக்கையைத் துப்பிறனும்...'

இவன் ரவியைப் போலவே புளிச்சானைக் கடித்துத் தின்றான். தனித்த ஒருவிதமான ருசியைக் கொடுத்தது. இருவரும் நிறைய புளிச்சாங்கொடியைப் பிடுங்கி ஆசைதீரத் தின்றனர். வேலிக்குள்ளிருந்து மணிப்புறா வானை நோக்கிச் சிறகடித்துப் பின் தரையில் விழுவதுபோலக் கீழே இறங்கியது. ரவி மேலும் புளிச்சாங்கொடியைத் தேடிக்கொண்டே இவனிடம் கேட்டான்.

'மாட்டுப் புளிச்சான் தின்னிருக்கியாடா....?'

ரவி வேலிக்குள் உற்றுப் பார்த்தபடியே நடந்தான். இவன் பின் தொடர்ந்தான். ஓணான்கள் எதிர்ப்பட்டன. பாப்புராணிகள் சரசரவென ஊர்ந்து போயின. ரவி திடீரென நின்று கத்தினான்.

'அங்க பாரு...'

இவனுக்கு எதுவும் விளங்கவில்லை. ரவி விரலை நீட்டி கிளுவைக்குள் ஓரிடத்தைச் சுட்டிக் காட்டினான். பின் அருகில் போய் அமர்ந்தான். மாட்டுப்புளிச்சான் கொத்தாக இருந்தது. தண்டுகளின் நுனியில் இரு பூ மடல்கள் கவிட்டையாகப் பிரிந்து மாட்டுக் கொம்புபோல அசைந்தன. ரவி ஒரு தண்டைக் கிள்ளி வாயில் வைத்து மென்று அதக்கினான்.

'இதும்பட சக்கையத் துப்பக் கூடாது. முழுங்கீறனும்...'

இவனும் ஒன்றைக் கிள்ளி ரவியைப் போலவே தின்றான். தின்று முடித்தவுடன் நாவில் ஒருவித இனிப்பு பரவித் தொண்டையில் இறங்கிற்று. ரவி வேறு கொத்தைத் தேடி எழுந்தான். அப்போது ஏதோ சரசரப்புச் சப்தம் கேட்டது. இவன் நிமிர்ந்து பார்த்தான். செம்மி நாய் இளப்பெடுத்தபடியே வந்து வாலை ஆட்டியது. நாய்க்குப் பின்னே அப்புச்சி சல்லக்கத்தியுடன் வந்தார். சல்லக்கத்தியின் நுனியில் முசுட்டைக் கொடியும் முடக்கற்றான் கொடியும் சுருட்டிக் கட்டப்பட்டுத் தொங்கின.

'ஏண்டா அப்புனுகளா... மொசக்கண்ணினியப் பாத்தீங்களா....'

'இல்லையே அப்புச்சி...'

அப்புச்சி கிளுவை வேலியைக் கவனித்துக்கொண்டே நடக்கத் தொடங்கினார். செம்மியும் நகர்ந்தது. இவனும் ரவியும் கூடவே போனார்கள். பண்ணைச் செடியின் வெண்பூக்கள் காற்றாடின. வடக்கே தூரத்தில் ஆள்காட்டி கத்தியது. அப்புச்சி சில குறிப்பிட்ட இடங்களில் மட்டும் குனிந்து பார்த்துக்கொண்டே சென்றார். அந்த இடத்தில் எல்லாம் முயல்தடம் இருந்தது. இவனும் முயல்கண்ணி எப்படி இருக்கும் என அறிய ஆவலாக இருந்தான். பொழுது ஏறியிருந்தது. வேலியைச் சூரிப்புதர்கள் மூடியிருந்த இடத்தில் அப்புச்சி உட்கார்ந்தார்.

அடர்ந்த கிளுவங்கட்டைகளிடையே கை நுழையுமளவு சிறிய தடம். அதன் குறுக்காக முயல்கண்ணி. அப்புச்சி சன்னக்கம்பியை உறுவாஞ்சுருக்கு விழும்படி வட்டமாக வளைத்து மறுமுனையை கிளுவங்கட்டையில் கட்டியிருந்தார். முயல் எந்தப்பக்கமிருந்து ஊடுருவினாலும் கழுத்து நிச்சயம் கம்பிக்குள் சிக்கும். முயல் மறுபக்கம் போய்விட நினைத்துத் தாண்டும்போது கழுத்தைக் கண்ணி இறுக்கிவிடும். முயல் உயிர்ப்பயத்தில் மேலும் துள்ளத்துள்ள கழுத்துக்கன்னி வலுவாக இறுக்கி முயலின் உயிரைப் பறிக்கும்.

இந்த முயல்கண்ணியில் முயல் விழாதது அப்புச்சிக்கு சிறு வருத்தத்

தைத் தந்திருக்க வேண்டும். ரவியிடம் சொன்னார்.

'இதுல மொச நொழஞ்சிருக்கு. ஆனா, கழுத்து சிக்கல. நூலிழையில தப்பிச்சிருச்சு. கம்பி அசஞ்சு எடம் மாறியிருக்கு பாரு...'

செம்மி நாய் முன்னால் ஓடிவிட்டது. மூவரும் எழுந்து நடந்தனர். செவ்வருகம் புற்களின் மேல் முயலின் பச்சைப் புழுக்கைகள் சிதறிக் கிடந்தன. வேலியில் முசுட்டைக் கொடிகள் படர்ந்து கிடப்பதைக் கண்டதும் அப்பிச்சி நின்று கொண்டார்.

'அப்புனுகளா, வடக்கால ஊஞ்ச மரத்தடியில ஒரு கண்ணி போட்டிருக்கேன். ஓடிப்போயி ஒரு எட்டு பாத்துட்டு வாங்க. சாமத்துல மொசல் வீல்ன்னு கத்தின மாதிரி இருந்துச்சு...'

இருவரும் ஓடினர். வறண்ட ஊசிப் புற்கள் தொடைவரை உரசின. ஊஞ்சமரக் கிட்டத்தில் போனதும் ரவி புற்களின் மேல் மெல்ல காலடி எடுத்துவைத்து வேலியை நெருங்கினான். ஆச்சரியத்தில் ரவி கத்தியேவிட்டான்.

'டேய் மொசடா...' பின் அதே வேகத்தில் தெற்கே பார்த்து கத்தினான். 'அப்புச்சி மொச...'

ரவியின் சப்தம் கேட்டு செம்மி எங்கிருந்தோ ஊசிப்புற்களிடையே ஓடி வந்தது. முயல்கண்ணி அருகில்போய் முகர்ந்து பார்க்க எத்தனித்தது. இவன் செம்மியை விரட்டினான். முயலுக்குக் கழுத்துக்கண்ணி இறுக்கி இரத்தம் உறைந்திருந்தது. கால்கள் மண்ணைப் பறித்திருந்தன. அப்புச்சியும் வந்துவிட்டார்.

'நல்லவேளையிடா, நாய் எதுவும் மோப்பம் புடிக்கல. இல்லீனா இந்நேரம் கவ்விட்டு போயிருக்கும்...'

அப்புச்சிக்கு சந்தோசம் தாங்கவில்லை. புகையிலைக்கறைப் பற்கள் தெரிய சிரித்தார். பின் கீழே குத்தவைத்து அமர்ந்தார். கிளுவை முட்கள் புறங்கையில் கீறாமல் கவனமாக வேலிக்குள் கையை நுழைத்து முயலைத் தூக்கினார். கன்னியின் கம்பியை இளக்கி முயலை விடுவித்தார். முயலின் காதோரமும் கண்கூட்டிலும் கட்டெறும்புகள் ஊர்ந்து கொண்டிருந்தன. அப்பிச்சு எழுந்து முயலின் பின்னங்காலைச் சேர்த்துப் பிடித்துத் தூக்கிக்கொண்டு முன்னே நடந்தார். வெயில் கூடியிருந்தது.

அப்புச்சி வீட்டுக்கு வந்ததும் சுத்திண்ணை விட்டத்தில் முயலைக் கட்டித் தொங்கவிட்டார். அரணாக்கயிறு சூரிக்கத்தியை நிமிர்த்தினார்.

என். ஸ்ரீராம் | 137

ரவி வீட்டுக்குள் ஓடிப்போய் வாணாக்குண்டாவைத் தூக்கி வந்து திண்ணையில் வைத்தான். அப்பிச்சி சூரியால் முயலின் அடி வயிற்றைக் கிழித்துத் தோலை உரித்தார். சொட்டிடும் ரத்தம் திண்ணைமீது விழாமல் இருக்க ரவியின் அம்மா சாக்கைக் கொண்டுவந்து போட்டாள். செம்மி வாசலில் குத்தவைத்து உட்கார்ந்து அப்பிச்சி கறி அரிவதையே பார்த்தது. வேம்பில் காகங்கள் வந்தமர்ந்து கரைந்தன இவனுக்கு அப்பிச்சி முயல்தோலை உரித்துக் கறி அரிந்ததிலிருந்து கல் அடுப்பில் வைத்து அறுத்ததுவரை பிரமிப்பாக இருந்தது. அம்மா சன்னல்பக்கம் வந்து இருமுறை கூப்பிட்டாள்

'பசிக்கலையா...?'

அவனுக்குப் பசித்தது. ஏனோ எழுந்துபோக மனமில்லாமல் அப்பிச்சியைக் கவனித்துக்கொண்டிருந்தான். மூன்றாவது முறை அம்மா பக்கம் வந்தபோது அப்பிச்சியே பதில் கூறினார்.

'மொசக்கறி தின்னுட்டுத்தான் பேராண்டி அந்தப் பக்கம் வருவான். நீ போம்மிணி...'

இவன் முயல்கறி சாப்பிட்டதில்லை. ருசி எப்படியிருக்கும் எதிர்பார்ப்பு கூடிவிட்டது. அப்பிச்சி ஆட்டுத்தாழி நீரை அள்ளி வந்து குளித்தார். ரத்தக்கறை படிந்த கோவணத்தை மாற்றிக்கொண்டு சாப்பிட அமர்ந்தார். ரவியின் ஒரு அக்கா மூன்று பித்தளை வட்டிலை எடுத்துக் கொண்டுவந்து திண்ணையில் வைத்தாள். இன்னோர் அக்கா வறுவலைக் கொண்டுவந்து வட்டிலில் குத்துக்குத்தாகப் போட்டாள். கல்பண்ணையில் செம்மிக்கு சிறிது போட்டாள்.

அப்பிச்சி கறிக்கு 'மொளகிடி' அதிகம் போட்டுவிட்டார். இவனுக்குக் கடித்ததும் கண்களில் நீர் முட்டிவிட்டது. புரையேறுவது போல. ரவிக்கோ அப்புச்சியின் காரம் பழகிவிட்டிருந்தது. முயல்கறி மெதுக்மெதுக்கென்று மென்று தின்ன வேண்டியிருந்தது. சாப்பிட்டு முடிந்தபின்னும் இவனுக்கு நாவில் காரம் .

அப்புச்சி வெள்ளாடுகளை அவிழ்த்துவிட்டார். வெள்ளாடுகள் கழுத்து ஒலிக்க வீதியில் இறங்கிப் போயின. அப்புச்சி சல்லக் கத்தியோடு தோலையும் தூக்கிப் போனார். இவன் கேட்டான்.

'இந்தத் தோல என்ன செய்வீங்க அப்புச்சி?'

"காட்டுக்கு கொண்டுபோயி, வங்கநரியக் கூப்பிட்டு, நரியே நா உனக்கு மொசத்தோலு தாரே... நீ எப்பவும் என்னோட வெள்ளாட்டுக்குட்டியப் புடிக்காதேன்னு சொல்லி அதுக்குத் திங்கக்

குடுத்துருவேன். அவ்வளவு சுளுவுல வராது... நாமதாங் கெஞ்சனும்...'

அக்காக்கள் இருவரும் சிரித்தனர், அப்புச்சி ஏமாற்றுகிறார் எனத் தெரிந்துவிட்டது. வீட்டுக்கு ஓடிவந்துவிட்டான். அன்று மதியத்தில் இவனைத் தெற்கே சீத்தைக்காட்டுக்குக் கூட்டிப் போனான். குடை சீத்தை ஆட்டுப்புழுக்கையைக் குத்தி குடைராட்டினம் செய்ய முற்றிய சேகரித்தனர். பின் தவிட்டுப் புறா முட்டைகள் கிடைக்குமாவென ஒவ்வொரு மரத்தினடியிலும் சென்று அண்ணாந்து பார்த்தனர். குஞ்சு பொரித்துக் கலைந்த கூடுகள்தா அதிகம் காணப்பட்டன. தாழ்ந்த மரத்தில் அடைப்புறா ஒன்று இருப்பதை ரவி கண்டுகொண்டான். ரவி முட்டைகளை எடுக்கும் மும்மரத்தில் இருக்கும்போது இவன் கேட்டான்.

'ஏண்டா உங்கக்கா ரெண்டு பேரும் ஒரே மாதிரி இருக்காங்க...?'
'அவுங்க ரெட்டக் கொழந்தைங்கடா...'
'ரெட்டக் கொழந்தைங்கன்னா...?'
'ஒன்னாப் பொறந்தவங்க...'
'ஒன்னாப் பொறந்தவங்கன்னா...?'
'போடா...'

ரவி வெட்கப்பட்டான். இவனுக்கு எதுவும் புரியவில்லை. அன்றிரவு சாவடித்திண்ணையில் பாய்போட்டதும் இவன் இதைப்பற்றி அம்மாவிடம் கேட்டான். அம்மா கோபப்பட்டாள்.

'எத்தன தடவ சொல்லியிருக்கேன். இதுமாதிரி எல்லாம் கேக்கக் கூடாதுன்னு. பெரிய பய்யனானா நீயே தெரிஞ்சுக்கவே...'

'அப்ப ரவிக்கு மட்டும் எப்படியம்மா தெரியுது?'.

அம்மா பதிலேதும் கூறவில்லை. இவனுக்கு உறக்கம் வரும்வரை அதைப் பற்றிய சிந்தனையாகவே இருந்தது. மறுதினம் விழிப்பு தட்டி எழுந்து பார்த்தான். பாயில் அம்மாவைக் காணவில்லை. ஓட்டிடைச் சந்தில் வெளிச்சம் பரவியிருந்தது. கட்டிலில் அப்பா மட்டும் படுத்திருந்தார். தென்புறம் ரவி வீட்டில் ஏதோ பேச்சு சப்தமாகக் கிடந்தது. இவன் சாவடி சன்னலைத் திறந்து எட்டிப் பார்த்தான். வேப்ப வாதுகளின் நுனி பசுந்திருந்தன. வாசலில் ஊர்ப் பெண்கள் எல்லோரும் திரண்டிருந்தனர். நடுவாசலில் ரவியின் ஓர் அக்காவை முக்காலியில் உட்கார வைத்திருந்தனர். பித்தளை அண்டாவில் வெந்நீர் கொதித்தது. சுத்திண்ணையில் மாத்துத் துணி விரிக்கப்பட்டு மிட்டாய், மஞ்சள், பூ, சந்தனம், பழத்தட்டுக்கள் வட்டமாக வைக்கப்பட்டிருந்தன. ரவி

அப்புச்சியின் மடியின்மீது உட்கார்ந்து பார்த்தபடியிருந்தான். ஊர் பெண்கள் அக்கா மீது வெந்நீர் ஊற்றினார்கள். நாவிதர் யார் யார் பெயரையோ சப்தம் போட்டு கூப்பிட்டுக்கொண்டிருந்தார். எரியும் தீப்பந்தத்துக்கு எண்ணைய் வார்த்தபடி வண்ணார் எட்ட நின்றார். ஊர்ப்பெண்கள் அக்காவைக் குளிப்பாட்டி வீட்டுக்குள் அழைத்துப் போனார்கள். சன்னலின் வெளிச்சம் பட்டு எழுந்தமர்ந்த அப்பா இவனிடம் சொன்னார்.

'அந்தக்கா பெரிய மனுஷியாயிட்டா. நீயெல்லாம் பாக்கக் கூடாது சன்னலைச் சாத்து...'

ஊர்ப்பெண்கள் அந்தக்காவைப் பட்டுப்புடைவையில் அழைத்து வந்து சுத்திண்ணையில் அமரச் செய்தார்கள். அப்பா எழுந்து சடைவு முறித்தார். இவன் சன்னலைச் சாத்தினான். பொழுது கிளம்பிவிட்டது. அம்மா வெற்றிலைப் பாக்குடன் இந்தப் பக்கம் வந்தாள். இவன் கேட்டான்.

'ஏம்மா ரவியோட ரெண்டு அக்காவும் ஒன்னாப் பொறந்த வங்கதானே? அப்புறம் ஏம்மா ஒரு அக்கா மட்டும் பெரிய மனுஷியாயிருக்கா...'

அம்மா பதிலேதும் சொல்லவில்லை. அப்பா முறைத்தபடிப் பின் கட்டுக்குப் போனார்.

இருதினங்கள் போயிருந்தன. மேற்குப் பக்க சுவரின் நிழல் வீதியெங்கும் கவிந்து கிடந்தது. பள்ளிக்கூடம் விட்டு வந்ததும் ரவி காய்ந்த சோளத்தட்டின் ஈர்க்கை உரித்து 'வெண்டை' கொண்டு வந்தான். இவன் சீத்தை முட்களை எடுத்து வந்தான். இருவரும் சேர்ந்து வெண்டியில் சீத்தை முட்களைக் குத்திக் குடைராட்டினம் செய்தனர். மண்ணைக் குவித்து அதில் ராட்டினத்தை நட்டனர். ரவி ஆட்டிவிட்டான். குடைராட்டினம் சுற்றியது. திருவிழா விளையாட்டு ஆரம்பித்தது.

அந்தச் சமயத்தில் ரவி வீட்டுக்குள்ளிருந்து விநோதமான தாளத்துடன் பாடல் ஒலித்தது.

'சுண்டுவிரல் கொடுத்தால் மன்னர் தோசம் வருமென்று சொல்லி / பொன்னால் விரல்கள் செய்து போத விரல் பிடித்து / கைக்கோர்வை தாள் கொடுத்தார் காராளர் பொன்னர் சங்கர் / பெண்களுக்கு மாமன் பிரியமுடன் பட்டங்கட்டி / ஆயிரம் பிராமணர்கள் அள்ளி மணமுமிட்டார் / டும்... டும்... டும்டும்...'

இருவரும் எழுந்து ஓடினார்கள். வேம்படியில் அமர்ந்து அப்புச்சி வட்டில் போன்ற ஒன்றை தட்டிப் பாட்டு பாடிக் கொண்டிருந்தார். தாளமும் பாடலும் ஈர்க்கும்படி ரவி வியந்து சப்தமிட்டான்.

'மொசத்தோல்ல அப்புச்சி உடுக்க செஞ்சிருக்கறார்ரா...'

அப்புச்சி பாடலை நிறுத்தினார். உடுக்கையை இவனிடம் கொடுத்தார். இவனால் உடுக்கை முயல்தோலினால்தான் செய்யப் பட்டிருக்கிறது என்பதை நம்பமுடியவில்லை. பழுப்பு நிறமாக முயல் தோல் நெகிழ்ந்திருந்தது. நொச்சிக்கம்பை நாணில் காய்ந்த முயல்தோல் விறைப்பாக இழுத்துக்கட்டப்பட்டிருந்தது. விரல் பட்டதும் அதிர்ந்தது.

'டும்.. டும்... டும்டும்டும்...'

ரவி வெடுக்கென உடுக்கையைப் பிடுங்கிக் கொண்டான். இடது கையில் உடுக்கையைப் பற்றி வலது கைப்பெருவிரலை மடக்கி மற்ற விரல்களால் அடிக்கத் தொடங்கினான். குதித்துக்கொண்டு பாட்டுப் பாடினான்.

'அண்ணமார் இருவருக்கும் அவர் மைத்துனர் மூவருக்கும் /வீரகாமுனிக்கும் முன்னடிக் கருப்பனுக்கும் / கடிங்காலுச் சாம்பானுக்கும் கனமாகவே கொடுத்து... / கற்பூர தீபாராதனை... டும் டும் டும்டும்...'

அப்புச்சி சிரித்தார். இவன் எட்டி உடுக்கையைப் பிடுங்கினான். பாட்டு தடைபட்டது. ரவி தர மறுத்தான். அப்புச்சி எச்சரித்தார்.

'அப்பனுகளா, சூதானம். கிழிஞ்சிறப் போவுது...'

இவன் உடுக்கையை விட்டுவிட்டான். அழுகை முட்டும்போல் இருந்தது. இந்தப் பக்கம் சாவடிக்கு ஓடிவந்துவிட்டான். வழியும் கண்ணீரை துடைத்துக்கொண்டு நின்றபோது மறுபடியும் உடுக்கைச் சப்தம் கேட்டது. சன்னலை எட்டிப் பார்த்தான். ரவி சுத்திண்ணையில் பெரிய மனுஷன் தோரணையில் உட்கார்ந்து உடுக்கை அடித்துப் பாடல் பாடினான்.

இவனால் ஏமாற்றத்தைத் தாங்கிக்கொள்ள முடியவில்லை. கோபமாக வந்தது. ரவியோடு இனி எப்போதும் பேசப் போவதில்லை என முடிவு எடுத்தான். அப்போது ரவியின் அம்மா தண்ணீர்ப் பானையை இடுக்கியபடி வாசலுக்கு வந்தாள். ரவி உடுக்கையடித்துப் பாடுவதை ஒரு கணம் நிறுத்தி நிமிர்ந்தான்.

‘உடுக்கை அடிச்சவன் குடும்பம் ஒடுங்கீரும்கிறது செலவாந்தரம். அந்தச் சனியன தட்டறத மொதல்ல நிறுத்து...’

ரவி வெளிக்கிளம்ப உடுக்கையுடன் எழுந்தான். திண்ணையில் தார் சுற்றிக் கொண்டிருந்த சின்னக்கா ரவி அம்மாவிடம் சொன்னாள்.

‘அப்புச்சி இந்த உடுக்கய வாசுக்குதாங் குடுத்துச்சு. இவம் புடுங்கிட்டு தரமாட்டீன்டான். வாசு அழுதுக்கிட்டுப் போறான்...’

ரவியின் அம்மா சமையற்கொட்டத்துக்குள் சென்று தண்ணீர்ப் பானையை இறக்கி வைத்துவிட்டு வந்தாள். முந்தானையால் முகத்தைத் துடைத்தபடி ரவியிடம் போனாள். ரவி விழித்துக்கொண்டு அப்படியே நின்றான். இவன் எதிர்பார்க்கவில்லை. ரவியின் அம்மா ரவி கன்னத்தில் படீரென்று அறைந்தாள். ரவி கத்தி அழ ஆரம்பித்தான்.

‘மருவாதியா உடுக்கயக் கொண்டு போயீ வாசுகிட்ட குடுத்துட்டு வா.’

ரவி உடுக்கையுடன் வீதியை நோக்கி ஓடிவந்தான். இவன் கண்ணீரைத் துடைத்துக்கொண்டு கட்டிலில் போய் உட்கார்ந்தான். பின்கட்டு நடைவெளிச்சம் உள்ளே விழுந்துகொண்டிருந்தது. ரவி நடுமுற்றத்தில் வந்து நின்று சுற்றுமுற்றும் பார்த்தான். இவன் கட்டிலில் உட்கார்ந்திருப்பதைக் கண்டதும் உடுக்கையைச் சாவடித் திண்ணைத் தூணோரம் வைத்துவிட்டு வெளியே ஓடிவிட்டான். எதுவும் பேசவில்லை.

ஒரு மாதம் கடந்திருந்தது. ரவி இவனோடு பேசுவதேயில்லை. சன்னலடியில் நின்று இவன் பலமுறை கூப்பிட்டுப் பார்த்தும் ரவி முகத்தைத் திருப்பிக்கொண்டான். தாவணி அணிந்த பெரியக்கா ஒருமுறை இருவர் கைகளையும் பிடித்து சேர்த்து வைத்துப்பார்த்தாள். அப்போதும் ரவி பேசவில்லை. பள்ளிக்கூடத்திலும் ரவி பேசுவதோ, கூட விளையாடுவதோ கிடையாது. இவன் இனி ரவியிடம் ஒருபோதும் பேசமாட்டான் என்கிற தீர்மானத்துக்கு வந்தான். அதன்பின்பு இவன் வகுப்புத்தோழன் பழனியுடன் விளையாட சோடி சேர்ந்தான். பழனி, தோட்டியர் வளவுப் பையன். அவன் சில விளையாட்டுகளை இவனுக்கு அறிமுகப்படுத்தினான். அவன் விளையாட்டுகள் எல்லாம் முரட்டுத்தனமாகவே இருந்தன. அவற்றில் எதுவும் உட்கார்ந்து விளையாடும் விளையாட்டு கிடையாது. அன்றொருநாள் சாயங்காலம் பழனி இவனை ஊரின் வடக்குப் புறத்துக்குக் கூட்டிப் போனான். பள்ளிக்கூடமெல்லாம் தாண்டி ஒரு தரிசு கிடந்தது.

தும்பைகள் பூத்திருந்த கோடைப் பருவம். கருஞ்சிவப்பு வண்ணத்தில் சிறகடித்துவரும் தேர்ப்பட்டாம் பூச்சிகள் ஏராளமாக தும்பைப் பூவில் தேனுறிஞ்சிக் கொண்டிருந்தன. சிலது இணையைச் சுமந்து கொண்டு பறந்து திரிந்தன. இவனுக்கு இது ஏன் என்று விளங்கவில்லை. பழனியிடம் கேட்டான்.

'ரெண்டு பட்டாம்பூச்சி ஏன் ஒண்ணா ஒட்டியிருக்கு?'

'அது முண்டு போட்டிருக்கடா?'

'முண்டுன்னா?'

'அதுக பொண்டாட்டியும் புருஷனும். கலியாணம் கட்டிக்கிச்சுடா...'

இவனுக்குப் பழனி சொன்னது எதுவும் புரியவில்லை. அந்தத் தேர்ப் பட்டாம்பூச்சிகளைப் பிடிக்க முயன்றான். தேனுறிஞ்சும் பட்டாம் பூச்சியின் கிட்டத்தில் சப்தம் எழுப்பாமல், அடிமீது அடிவைத்து நெருங்கினான். அதன் றெக்கையைப் பிடிக்கக் கை நீட்டும்போது பட்டாம்பூச்சி எப்படியோ கள்ளம்கண்டு விசுக்கெனப் பறந்தது. இவனுக்கு ஏமாற்றமே மிஞ்சியது. பழனி சிரித்தான்.

'டேய் உனக்குப் பட்டாம்பூச்சியே புடிக்கத் தெரியலைடா?'

பழனி குனிந்து நான்கைந்து தும்பைச் செடிகளைப் பிடுங்கினான். கொத்தாகச் சேர்த்துப் பிடித்தபடி தேனுறிஞ்சும் பட்டாம் பூச்சிகளை அரவமில்லாமல் நெருங்கினான். இவனுக்குப் பழனி எப்படி பட்டாம் பூச்சிகளைப் பிடிக்கப்போகிறான் என்று ஆர்வம் தொற்றியது. பழனி பட்டாம் பூச்சிக்குச் சற்றும் சந்தேகம் எழாதளவுக்கு சிறிது நேரம் ஆடாமல் அசையாமல் நின்றான். பட்டாம்பூச்சி தேனில் ஆழ்ந்து லயிக்கும் கணம் பழனி குனிந்து தும்பைக் கொத்தினால் மூடினான். பின் உட்கார்ந்து கையை உள்ளே நுழைத்துப் பட்டாம் பூச்சியைப் பிடித்துக் கொண்டு எழுந்தான். பிடித்த பட்டாம்பூச்சியின் வயிற்றில் நூலைக் கட்டிப் பறக்கவிட்டான். நூலின் நுனியை இவனைப் பிடித்துக்கொள்ளச் சொன்னான். நூலினை இழுத்துக்கொண்டு பட்டாம்பூச்சி பறந்து சென்றது. நூலின் 'தலவை'ப் பிடித்துக் கொண்டே இவன் பின்னே ஓடினான்.

அன்று இருள் சூழும்வரை இந்த விளையாட்டுத்தான். யார் பட்டாம் பூச்சி முந்துகிறது என்று போட்டி வைத்து விளையாடினர். ஒரு முறை நூலினால் கட்டப்பட்ட பட்டாம்பூச்சி இவனையும் சேர்த்துத் தூக்கிக் கொண்டு பறந்து சென்றது. கீழே பனை, தென்னைகளின் உச்சி, ஊர், ஆறு எனக் கடந்தது. மலைப்பகுதிக்குச் சென்றதும் நூல் அறுந்து இவன்

கீழே விழுந்தான். மலைமுகடு எங்கும் கூரிய பாறைகள் செங்குத்தாக நின்றன. இவன் தூக்கத்தில் கத்தினான். அம்மா எழுப்பி என்ன என்று கேட்டாள். இதுவரை நடைபெற்றது எல்லாம் கனவு என்கிறபோது நிம்மதியாக இருந்தது.

சில நாட்களில் இந்த விளையாட்டு பிடிக்காமல் போயிற்று. இவன் விருப்பமே இல்லாமல் தும்பைத் தரிசுக்குப் போனான். தும்பைச் செடிகளினூடாக வரும் ஒற்றைத் தடத்தில் அப்புச்சி வெள்ளாடுகளை மேய்ச்சல் முடிந்து ஊரை நோக்கி ஓட்டி வந்தார். இவனையும் பழனியையும் கண்டதும் நின்று பேசினார்.

'தசரத மகராசனுக்கு ஊருக்கொரு பொண்டாட்டியாம். அதுபோலத்தான் இந்தப் பட்டாம்பூச்சியும் எப்பப்பாரு சோடியோடதான். அதனாலதான் இதுகளுக்கு தசரதப் பட்டாம் பூச்சின்னு ஒரு பேரு. அந்தக் காலத்துல இத நாங்க புடிச்சு ஆடு மாடு வெளையாட்டு வெளையாடுவோம்...'

'எப்படி அப்புச்சி அது?'

'றெக்கைய கிள்ளீட்டீங்கன்னா ஆடுமாடுதான்...'

பாதி இறக்கைகள் இல்லாத பட்டாம்பூச்சிகள் துள்ளின. பறக்க முயன்றனவே தவிர, பறக்க முடியவில்லை. தும்பைச் செடிகள் தாம் மரங்கள். அதன் கீழாக கட்டுத்தரை, பழனி மாட்டுப் பட்டாம் பூச்சிகளைப் பிடித்துக் கட்டிவைத்துவிட்டான். புற்களைப் பிடுங்கி வைக்கோல் போராக்கித் தீனி போட்டான். இந்த விளையாட்டு வாரக்கணக்கில் போயிற்று. அன்று பொழுதிறங்கும் நேரம் ஆளுக்கு முப்பதுக்கும் மேற்பட்ட மாட்டுப் பட்டாம் பூச்சிகளுடன் விளையாண்டுகொண்டிருந்தார்கள். எங்கிருந்தோ திடீரென அப்பா வந்துவிட்டார். பழனிக்கு ஏதோ அறிகுறி தெரிந்திருக்கவேண்டும். எழுந்து தும்பையின் குறுக்காக வடக்கே ஓடிவிட்டான். அப்பா இவனை எட்டிப்பிடித்தார். வேட்டியின் பின்னால் மறைத்து வைத்திருந்த ஆவாரவிளாரை உயர்த்தினார். இவன் கெண்டைக்காலில் மாறிமாறி அடி இறங்கியது. வலி உயிர்போனது. கத்திக் கதறினான். அப்பா அடியை நிறுத்தாமலே திட்டினார்.

'இவ அப்பன் ஊட்டுக்கே வந்துட்டான். பள்ளிக்கூடம் வுட்டு பன்னி மேய்க்கற பையன நீ கெடுக்கறீன்னு குத்தஞ் சொல்லறான். நாளையும் பொறவு அவனோடு உன்னைப் பாத்தேன்... அப்புறம் நடக்கறதே வேற...'

அந்த வாரமெல்லாம் இவன் பழனியோடு விளையாடப் போகாமல் இருந்தான். ஞாயிற்றுக்கிழமை வந்தது. அப்பா காங்கேயம் வரை ஏதோ சோலியாக சைக்கிளில் போயிருந்தார். பழனி வெளிநடைக்கு எதிரே வீதியில் நின்று கூப்பிட்டான். இவன் அம்மாவிடம் கூடச் சொல்லாமல் பழனியோடு புறப்பட்டான்.

பழனி முதலில் இவனைத் தோட்டிவளவுக்குக் கூட்டிப் போனான். பனையோலை வீடு. மண் திண்ணையில் ஒரு கிழவி படுத்திருந்தாள். பழனி வீட்டுக்கு வலப்புறம் வெள்ளாட்டுக் கொட்டத்துக்குள் நுழைந்தான். இவனையும் ஓசையெழுப்பாமல் வரச்சொன்னான். கொட்டத்து உறியில் கோழி அடைபடுத்திருந்தது. பழனி கொடாப்பின் மீதேறி உரியை எட்டிப் பார்த்தான். மறுபக்கத்தில் இவனையும் ஏறச் சொன்னான். பழனி கைகளைவிட்டு அடைக்கோழியை ஒதுக்கினான். கொர் என்கிற சப்தத்துடன் கோழி இறக்கையைச் சிலிர்த்தது. மணலின் மேல் மொத்தம் பதினெட்டு முட்டைகள் இருந்தன. கூடவே மாட்டுலாடமும் வறமிளகாயும் கிடந்தன. பழனி மூன்று முட்டைகளை மட்டும் எடுத்து டவுசர் சோப்பில் போட்டுக்கொண்டான். கவனமாகக் கீழே இறங்கினான். வீதிக்கு வந்து நடக்கும்போது கிழவி ஏதோ முனகினாள். மளிகைக் கடை வந்து மூன்று முட்டைகளையும் கொடுத்தான். நான்குகோலிக் குண்டுகள் வாங்கினான்.

கானலோடிய உச்சிவெயில். இருவரும் ஊரைவிட்டுத் தென்கிழக்குத் திசையில் நடந்தனர். ஓடைக்கரை வந்தது. பொறம்பு மணலைக் கடந்தனர். அக்கரைமேட்டு ஆலமர நிழலில் ஏற்கெனவே ஆடு மேய்க்கும் பையன்கள் காத்திருந்தனர். தூண்போன்ற விழுதுகளிடையே வெயில் விழுந்த இடத்தில் குழிகள் தோண்டப்பட்டிருந்தன. முதல் ஆட்டத்தில் இவர்களோடு ஆடுமேய்க்கும் பையன்களில் நான்கு பேர் கலந்துகொண்டனர். குண்டைச் சாதுர்யமாக வீசிக் குழியில் இறக்கினர். பழனியும் நன்றாக விளையாண்டான். இவன் புதுப்பழக்கம். இவனால் குண்டை ஒருமுறைகூடக் குழியில் இறக்கவே முடியவில்லை. குழி அருகில் விழும் குண்டையும் அவர்கள் நெருங்கவிடாமல் அடித்துத் தூர விரட்டினார்கள். அந்தப் பையன்கள் நால்வரும் முதலில் பழுத்துவிட்டார்கள். பழனியும் தப்பிவிட்டான். இவன்தான் ‘தோத்தாங்காலி.’ தோற்றுப் போன இவன் குழிக்கு முன்பு கையை நாம்பி விரல் முழியைக் காண்பித்தான். அந்தப் பையன்களில் ஒருவன் வலது விரல்களை ஊன்றி, ஆள்காட்டி விரலை நிமிர்த்தி குண்டைவைத்து இடது கைவிரலால் சுண்டினான். குண்டு கணீரென்று இவன் முழியை பதம் பார்த்தது. இவனுக்கு

வலி பிராணன் போனது. அந்தப் பையன் மூன்றுமுறை அடித்தான். பின்பு பழனியும் மற்ற பையன்களும் அடித்தார்கள். இவனுக்கு வலி பொறுக்க முடியவில்லை. அழும் நிலைக்கு வந்துவிட்டான். விழி வீங்கிப் புடைத்துவிட்டது. மேல்தோல் உரிந்து ரத்தம் கன்றிவிட்டது. ஊருக்குத் திரும்பிவரும்போது இவன் அவமானமும் வேதனையும் அடைந்தான். அன்றிரவு இவன் விழி வீங்கியிருப்பதைக் கண்டு அப்பா கோபமானார்.

'பன்னி மேய்க்கற பயலோட சேர்ந்தீன்னா பீ திங்கற புத்திதான் வரும்... இனி பழனியோட சேர மாட்டேன்னு சொல்லிட்டே நூறு தடவை எழுது...'

இவனுக்கு ஒவ்வொரு தடவை எழுதும் போதும் குண்டு சுழன்று வந்து விழியைத் தாக்கும் பிம்பம் எழுந்துகொண்டே இருந்தது. மறுநாள் காலையிலேயே வீதியில் நின்று பழனி குரல் கொடுத்தான்.

'இன்னிக்குப் போய் அவுனுக முழிய ஒடைக்கறோம் வர்றீங்களா...?'

இவன் பதில் கூறாமல் சாவடித் தூணோரம் மறைந்து நின்று கொண்டான். பழனியைப் பிடிக்கும் நோக்கோடு அப்பா சப்தமெழுப்பாமல் நடைப்பக்கம் போனார். இவனை எதிர்பார்த்து நின்ற பழனி அப்பாவைக் கண்டதும் அதிர்ந்து ஓட்டம் பிடித்தான்.

'உன்ன ஒன்னுஞ் செய்யல, நில்றா?'.

பழனி நிற்கவில்லை. பெருமாள் கோவில் தாண்டி ஓடிக் கொண்டிருந்தான். அடுத்த நாளிலிருந்து பழனி பள்ளிக் கூடம் வரவில்லை. இரு தினங்கள் சென்றன. அப்பா சொல்லிவிட இவன் தோட்டியர் வளவு சென்றான். பழனி ஓடைக்கரைக்கு அக்கரையில் யார் பண்ணையத்திலோ ஆடு மேய்க்கச் சேர்ந்துவிட்டதாகக் கூறினார்கள். இவன் திரும்பி வந்து அப்பாவிடம் சொன்னபோது வருத்தப்பட்டார். அந்த வாரமெல்லாம் இவனுக்குப் பழனியின் ஞாபகமாகவே இருந்தது. பழனியில்லாத வெறுமையை ஒவ்வொரு கணமும் உணர்ந்தான்.

அடுத்தவாரம் சனிக்கிழமை வந்தது. இவனுக்கு யாருடன் சென்று விளையாடுவது எனத் தெரியவில்லை. முற்றிலும் தனிமைப்பட்டு விட்டதாக உணர்ந்தான். இவனாகவே நடுமுற்றத்தில் பம்பரம் விட்டபடி விளையாண்டுகொண்டிருந்தான். திடீரென ரவி வந்து கையைப் பிடித்தான். இவனை இழுத்துக்கொண்டு ஓடைக்கரை அக்கரை மேட்டுல ஆலமரத்தடிக்குப் போனான். ஆடு மேய்க்கும் அந்த நான்கு பையன்களும் பழனியும் இருந்தார்கள். குழிகுண்டு

ஆரம்பித்தது. இவனுக்குப் பதிலாக ரவி களத்தில் இறங்கினான். விரல் நுனியில் பொருத்தி ரவி சுண்டும்போது குண்டு சரியாக குழியில் இறங்கிற்று. ரவி ஒவ்வோர் ஆட்டத்திலும் முதல் ஆளாகப் பழுத்தான். பசியையும் பொருட்படுத்தாமல் சாயங்காலம் வரை விளையாடினர். அந்த எல்லாப் பையன்களுக்கும் பழனிக்கும் விழி வீங்கிப் போனது. விட்டுக்கு திரும்பியதும் இவன் உடுக்கையை எடுத்து வந்து ரவியிடம் கொடுத்தான். ரவி உடுக்கையைப் பிடித்ததும் சிரித்தான். அப்புச்சி வெள்ளாடுகளை ஓட்டி வந்த பின் சில நாட்கள் உடுக்கை அடித்துப் பாடினார்.

நாட்கள் வேகமாக ஓடின. சாமத்தில் விழிப்புத்தட்டி இவன் எழுந்தமர்ந்தான். உடுக்கையடி கேட்டது. அருகில் அம்மா ஆழ்ந்த உறக்கத்தில் இருந்தாள். கட்டிலில் அப்பாவின் குறட்டையொலி, வீதி நாய்கள் குரைக்க ஆரம்பித்திருந்தன. உடுக்கையடியும், தீனமான குரலில் ஏதோ பாட்டும் பயப்படும்படி இருந்தன. இவன் அம்மாவை எழுப்பினான்.

'அப்புச்சி உடுக்கை அடிக்கறார்ம்மா?'

அம்மா எழுந்து சென்று சாவடி சன்னலைத் திறந்தாள். வளர்பிறை நிலா வெளிச்சம் மங்கும் தறுவாயில் இருந்தது. வேம்படியில் வெள்ளாடுகள் மிரட்சியாக வீதியைப் பார்த்துக்கொண்டிருந்தன. செம்மி விட்டு விட்டுக் குரைத்தது. வாசலில் கத்தாலமஞ்சி கயிற்றுக் கட்டிலில் படுத்திருந்த அப்புச்சி பேசினார்.

'சாமக் கோடாங்கி வர்றான். சன்னலைச் சாத்திக்க அம்மிணி, சன்னலோ, நடையோ தெறந்திருந்தாத்தான் கோடாங்கி கணக்கு சொல்லுவான்.'

அம்மா சன்னலைச் சாத்திவிட்டு வந்து பாயில் அமர்ந்தாள். இவனை எதுவும் பேசக் கூடாது என எச்சரித்தாள். உடுக்கையடி நெருங்கிக் கேட்டது.

'ஜக்கம்மா வாக்கெடுத்து வீதியில் வாரா / பாவம் பட்டிருச்சு பழிவாக்கு வந்திருச்சு / ஊர்க்கெணறு உருக்குலைஞ்சு போகுது / பருவமழை பாதை மாறிக் காதவழி போகுது / ஒடக்கா மொட்டுட நெழல் தேடி அலையுது / பரிகாரம் பண்ணி பகல்பூசை போடணுமுன்னு/ ஜக்கம்மா சொல்லி வாரா... சொல்லி வாரா...'

உடுக்கையடி அதிர்ந்தது. சாமக்கோடாங்கி மறுபடியும் ஒருமுறை குறிவாக்கை பாடினான். பின் உடுக்கை ஒலி தோய்ந்து மறைந்தது. ஊருக்குள் ஆங்காங்கே நாய்கள் குரைப்பது மட்டும் அடங்கவில்லை.

பண்டம்பாடிகள் தீனிக்குத் திணறின. மழையின்றியே ஆவணி, புரட்டாசி, மாதங்கள் கடந்து போயின. ஐப்பசி பிறந்தும் ஒரு பொட்டுத் துளி இறங்கவில்லை. எல்லா நாளும் வானம் முகிலற்று நட்சத்திரம் மினுங்க வெளிறிக்கிடந்தது. கோடைக்காற்று மேலும் விசைகொண்டது. சில தோட்டங்களில் தென்னைகள் குருத்து கருகிச் சாய்ந்தன. அக்கம்பக்கமெல்லாம் மழை தொடர்ந்து பெய்யும் சேதி வந்தது. நத்தக்காடையூருக்குக் கிழக்கே, கீரனூருக்கு மேற்கே, காங்கேயத்துக்கு தெற்கே என எல்லாத்திக்கும் விதைப்பு உழவு நடந்துகொண்டிருந்தது. வடக்கே சென்னிமலைக் குன்றில் மரங்களும் புதர்களும் துளிர்த்துப் பசுத்துவிட்டன. சனங்கள் பயந்து பேனார்கள்.

ஈஸ்வரன் கோவில் குறிஞ்சி மண்டபத்தில் ஊர்க்கூட்டம் கூடிற்று. சாமக் கோடாங்கியின் வாக்கு பலித்துவிட்டதையே எல்லோரும் விவாதித்தார்கள். மூன்றாம் சாமம் கடந்தும் தீர்வு புலப்படவில்லை. சனங்கள் எழுந்து கலைந்துபோக ஆரம்பித்தனர். அப்போது அப்புச்சி பெரிய வீட்டுக்காரர் காதில் போய் ஏதோ குசுகுசுவெனச் சொன்னார். மறுநாள் விடிகாலையிலேயே தோட்டிமார்கள் வீதியில் திடுமன் தட்டிக் கொண்டு போனார்கள்.

‘நாளையிலிருந்து கொடும்பாவி இழுத்து கொள்ளரி போடறது சாமியோவ்... மழைச்சோறு எடுக்க மவராசிங்க வந்துருங்க சாமியோவ்... கொழந்தைங்க வந்திருங்க சாமியோவ்...’

ரவி இவனைத் தெற்கு வளவுக்குக் கூட்டிப்போனான். ஆசாரி மூங்கில் பூட்டுக்களை வைத்துக் கொடும்பாவி செய்துகொண்டிருந்தார். பள்ளிக்கூடம் விட்டு சாயங்காலம் திரும்பவும் போய்ப் பார்த்தபோது, கொடும்பாவி பெரிய மீசை வெள்ளை உடை என விஸ்வரூபமாகப் படுத்திருந்தது. பார்க்க பார்க்க அரக்கத்தனத்துடன் எழுந்து நிற்பது போலத் தோன்றியது. இருட்டியது. சனங்கள் தலைவாசலில் கூடினர். மாரடித்து அழுது மழைச்சோறு எடுத்தனர்.

கொடும்பாவி சாவோனும் / கொள்ள மழ பெய்யோனும் / கீரை மொளைக்கோனும் / கெழவி பஞ்சம் தீரோனும் / வெள்ளாம மொளைக்கோனும் / வெள்ளாளன் பஞ்சம் தீரோனும்...

கொடும்பாவியை ஊரைச் சுற்றி இழுத்து வந்து தலைவாசலில் போட்டனர். வானில் எவ்வித மாற்றமுமில்லை. நட்சத்திரங்கள் நிறைந்து ஒளிர்ந்தன. ஒரு சிறிய முகில் நுணுக்குக்கூட அடிவானம் வரை தென்படவில்லை. மறுநாள் பகலில் வெயில் பங்குனி மாதம் போல் அடித்தது. ஊர் சேந்து கிணற்றில் சேற்றுநீரும் வற்றிவிட்டது. சிட்டுக்குருவிகள் ஊர் இறங்காமல் கடந்தன.

இரண்டாம் நாள் சடங்கு எப்பொழுதும் போல இருட்டியது. சனங்கள் மாரடித்து மழைச்சோறு எடுத்து, கொடும்பாவி இழுத்தனர்.

'நாடு செழிக்கோனும் / நவதானியம் வெளையோனும் / காடு செழிக்கோனும் / கல்ஆக்காட்டி திரும்போனும் / வயல் செழிக்கோனும்/ முயல் மேயோனும்'

ஆகாயம் மழை வருவதற்கான அறிகுறியின்றி காணப்பட்டது. ஆனாலும் நம்பிக்கையுடனே சனங்கள் கலைந்தனர்.

மூன்றாம் நாள். அந்தியிலே ஜல மூலைப்பக்கம் அடிவானில் மின்னல் மின்னிற்று. இருட்டும்போது லேசாகக் கருக்கல் ஏறி வானம் கருமைபடந்தது. சாங்கீதம் வீண்போகவில்லை. எப்படியும் மழை இறங்கிவிடும் என ஊர்சனங்கள் பேசிக்கொண்டனர். இவன் கொடும் பாவிக்குக் கொள்ளிபோடும் சடங்கைப் பார்க்கும் ஆவலில் திரிந்தான். அப்புச்சியிடம் கேட்டான்.

'கொடும்பாவிக்கு ஆரு அப்புச்சி கொள்ளி போடுவா?'

குடும்பம் குட்டியில்லாதவங்கதான் கொடும்பாவிக்குக் கொள்ளி போடணும். குடும்பம் புள்ளக்குட்டியின்னு இருக்கறவங்க கொள்ளி போட்டா குடும்பம் விருத்தி ஆகாதுன்னு ஐதீகம். அப்புனு, ஊருக்குள்ள கருப்பணத் தோட்டி இருக்கான். அவனுக்கு நூறு வயசு இருக்கும். கூட்டி வரப் போயிருக்காங்க...'

மழைச்சோறு எடுத்து முடித்தாயிற்று. கொடும்பாவி ஊரைச்சுற்றித் தலைவாசல் வந்துவிட்டது. ஊர்ப்பெண்களும் குழந்தைகளும் சூழ்ந்து கொண்டு மாரடித்துக் கதறி அழுதனர். கொட்டு முழக்கு முழங்கியது. கொம்பு ஊதப்பட்டது. கொடும்பாவியைச் சுடுகாடு நோக்கி இழுப்பது தான் தாமதம். உச்சிவானம் வரை திரண்ட முகில் துளியாய் இறங்கவில்லை. வெளி ஒருவித இறுக்கத்துடன் இருந்தது. சனங்கள் எல்லோரும் அடிக்கொருதரம் வானத்தைஅண்ணாந்து பார்த்துக் கொண்டேயிருந்தனர். அந்நேரத்தில் தோட்டி வளவிலிருந்து வந்தவர் ரைஸ்மில்காரர் காதில் ஏதோ சொன்னார். ஊர் ஆண்கள் எல்லோரும் திடீரெனப் பதற்றமானார்கள். இளைஞர்களில் சிலர் மறுபடியும் தோட்டியர் வளவு நோக்கி ஓடினர். கருப்பணத் தோட்டியைக் காணவில்லை. கொடும்பாவி சுடுகாடு புறப்படாமலே நின்றது. கொடும்பாவிக்குக் கொள்ளி போடுபவர்களுக்குக் கொடுப்பதற்காக எடுத்து வைத்திருந்த புதுத்துணிகூட விநாயகர் கோவிலுக்குள்அப்படியே இருந்தது. நடுவானில் திரண்ட மழை முகில் கலைய ஆரம்பித்தது. கொட்டுக்காரர்கள் சோர்ந்துபோய் கொட்டு முழக்கை நிறுத்தினர்.

நேரம் போயிற்று. ஊர் ஓர் இக்கட்டான தருணத்தில் மாட்டிற்று. சனங்கள் செய்வதறியாது திகைத்தனர்.

அப்புச்சி எழுந்தார். ரைஸ்மில்காரர் முன்பு போய் நின்றார்.

'கொடும்பாவிக்கு நாங் கொள்ளி போடறேன்.'

ஊர்சனங்கள் அதிர்ந்தார்கள். ரவியின் அம்மாவும் அக்காக்களும் ஓடிவந்து சப்தமிட்டனர்.

'அய்யா, என்ன இது… நாங்க எல்லாம் இருக்கறது ஒங்க கண்ணுக்கு தெரியலையா?'

அப்புச்சி கேட்கவில்லை. கொடும்பாவி அருகில் சென்றார். ரவியின் அம்மா அழ ஆரம்பித்தாள்.

'அய்யோ… இத்தன நாளைக்கிப் பொறவு இந்த மனுசன் ஆருமில்லா அநாதைன்னு சொல்லீருச்சே. சித்தப்பன்னு நா ஒருநா கூட பிரிச்சுப் பாத்ததில்லயே. பெத்த புள்ளையாட்டந்தானே பாத்துக்கிட்டேன்.'

கொட்டுக்காரர்கள் எழுந்து கொட்டு முழக்கு அடித்தனர். கொம்பூதிகளும் ஊதினர். ஆண்கள் கொடும்பாவியை இழுத்தனர். பெண்கள் சுடுகாட்டுப் பாதைவரை மாரடித்து அழுது வழியனுப்பினர். வானில் கலைந்த முகில் ஆங்காங்கே சிதறிக்கிடந்தன. நம்பிக்கை இல்லாமலே கொடும்பாவியைச் சுடுகாடு கொண்டுபோய்ச் சேர்த்தனர். வண்ணாரும் நாவிதரும் சடங்குகளைச் செய்ய, வெட்டியான் அப்புச்சியை அழைத்தார். இவனும், ரவியும் சற்றுத் தள்ளி நின்று பிரமிப்பாய் பார்த்துக்கொண்டிருந்தனர். கொள்ளியை வாங்கிய அப்புச்சி மேலே வானைப் பார்த்துக் கும்பிட்டார்.

'வருண பகவானே எங்களக் கைவுட்டராதே சாமீ…'

அப்புச்சி கொடும்பாவிக்குக் கொள்ளி போட்டார். அழுக்கடைந்த வெள்ளை உடையில் தீ பரவி எரிந்தது. வானில் கலைந்த முகில் திடீரெனத் திரண்டது. வாடைக்காற்று வீசத் தொடங்கியது. கொடும்பாவி முழுதும் ஜுவாலை கொளுந்துவிட்டு எரிந்தது. எல்லோரும் வானத்தையும் கொடும்பாவியையும் மாறிமாறிப் பார்த்தனர். சாம்பல் துணுக்குகள் பறந்தன. கண்ணைப் பறிப்பதுபோல் மின்னல் வெட்டியது. கனத்த இடி. துளிகள் இறங்கின. கார்மழை போல் பெரும் துளிகள். நனைந்தபடி சனங்கள் மேற்கே ஊரைப் பார்த்து ஓடத் தொடங்கினர். இவனும் ரவியும் அப்புச்சியோடு மெதுவாகவே நடந்தனர். நிலம் எங்கும் நீர் பெருகிவிட்டது.

அடுத்து வந்த நாட்கள் எல்லாம் கனத்த மழை இறங்கிப் பெய்தது. காலம் செழித்துவிட்டது. கிணறுகள் கடை போயின. மழை வரும்போல் இருந்த இளமதியம். ரவியுடன் இவன் கொறங்காட்டு வெளியில் அலைந்தான். உழவுப்புழுதி மேவி நரிப்பயிறும் கொள்ளும் முளைத்துப் படர்ந்துவிட்டன. வேலாமர வாதுகளில் நெய்ப் பொன்னாம்பூச்சியும் பொரிப்பொன்னாம்பூச்சியும் பிடித்தனர். இலந்தைப் பொன்னாம்பூச்சி மட்டும் சிக்கவில்லை. நண்பகல் கடந்துவிட்டது. ஊர் திரும்பும்போது ஓடைக்கரையில் பழனி இலந்தைப் பொன்னாம்பூச்சி வைத்திருந்தான். ஐம்பது பைசாவுக்கு விலைக்கு வாங்கினார்கள். வீடு வந்ததும் சாவடித் திண்ணையில் படுக்கப் போட்டனர். ரவி கை தட்டினான். இலந்தைப் பொன்னாம்பூச்சி கால்களை ஆட்டியபடி மல்லாக்கக் கிடந்தது.

'இப்ப வித்த போடும் பாரு...'

இவன் இலந்தைப் பொன்னாம்பூச்சியையே பார்த்தபடி இருந்தான். ரவி தொடர்ந்து கை தட்டினான்.

'அட்ரா குட்டிக்கரணம்... அட்ரா குட்டிக் கரணம்...'

அப்போது நடையில் நுழைந்த அப்பா கேட்டார்.

'ஏதுடா எலந்தப் பொன்னாம்பூச்சி... ?' ரவியும் நானும் புடிச்சோம்...'

ரவி எழுந்து ஓடிவிட்டான். அப்பா மேற்கொண்டு எதுவும் கேட்காமல் சமையற்கட்டுக்குள் போனார்.

'நாளையும் உம் பய்யனுக்கு வாங்கித் திங்க ஏதாச்சும் குடுத்தீன்னா பொறவு உன் கைய முறிச்சு அடுப்புல திணிச்சிருவேன்...'

இவன் ஏமாந்த கணம். மல்லாக்கக் கிடந்த இலந்தைப் பொன்னாம் பூச்சி இறக்கை விரித்து நிமிர்ந்தது. சற்று ஊர்ந்து பறந்தது. நடு முற்றத்தில் நுழைந்து ஆகாயத்தை நோக்கிப் போயிற்று. இவன் ஏக்கமாக பார்த்துக்கொண்டே இருந்தான். மழை விழ ஆரம்பித்தது.

அதன் பின்பு ஒருபோதும் இவன் பொன்னாம்பூச்சி பிடிக்கச் செல்லவேயில்லை. மழைக்காலங்கள் கடந்து கடந்து போயின. கார்த்திகை அந்தி. வானில் கருவோட்டம். இவனும், ரவியும் சென்னிமலை கொமரப்பப் பள்ளியில் பத்தாம் வகுப்பு கணக்கு ஸ்பெஷல் கிளாஸ் முடிந்து மாறிக் கத்திக்கொண்டிருந்தனர். கெட்ட வார்த்தைகூட கேட்டது. ஏற்கெனவே அம்மா சாவடி சன்னலைத் திறந்து எட்டிப் பார்த்துக்கொண்டு நின்றாள். மதியத்தில் பெய்த மழையால் வேம்பிலைகள் நீர் சொட்டின. வெள்ளாட்டுப் புழுக்கை வாசனை வீசியது. வாசல் கல்உரலில் சிறுமியை மடியில் கிடத்தி ஒரு பெண்

அமர்ந்திருந்தாள். வயதான பெண்மணி ஒருத்தி ரவியின் அம்மாவுடன் சண்டையிட்டுக் கொண்டிருந்தாள். ரவிக்கை அணியாமல் பின் கொசுவம் வைத்துக் கட்டியிருந்தாள். சண்டையை விலக்க முயன்ற ரவியின் பெரியக்காவை அடிக்க எத்தனித்தாள். அப்புச்சி கவையை ஊன்றி நின்றபடி நடப்பதை மௌனமாகப் பார்த்துக்கொண்டே நின்றார்.

'இத்தனை நாளைக்கப்புறம் எங்கிருந்தோ அப்புச்சியோட பொண்டாட்டி பிள்ளை, பேத்தியின்னு வந்துட்டாங்கடா...'

'அப்புச்சிதான் ஆருமில்லீன்னு கொடும்பாவிக்கு எல்லாம் கொள்ளி போட்டாரேம்மா...'

ரவியின் சின்னக்கா ரைஸ்மில்காரரைப் போய்க் கூட்டிவந்து விட்டாள். ரைஸ்மில்காரர் வந்ததும் உடனே கொஞ்சம் சப்தம் அடங்கியது. அவர் அப்புச்சியைப் பார்த்துக் கேட்டார்.

'நீங்க என்னங்கய்யா சொல்றீங்க...?'

'நாம் பொழைச்ச பொழப்புக்கு ஒன்னுமில்லாம போச்சு அப்புனு... இந்த ஓடுகாலி முண்டையினால கடேசி காலத்துலேயேயும் நிம்மதியாக இருக்க வுடுல. நா வாங்கி வந்த வெனை அப்பிடி..' வயதான பெண்மணி கத்தினாள். 'கொடும்பாவிக்கே கொள்ளி போட்ட கல்நெஞ்சக்காரன் நீ ஏம் பேசமாட்டே...'

'எண்ணெய்க் கொழந்தையத் தூக்கிட்டு கண்டவனோட ஓடிப்போனா கொள்ளி போடாம என்ன பண்ணுவாங்களாம்...'

'ஆம்பளையா நடந்துக்கிட்டா ஏன் ஓடறாங்களாம்.'

அப்புச்சி சட்டென ஓடி வயதான பெண்மணியின் தலைமுடியைப் பற்றி, கவையால் அடித்தார். வயதான பெண்மணி அப்புச்சியைப் பிடித்து விசிறிவிட்டாள். அப்புச்சி தடுமாறி திண்ணைத் தூணைப் பற்றி நின்றார். ரைஸ்மில்காரர் கத்தினார்.

'உங்க நாய்ச்சண்டைய கொஞ்ச நேரம் நிறுத்தறீங்களா? ஞாயம் பேச வேண்டாமா?' சில நிமிடங்களில் மௌனம் நிலவியது. வீதியிலிருந்து வந்த செம்மி புதியவர்களைக் கண்டதும் மூர்க்கமாகக் குரைத்தது. ரைஸ்மில்காரர் வயதான பெண்மணியைப் பார்த்துப் பேசினார். 'ஊட்டுல அய்யம்பங்கான வடக்கோட்ட நீங்க எடுத்துக்குங்க. அப்புறம் அய்யனுக்கு நீங்கதான் சோறு போடணும். உனி சண்ட

போட்டீங்கன்னா உரிச்சு உப்புக் கண்டம் போட்டு ஊரவுட்டுத் தொரத்திருவேனாமா?'

ரைஸ்மில்காரர் மேலும் அங்கு நிற்காமல் வேகமாக வீதியில் இறங்கி நடந்தார். மழை மறுபடியும் தூர ஆரம்பித்தது. கல் உரலில் உட்கார்ந்திருந்த பெண் சிறுமியைத் தோளில் சாய்த்துக் கொண்டு எழுந்து வீட்டுக்குள் போனாள்.

மறுநாள் விடிந்து வெகுநேராகிவிட்டது. ஏறுவெயிலில் திண்ணை சூடேறிக் கொண்டிருந்தது. தூணில் சாய்ந்து உட்கார்ந்திருந்த அப்புச்சி முன் ரவியின் அம்மா எப்பொழுதும் போல் வட்டிலில் சாதம் எடுத்து வந்து வைத்தாள். அப்புச்சி சுடுசோற்றில் கொள்ளுஃ்ஹ் துவையலைப் பிசைந்தார். அந்தப் பெண் உள்ளேயிருந்து ஓடிவந்து வட்டிலைக் காலால் எட்டி உதைத்தாள். பித்தளை வட்டில் சாதத்துடன் வாசலில் போய் விழுந்து சப்தித்தது. சிதறிய சோற்றுப் பருக்கைகளைச் செம்மி நாக்கால் நக்கத் தொடங்கிற்று.

'எங்கப்பனுக்கு எப்பிடி சோறு போடறதுன்னு எனக்குத் தெரியும்... நீ ஆருடி சோறு போட..'

ரவியின் அம்மா எதுவும் பேசாமல் வீட்டுக்குள் போய்விட்டாள். அப்புச்சி பட்டினியுடனே வெள்ளாடுகளின் கழுத்து தும்பைத் தறித்து விட்டு முடுக்கினார். வேம்படிக்குள் கூட்டக்காகம் கத்தியது. அம்மாவும் இவனும் சன்னலைச் சாத்தினார்கள்.

மதிய உணவுக்கு முன்பு வகுப்பறைக்கு வந்து ஊர்க்காரர் ஒருவர் ரவியை அழைத்துப் போனார். அதன்பின்பு சன்னலைத் திறந்தால் அப்புச்சி இல்லாத வெறுமை இருந்தது. வெள்ளாடுகளும் இல்லை. ரவியும் பள்ளிக் கூடம் வருவதை நிறுத்திவிட்டான். திருப்பூர் பனியன் கம்பெனிக்கு வேலைக்குப் போக ஆரம்பித்தான். இவன் ரவியைப் பார்ப்பதேகூட அபூர்வமாகிவிட்டது. வைகறையில் எழுந்து போகும் ரவி நடுச்சாமத்துக்கு பின்புதான் வீடு திரும்பிக் கொண்டிருந்தான். சொந்த சம்பாத்தியத்தில் இரு அக்காக்களுக்கும் அடுத்தடுத்து திருமணம் செய்து வைத்தான். ஊருக்குஃ்ஹ் தெற்கே மாரணம்பாளையத்துக்கே இரு அக்காக்களும் வாழ்க்கைப்பட்டுப் போனார்கள். நல்ல வசதி. மாப்பிள்ளைகள் தங்கமானவர்கள் என ஊருக்குள் பேசிக்கொண்டார்கள். இரண்டு வருஷத்தில் ரவி எப்படி இவ்வளவு சம்பாதித்தான் என யாருக்கும் தெரியவில்லை. நாட்கள் வேகமாக ஓடின. பத்தாம் வகுப்பும், பதினொன்றாம் வகுப்பும்

இவன் தனியாகவே பள்ளிக் கூடம் போய்வந்துகொண்டிருந்தான். பன்னிரண்டாம் வகுப்பு போனபோதுதான் விஜயா வந்து சேர்ந்தாள். அதுவரை விஜயா மாமாவீட்டில் படித்துவிட்டு இங்கே வந்திருந்தாள். இத்தனை நாளும் ரைஸ்மில்காரருக்கு இவ்வளவு பெரிய பெண் இருப்பது இவனுக்குத் தெரியாது. விஜயாவும் 'பர்ஸ்ட் குரூப்தான்' படிப்பில் கெட்டிக்காரி. வகுப்பில் இவனுக்குப் போட்டி. கால்பரிட்சை முடிந்துவிட்டது. புரட்டாசி முதல் சனிக்கிழமைக்கு விஜயாவும், விஜயாவின் அம்மாவும் பெருமாள் கோவிலுக்கு வந்துவிட்டு இங்கே வீட்டுக்கு வந்து அம்மாவிடம் பேசினார்கள்.

'வாசுவ எங்க விஜயாவுக்குத் தொணையா உனி பஸிலேயே போகச் சொல்லுங்க. டியூசனுக்கும் ரெண்டுபேரையும் சேர்த்தே அனுப்பலாம்...'

விஜயாவின் அம்மா கிளம்பும்போது தேன்வாழை மரங்களைப் பார்த்துவிட்டு அம்மாவிடம் சொன்னாள்.

'இந்த வாழைய நான் விஜயா பொறந்த வருஷம் நட்டேன். எங்க ஊர் பழைய கோட்டையிலிருந்து விஜயாவுக்குப் பேர்வெச்சு நானும் இவ அப்பாவும் சவ்வாரி வண்டியில பொறப்படுறோம். அப்ப எங்க அய்யா ரெண்டு வாழைக்கன்னை சாக்குல சுத்தி குடுத்தனப்பறாரு... இன்னிக்கு மாதிரி பதினேழு வருஷம் ஆகிப்போச்சு... இந்த வாழையும் இன்னும் அப்படியே இருக்கு பாருங்க...'

கணக்குக்கும் ஆங்கிலத்துக்கும் மட்டும் டியூசன் போனார்கள். டியூசன் முடிந்து பஸ்பிடித்து திட்டுப்பாறையில் இறங்கி, சைக்கிளில் ஊரை நோக்கி இருளில் விஜயாவுடன் பேசியபடியே வரும் பயணம் இவனுக்குப் பிடித்திருந்தது. தேர்வுக்கு இன்னும் பத்து தினங்களே இருந்தன. ஆட்டோகிராப் டைரியில் கூடப்படிப்பவர்கள் எல்லோரும் எழுதிக் கையெழுத்திட்டுவிட்டார்கள். இவனுக்கு விஜயாவும் விஜயாவுக்கு இவனும் ஏனோ எழுதிக்கொள்ளவில்லை. அன்று இருவரும் பள்ளி சென்று தேர்வு எழுதிக்கொள்ளவில்லை. அன்று இருவரும் பள்ளி சென்று தேர்வு எழுத 'ஹால்டிக்கெட்' வாங்கிக் கொண்டு ஊர் திரும்பிய மதியம். விஜயாவின் தோட்டத்துக்கு செல்லும் வாய்க்கால் மேட்டுத் தடத்தில் சைக்கிளை நிறுத்தினார்கள். மாவிலிங்க மரத்தடிக் கருப்பண சாமி கோவில் சென்று சாமி கும்பிட்டார்கள். ஆள் அரவமற்றதனிமை. காட்டுமல்லிப் பூ வாசம் நிறைந்த காற்று. சுற்றிலும் செவ்வாழைத் தோப்பின் குளுமை. இவன் விஜயாவின் ஆட்டோகிராப் டைரியை வாங்கினான். இவன் பிறந்த தேதி பக்கத்தை விரித்தான்.

‘இதுல நான் எதுவுமே எழுதப் போறதில்ல ஆனா நீ எப்ப எடுத்துப் பார்த்தாலும் என்னோட முகத்தையும் காதலையும் இந்த வெற்றுத் தாள்ல காண்பே…’

விஜயா சிரித்தாள். இவன் சட்டென விஜயாவின் வலது கைவிரலை பற்றி முத்தமிட்டான். இவனுக்கு நடுங்கிற்று மூச்சு முட்டிற்று. விஜயா உதறிக் கொண்டு சற்றுத் தள்ளிப்போய் நின்று பார்த்தாள்.

‘புடிச்சிருந்தா வாத்தியாரைக் கூட்டிட்டு வந்து பொண்ணு கேளுங்க.. இப்ப யாராச்சும் பாத்துட்டா அவ்வளவுதான்… ரெண்டு பேரையும் இந்த மரத்திலேயே சுருக்கிட்டு தூக்கிருவாரு… எங்கப்பா’

இவன் டைரியை விஜயாவிடமே திருப்பிக் கொடுத்தான்.

‘உங்க டைரி எனக்கு வேணும்’

‘நீ எனக்கு என்ன எழுதித்தரப் போறே?’

நானா எதுவும் எழுதப்போறதில்ல… என்னோட சக்காளத்திக என்ன எழுதியிருக்கிறாளுகன்னு படிக்கப் போறேன்…’

விஜயா இவனதுஆட்டோகிராப் டைரியை வெடுக்கெனப் பிடுங்கினாள். தரையெங்கும் சிதறியிருந்த மாவிலிங்க சருகுகள் சரசரக்க ஓட்டம் பிடித்தாள். வெயிலில் ஊசித்தட்டான்கள் குறுக்கும் நெடுக்கும் பறந்தன. படிப்பதற்கான விடுமுறை நாட்கள் வேகமாகக் கழிந்துகொண்டிருந்தன. இடையில் ஒருமுறை இவன் ஏதாவது சாக்குவைத்து விஜயாவைப் பார்த்துவர எண்ணினான். நண்பகலில் சைக்கிளை எடுத்துக்கொண்டு கரியகாளியம்மன் கோவில்வரை வந்தவனுக்குத் திடீரெனத் தயக்கம் ஏற்பட்டது. எதற்கு வந்தாய் என விஜயா வீட்டில் கேட்டால், என்ன பதில் கூறுவது என்று யோசித்தபடிச் சிறிது நேரம் நின்றான். பின் அப்படி யாரும் கேட்கமாட்டார்கள் எனச் சமாதானப்படுத்திக்கொண்டு மேலும் சைக்கிளை மிதித்தான்.

ஆசாரத்துப் பந்தலில் ரைஸ்மில்காரரின் புல்லட்டைக் காணவில்லை. ஈரத்தலையை மதுகோதியால் உலர்த்திக்கொண்டே வெயிலில் நின்ற விஜயா இவனைப் பார்த்ததும் கண்கள் விரிய ஆச்சரியமானாள்.

‘ஏய்… நான் இன்னும் ஆட்டோகிராப் டைரியை படிக்கல… அதுக்குள்ள கேட்டு வந்துட்டியே…?’

இவனுக்குக் கொஞ்சம் நிம்மதியாயிற்று. வந்ததன் காரணம் கிடைத்து விட்டது. சைக்கிளைப் பந்தக்காலில் சாய்த்து நிறுத்தினான். விஜயாவின் அம்மாவும் சந்தோசப்பட்டாள். இவன் திண்ணையின் நுனியில் அமர்ந்தான். விஜயா எதிரில் வந்தமர்ந்து முல்லை

மொக்குகளைக் கொட்டி கோக்கத்தொடங்கினாள். இவனுக்கு என்ன பேசுவது எனத் தெரியவில்லை. புல்லட் சப்தம் கேட்கிறதா எனக் கவனித்துக் கொண்டிருந்தான். விஜயாவும் படிப்பைப் பற்றியே கேட்டுக் கொண்டிருந்தாள். தோட்டத்துக்குள் ஒருங்கிவந்த பனைநிழலில் நிறை பசுமாடு கத்திற்று. சமையற்கட்டிலிருந்து எண்ணெய்யில் கடுகு தாளிக்கும் வாசனை வந்தது. இவன் எழுந்தான். விஜயா உள்ளே பார்த்துக் குரல் கொடுத்தாள்.

‘அம்மா... வாசு கெளம்புது...’

‘அதுக்குள்ளேயா... போய் தலவுமடலாய்ப் பாத்து எல அறுத்துக்கிட்டு வா... சாப்பிட்டுவிட்டு போகட்டும்...’

இவன் எவ்வளவோ மறுத்துப் பார்த்தும் அவர்கள் விடவில்லை. தலை வாழையிலையில் முதன்முதலாக மைசூர்பாகு வைத்தபடி விஜயாவின் அம்மா சொன்னாள்.

‘உங்க ரெண்டு பேர் ஜாதகத்தையும் நானும் உங்கம்மாவும் முத்தூர் வடிவேல் சோசியர்கிட்ட குடுத்து பாத்தோம்... ஒம்போது பொருத்தம் இருக்காம். நீங்க டீச்சர் ட்ரெயினிங் முடிச்சு வேல வாங்கினதையும் கலியாணத்த வெச்சுக்கலாம்...’

இவன் ஊரை நோக்கி சைக்கிளை மிதித்தான். ஏனோ விஜயாவுடன் திருமணம் எல்லாம் முடிந்து, மனைவியைப் பார்த்துவிட்டு வரும் உணர்வே ஏற்பட்டது. கடைசிப் பரிட்சையும் எழுதி முடித்து நான்கைந்து தினங்கள் போயிருந்தன. இருள் சூழும் நேரம் ஊரே பரபரப்பாயிற்று. நாய்கள் மாறிமாறிக் குரைத்தன. வீதியில் ஊர் சனங்கள் விரைந்து ஓடிக்கொண்டிருந்தனர். இவனுக்கும் அம்மாவுக்கும் ஒன்றும் புரியவில்லை. நடைப்பக்கம் நின்று யாரை விசாரிப்பது என யோசித்தபடி இருந்தனர். அப்போது அப்புச்சியின் மகள் இந்துமதியக்கா கிட்டத்தில் வந்தாள். இந்துமதியக்கா வீட்டில் வேறு யாராவது இருக்கிறார்களா என்று நோட்டமிட்டபடிப் பேசினாள்.

‘அக்கா... போலீஸ் ரைஸ்மில்ல சுத்தி வளைச்சிருச்சு. கொக்கி போட்டு கரண்ட் எடுக்கறத கையும் களவுமா புடிச்சிருச்சு. வேல செஞ்ச ஆளையெல்லாம் கூடக் கைதுபண்ணி ஜீப்புல ஏத்தறாங்க. நா மட்டும் எப்படியோ தப்பிச்சுட்டேன். ரைஸ்மில்காரர் தலைமறைவாயிட்டாரு. புடிச்சது ஏதோ பறக்கும் படையாம் உடுமலைப் பேட்டையிலிருந்து வந்திருக்கறாங்க. கேசு பெலமா மாட்டுமுன்னு பேசிக்கிறாங்க...”

இந்துமதியக்கா மறுபடியும் ஒருமுறை வீட்டை நோட்டமிட்டபடிக் குரலைத் தாழ்த்திப் பேசினாள்.

'அக்கா... மொட்டக் கடுதாசி போட்டு இதக் காட்டிக் கொடுத்தது வாத்தியார்தான்னு ஊருக்குள்ள தெரிஞ்சு போச்சு... நீங்க அண்ணனையும் வாசுவையும் கூட்டிக்கிட்டு எங்காச்சும் வெளியூர் போயிருங்க... ரைஸ்மில்காரர் பொல்லாதவரு... இங்க இருந்தீங்கன்னா சும்மா உடமாட்டாரு...'

இவனும் அம்மாவும் பயந்து போனார்கள். இரவு வெகுநேரம் கழித்தும் அப்பா வீட்டுக்கு வரவில்லை. ஊரே படுநிசப்தமாகக் கிடந்தது. சாவடியில் உறக்கம் வராமல் படுத்திருந்தபோது வீதியில் நின்று யாரோ கூப்பிடுவதுபோல இருந்தது. அம்மா எழுந்து உட்கார்ந்தபடியே யோசித்தாள். அதற்குள் வெளிநடை தட்டப்பட்டது. இவன் நடுமுற்றத்துக்குப் போய் நின்றான். அம்மா கதவைத் திறக்க வேண்டாம் என ஜாடை காட்டினாள்.

'டேய் வாத்தியானே, ஒளிஞ்சுக்கிட்டா உட்டுருவேன்னு நெனெச்சியா?'

கோபமான குரல். யாரோ கதவை எட்டி உதைத்தார்கள். கதவு அதிர்ந்தது. அம்மா தடுப்பதையும் பொருட்படுத்தாமல் இவன் போய் தாழ்விலக்கினான். அந்தக் கணம் தைரியம் எப்படி வந்தது எனத் தெரியவில்லை. பங்காளிகள் ஆறேழுபேருடன் ரைஸ்மில்காரர் உள்ளே நுழைந்தார். இவனும் அம்மாவும் திண்ணையோரம் ஒடுங்கி நின்றனர். ரைஸ்மில்காரர் சப்தமாகப் பேசினார்.

'எங்கடி வாத்தியான்?'

'தெரியலைங்க... காத்தால இருந்தே காணோம்.'

'போனாப் போகுதுன்னு ஊருக்குள்ளே குடிவெச்சா உண்ட வீட்டுக்கே ரெண்டகம் பண்றாம்பாரு... எல்லாரும் போய் உக்காருங்கப்பா... எந்நேரம் ஆனாலும் வாத்தியான் வருவான்... அப்புறம் பாத்துக்கலாம்...'

பங்காளிகள் வடக்குத் திண்ணையில் ஏறி அமர்ந்தனர். ரைஸ்மில்காரர் மட்டும் புறங்கை கட்டியபடி நடுமுற்றத்தில் நடந்தார். இவனுக்கும் அம்மாவுக்கும் பயம் கூடியது. அப்பா வந்தால் இப்போது நிலைமை விபரீதமாகிவிடும். அம்மா குலதெய்வத்தையெல்லாம் முனகலாய் வேண்டிக்கொண்டிருந்தாள். பால்கேன் இறக்கிவிட்டுச் செல்லும் டெம்போ முறைச்சலுடன் சென்றது. ரவி வீதியில் நின்று கத்தினான்.

‘ஆம்பிளை இல்லா நேரத்துல ஊட்டுக்குள்ள பூந்து என்னடா சத்தம்... பிடிசன் போட்டது நாந்தான். வாங்க... வந்து என்ன அடிங்க...’

பங்காளிகள் எழுந்து நடைக்கு வெளியே ஓடினர். ரைஸ்மில்காரர் கோபமடைந்து ஆக்ரோசமாகச் சப்தமிட்டார்.

‘அந்த வீதல் நாய... ரெண்டு தட்டுத்தட்டி... கைகால முறிச்சு மூலையில எறிங்கடா...’

பின் ரைஸ்மில்காரர் இவனையும் அம்மாவையும் பார்த்து முறைத்து விட்டு வெளியே போனார். இவனுக்கும் அம்மாவுக்கும் மேலும் அச்சம் தொற்றியது. வீதியில் எவ்வித சப்தமும் இல்லை. நடைக்கு வெளியே மெல்ல எட்டிப் பார்த்தனர். ரைஸ்மில்காரரும் பங்காளிகளும் ஸ்தம்பித்துப்போய் நின்றிருந்தனர். ரவி பெரிய வீச்சரிவாளைக் கையில் பிடித்தபடி நின்றிருந்தான். சிறிது நேர மௌனத்துக்குப் பின் ரைஸ்மில்காரரும் பங்காளிகளும் எதுவும் பேசாமல் வீதியில் இறங்கிப் போயினர். பின்னர் ரவி இருளில் அமர்ந்தபடி அம்மாவையும் இவனையும் பார்த்துச் சொன்னான்.

‘நீங்க உள்ளே போய்த் தூங்குங்க... நான் பாத்துக்கறேன்...’

கிருத்திகை தினம். இவன் திருப்போரூர் கந்தசாமி கோவில் சென்று தரிசித்துவிட்டு செம்பாக்கம் வந்து சேர்ந்தான். பகல் வெம்மையாக இருந்தது. ஊர் முகப்பு ஆலமரத்தடி நிழலில் தெருவை வழிமறித்து சிறுவர்கள் கிரிக்கெட் விளையாண்டுகொண்டிருந்தனர். தானாய் மேயும் பசுக்கள் சந்துகள் எங்கும் திரிந்தன. இவன் வசித்த வீடு இரண்டடுக்கு வீடு. கீழ்த்தளத்தில் சரிதா டியூசன் எடுத்துக்கொண்டிருந்தாள்.

‘பரஞ்சேர் வழியிலிருந்து உங்களப் பாக்க வந்திருக்காங்க. மேலே உக்கார வெச்சுருக்கேன்...’

இவன் குழப்பமடைந்தான். இந்தப் பதினைந்து வருடத்தில் பரஞ்சேர் வழியிலிருந்து எவரும் இங்கு வந்ததில்லை. இவன் இங்கு வசிப்பதோ, வாத்தியார் வேலை பார்ப்பதோ எவருக்குமே தெரிய நியாயமில்லை. குழந்தைகளிடையே புகுந்து சென்று படிக்கட்டில் மேலேறினான். கொடியில் தொங்கிய துணிகளை ஒதுக்கி வீட்டுக்குள் காலடி எடுத்து வைத்தான். முன் அறையிலேயே ரவி தரையில் அமர்ந்து சுவரில் சாய்ந்திருந்தான். ரவியை ஒட்டி பட்டுப்புடைவையில் ஒரு பெண். மாநிறமாக, ஒடிசலாக இருந்தாள். பதினாறு பதினேழு வயதுக்குள்தான் இருக்கும். உடம்பு கொஞ்சம் சதை போட்டிருந்ததைத் தவிர ரவியிடம் பெரிய மாற்றமில்லை.

முகம் அன்று கண்டதுபோலவே இருந்தது. ரவி இந்தப் பெண்ணை எங்கிருந்தோ கூட்டிவந்துவிட்டான் என்பது மட்டும் இவனுக்குத் தெரிந்தது. இவன் ரவியை இங்கு வைத்து எதுவும் விசாரிக்கக்கூடாது எனத் தீர்மானித்தான். ரவியை மட்டும் அழைத்துக் கொண்டு பைக்கில் திருப்போரூர் சென்றான். தலைமைகுருக்களிடம் பேசினான். நாளை மறுநாள் பிரம்ம முகூர்த்தத்தில் முருகன் சன்னதியில் வைத்துக் கல்யாணம் என முடிவாயிற்று. செம்பாக்கம் வந்து நேராக வீட்டுக்குச் செல்லாமல் ஊரின் தெற்கே ஏரிக்கரைக்குக் கூட்டிப்போனான்.

அதுவரைகூட ரவியிடம் எதுவும் கேட்கவில்லை. ஏரிக்கரை ஓரங்களில் உச்சிவெயில் பிரதிபலிக்க சிற்றலைகள் திமிறித் தளும்பிக் கொண்டிருந்தன. நீரின் மேல் ஆங்காங்கே தண்டுக் கொடி மிதக்க அல்லி இதழ் மூடிக் கிடந்தது. அக்கரையில் நாரைகளும் கொக்குகளும் கூட்டம் கூட்டமாக வந்தமர்ந்துகொண்டிருந்தன. நீர் சுருங்கி வெடிப்புண்ட வண்டலில் நடந்தபடியே இவன் ரவியிடம் கேட்டான்.

‘சொல்லு... இந்தப் பொண்ணு ஆரு?’

‘இந்துமதி சித்தியோட பொண்ணு...’

இவன் அதிர்ந்து போனான். மேற்கொண்டு எதுவும் பேசவில்லை. வீட்டுக்கு வந்ததும் ரவியின் தோள்பையைத் தூக்கித் தெருவில் வீசி எறிந்தான். சாரதாவும் டியூசன் குழந்தைகளும் புரியாமல் பார்த்தனர். ரவி அந்தப் பெண்ணை அழைத்துக்கொண்டு தெருவில் இறங்கிப் போன சித்திரம் அந்த வாரமெல்லாம் இவனுக்குள்ளேயே இருந்தது. அதன் பின்னான நாட்களும் ஏனோ மனம் அமைதி பெறவில்லை. வருடங்கள் ஓடிவிட்டன.

மகாராஜன் சொந்த தேசத்திற்கு திரும்பினான். நிழல் கூத்து கலைந்தது. இவன் பரஞ்சேர்வழியின் தலைவாசல் போய் நின்றான். பொழுதின் உக்கிரம் தணிந்துவிட்டது. பள்ளிக்கூடம் மூடிக்கிடந்தது. திண்ணை காரை பெயர்ந்து இடிந்திருந்தது. வெள்ளாடுகள் ஏறிப்படுத்து அசை வாங்கிக்கொண்டிருந்தன. குட்டிகள் குதியாட்டம் போட்டுக் கொண்டிருந்தன. சன்னல் பலகைகளை யாரோ உடைத்து எடுத்துப் போயிருந்தார்கள். சிதலமான தூண்களில் கரியால் கிறுக்கியிருந்தனர். ஊரின் வடக்கே எங்கோ மயில்கள் அகவின. பெருமாள்கோவில் கோபுரத்தில் மாடப் புறாக்கள் பெருகிப்போயிருந்தன.

இவர்கள் குடியிருந்த வீட்டில் யாரோ தையல்காரர் ஒருவர் குடியிருந்தார். இவன் வீதியில் நின்று உள்ளே பார்த்தான். நடுமுற்றம்

தாண்டி பின்கட்டு நடையில் தேன்வாழை மடல்கள் தெரிந்தன. விஜயாவும் விஜயாவின் அம்மாவும் ஞாபகம் வந்தார்கள். ரவி வீட்டில் கதவுகள் வெறுமனே சாத்தியிருந்தன. வேப்பமரத்தின் உச்சிவாதுகள் பட்டுப் போய் வானைப் பார்த்து நின்றன. இவன் வாசல் கல் உரலில் உட்கார்ந்தான். சாவடிச் சன்னல் மூடியிருந்தது. பலகைகளின் விளிம்புகளைக் கறையான்கள் அரித்துக் கிடந்தன. இவன் வாழ்வில் எவ்வளவோ சம்பவங்களையும் அனுபவங்களையும் இந்தச் சன்னல் இவனுக்குக் கொடுத்திருப்பது ஞாபகத்தில் வந்தது. பழைய நினைவில் மூழ்கக்கூடாது எனக் கஷ்டப்பட்டு எண்ணங்களை மாற்றினான்.

இருட்டிவிட்டது. உச்சியில் முதல் நட்சத்திரம் தெரிந்தது. வீதி விளக்குகள் எரிய ஆரம்பித்திருந்தன. விறகுச் சுமையுடன் வீதியிலிருந்து உள் நுழைந்து இந்துமதியக்கா கல் உரலில் இவன் உட்கார்ந்திருப்பதைக் கண்டதும் யோசித்தபடியே நின்றாள். காலம் இந்துமதியக்காவை முதுமைக்கு நகர்த்தியிருந்தது. இவன் எழுந்தான்.

‘நான் வாசு... அடையாளம் தெரியலையா?’

‘நல்லா இருக்கியாப்பா? எங்கிருக்கே...? என்ன பண்ணறே? எப்ப வந்தே... அம்மா அப்பா நல்லா இருக்காங்களா?’

இந்துமதியக்கா ஒரே மூச்சில் கேள்விகளாய்க் கேட்டுக்கொண்டே விறகுச் சுமையை வேம்படியின் கீழாக வீசிப்போட்டாள். முந்தானையால் முகத்தில் வழியும் வியர்வையைத் துடைத்தபடி இவன் எதிராகச் சுத்திண்ணையில் சாய்ந்து நின்றாள். இவன் பரஞ்சேர்வழியை விட்டுப்போன பின்பு நடந்ததை எல்லாம் சுருக்கமாகக் கூறி முடித்தான்.

சற்று மௌனத்துக்கு பின் இந்து மதியக்கா கேட்டாள்.

‘செரிப்பா... ஏது இத்தன நாளைக்குப் பொறகு இந்த ஊர்ப்பக்கம்?’ பொய் சொல்லறே. உன் சேக்காலியப் பாக்க வந்திருப்பே...’

இவன் பதில் பேசாமல் நகர்ந்தான்.

‘எங்கப் பாப்பாவ தங்கச்சின்னு கூட பாக்காம பெண்டாள நெனச்ச அவங்கிட்ட நான் பேசறதில்ல... மாதாரி வளவுல மதுரை வீரன் கூத்து... அங்கதான் சுத்துவான், போய்ப் பாத்துட்டு வந்துரு... ராத்திரிக்குச் சாப்பாடு பண்ணி வெக்கறேன்...’

இவன் வீதியில் இறங்கி தெற்கு முகமாகப் போனான். மாதாரி வளவுப் பட்டத்தரசி ஆத்தாகோவில் ஆட்கள் கூடியிருந்தனர். வீதிவிளக்கு

வெளிச்சத்தில் நான்கைந்து பேர் கோடரியால் மூங்கில் வளைகளைப் பிளந்துகொண்டிருந்தனர். வயதான ஒருவர் வண்ணத் துணிகளைக் கொண்டு மூங்கில் குச்சிகளைச் சுற்றிவைத்துக்கொண்டிருந்தார். திருநீற்றுப்பட்டை தீட்டிய நெற்றியுடன் ஒருவர் கூத்துச் சாமான்களைப் பரப்பி ஒழுங்குபடுத்திக்கொண்டிருந்தார். இவன் அந்த இடத்தில் நடப்பதைக் கவனித்தபடிச் சிறிது நேரம் அமைதியாக நின்றான். அந்தச் சமயத்தில் வளவுக்குள்ளிருந்து பெரிய மீசை வைத்த ஒருவர் நுனியில் துணி சுற்றிய தீப்பந்தக் கட்டைகளையும் எண்ணெய்க் குடத்தையும் தூக்கிக்கொண்டு அங்கு வந்து சேர்ந்தார். சிறுவர்கள் குரல் கொடுத்தபடி அந்த ஆள் பின்னே வந்தனர். இவன் கேட்டான்.

'ரவி வந்தாரா?'

'ஆருங்க... ரவிக் கவுண்டரயா கேக்றீங்க?'

'ஆமா...'

'அவுங்க இப்பத்தானே எங்கியோ போனாங்க... ஆமாங்க, நீங்க ஆருங்க...?'

'வாசு...'

'அய்யோ போங்க, நானு பழனீங்க. நெனவு இருக்குதுங்களா...?'

பழனி கடகடவென்று சிரித்தான். இவனும் சிரித்தான்.

'ஆமா தோட்டி வளவுல இருந்து இங்க எப்படி...?'

'இந்த மதுர வீரங்கத மாதிரியே... அதுவும் பெரிய கதைங்க...'

'நாஞ் சொல்லிவுட்டன்னு மளிகைக்கடையில போயி ரெண்டு சோடாக்கலர் வாங்கிட்டு வா...'

இரு சிறுவர்கள் ஓடினர்.

'அது ஒண்ணுமில்லீங்க... ஆடு மேய்க்கற பக்கம் இந்த வளவுப் புள்ள சிநேகிதமாச்சு. அவளத்தாங் கட்டிக்குவேன்னு ஒத்தக்கால்ல நின்னேன். தோட்டிப் பயலுக என்ன சாதிசனத்துல இருந்து ஒதுக்கி வெச்சுட்டானுக. நானும் போடா நீங்களும் உங்க சாதியும்னு இங்க வந்து இந்த வளவுக்காரனாயிட்டேன். இங்க இப்ப மதுரவீரங் கூத்து கட்டறதே நாந்தான்னா பாருங்களேன்...'

சோடாக்கலர் வந்தது. திடீரென வளவு ஆட்கள் இவனைச் சுற்றியும் திரண்டுவிட்டனர். வாத்தியார் பற்றி எல்லாம் விசாரிக்க ஆரம்பித்தனர். இவன் மாதாரிவளவை விட்டு ரவி வீட்டுக்குத் திரும்பினான்.

விஜயாவைப் பற்றி யாரிடம் விசாரிப்பது என்று யோசனையுடன் நடந்தான். தற்போது எப்படி இருப்பாள். திருமணம் ஆகியிருக்குமா என்று பல்வேறு கேள்விகள் எழுந்தடங்கின. ரவி வீட்டுக்கு முன்பு வீதியில் ரைஸ்மில்காரர் புல்லட் நின்றிருந்தது. ஒரு கணம் இவனுக்குச் சப்த நாடியும் ஒடுங்கிற்று. வீட்டை நோக்கி முன்னேறிய கால்கள் தானாக நின்றுபோயின. நம்பர் பிளேட் எண் கூட அதேதான். வாசலில் நின்று ஓர் உருவம் இந்துமதியக்காவிடம் பேசியபடி இருந்தது. இவன் புல்லட்டைத் தாண்டி பெருமாள்கோவில் பக்கம் செல்ல நடந்தான். இந்துமதியக்கா பார்த்துவிட்டுச் சப்தமிட்டாள்.

‘வாசு, எங்க போற? வா... உன்னப் பார்க்க விஜயா வூட்டுக்காரரு ரொம்ப நேரமா காத்திருக்காரு.’

இவன் தயங்கிக்கொண்டே அருகில் சென்றான். அவர் கையெடுத்துக் கும்பிட்டார். இவனும் பதிலுக்குக் கும்பிட்டான்.

‘நீங்க வந்திருக்கிறது தெரிஞ்சதியும் விஜயாதான் உங்கள கூட்டிட்டு வரச்சொன்னா. எங்க வூட்டுக்கு வந்துட்டு போகலாமில்லையா?’.

இவன் எதுவும் பேசாமல் அவருடன் புல்லட்டில் புறப்பட்டான். போகும்போது விஜயாவின் வீட்டுக்காரர் அவரைப் பற்றிச் சொன்னார். மக்காச்சோள வயலுக்குள் தடம் போயிற்று. வீட்டின் ரூபம் மாறியிருந்தது. முகப்பை இடித்து வேறு மாதிரி கட்டியிருந்தார்கள். ராமபாணக்கொடி ஏறிய பந்தல், பூமணம், புல்லட் சப்தம் கேட்டு விஜயாவும் ஒரு பத்து வயதுச் சிறுமியும் திண்ணைக்கு வந்து எட்டிப் பார்த்தனர். விஜயா கண்ணாடி அணிந்திருந்தாள். இவன் பிஸ்கட் கூட வாங்காமல் வந்துவிட்டோமே என நினைத்து வருத்தப்பட்டான். விஜயா சிரித்தபடி வரவேற்று உள்ளே கூட்டிப்போனாள். முன் அறையில் எல்லா ஆடம்பரப் பொருட்களும் இருந்தன. பிரம்பு நாற்காலியில் அமர்ந்தான். அந்தச் சிறுமியைக் கிட்டத்தில் இழுத்துக் கேட்டான்.

‘உம் பேரு என்ன கண்ணு...?’

‘வாசுகி...’

இவன் ஒரு கணம் அதிர்ந்து சுதாரித்தான். விஜயா கேட்டாள்.

‘உங்களுக்கு எத்தனை கொழந்தை...?’

‘ஒரே பையன்... பேரு விஜய்...’

விஜயாவின் பார்வை ஆழமாக ஊடுருவிப் பின் மாறியது.

விஜயாவின் வீட்டுக்காரர் உள்ளே வந்தார். இரவு உணவுக்குப்பின் சம்பிரதாயமான பேச்சுகளே தொடர்ந்தன. திண்ணை மரக்கட்டிலில் இவன் படுத்தான். கீழே தரையில் பாய்விரித்து விஜயாவின் வீட்டுக்காரர் படுத்தார். படுத்தவுடன் அவரிடமிருந்து குறட்டை ஒலி கேட்டது.

அக்னி உக்கிரத்தின் வெம்மை அகலாத இரவு தென்னந் தோகைகளின் அசைவும் நின்றுவிட்ட நிசப்தம். தேய்பிறை நிலா கிளம்பி, மங்கிய ஒளியைத் தோட்ட வெளியெங்கும் பரப்பிற்று. முகட்டுக்கு மேலாக ஆள்காட்டி மருகிமருகி கத்திப் போனது இவனுக்குத் தூக்கமே வரவில்லை. கண்விழித்துக் கொண்டே படுத்திருந்தான். இந்தச் சந்திப்பெல்லாம் கூட ஏதோ கனவில் நடப்பது போலவும் தோன்றியது. மனம் ஒருநிலை கொள்ளவில்லை. அப்போது தெற்கே ஊர்ப்பக்கமிருந்து மதுரைவீரன் பாடல் ஒலித்தது. பழனியின் குரல்தான் அது. கொட்டு முழக்கு உச்சத்தில் முழங்கிற்று. இடையிடையே கொம்புகள் ஊதப்பட்டன. இவன் கண்விழித்தபோது பொழுது உதித்தெழுந்திருந்தது. கரிக்குருவிகளும் செம்பூத்துகளும் குரலிட்டுக்கொண்டிருந்தன.

வெயில் ஏறுமுன் விஜயாவின் வீட்டுக்காரர் இவனை ஊருக்குள் கூட்டிப்போனார். ரவி எங்குமே தென்படவில்லை. யாரிடமும் சரியான பதிலில்லை. எங்கு போயிருப்பான் என்பதும் தெரியவில்லை. கடைசியாக இவன் ரவியைப் பார்க்காமலே புறப்படுவது என முடிவு செய்தான். புல்லட்டில் ஊரைத் தாண்டும்போது ரைஸ்மில்லைப் பார்த்தான். கரிபடிந்த புகைப்போக்கிக் கூம்புடன் புதர்மண்டி காலத்தின் சாட்சியாய் எதையோ கூறுவது போலப்பட்டது. செம்மறியாட்டு மந்தையினிடையே புல்லட் புகுந்து போனது. பொழுது உயர்ந்துவிட்டது. நால்ரோடு வந்தவுடன் விஜயா வீட்டுக்காரர் புல்லட்டைத் திருப்பி நிறுத்தினார். பெட்டியைத் திறந்து டைரியை எடுத்துக் கொடுத்தார். பன்னிரண்டாம் வகுப்பு படித்தபோது விஜயாவிடம் கொடுத்த இவனது ஆட்டோகிராப் டைரி இது. சம்பிரதாயமாகப் பேசிவிட்டு விஜயா வீட்டுக்காரர் கிளம்பிவிட்டார்.

தென்வடலான தார்ச்சாலை. வடக்காகச் சென்னிமலை செல்லும் பேருந்தை எதிர்பார்த்து நிறைய சனங்கள் நின்றிருந்தனர். இந்தப் பக்கம் தெற்காகக் காங்கேயம் செல்லும் பேருந்துக்கு யாருமே இல்லை. சற்று முன்புதான் பேருந்து ஒன்று போயிருக்க வேண்டும். இவன் டைரியை விரித்து இவனது பிறந்தநாளின் தாளைப் பார்த்தான். விஜயா எழுதியிருந்தாள். 'நம் இருவர் வாழ்விலும் யாராவது ஒருவரது திருமண

வாழ்க்கை சறுக்கியிருந்தால் அப்போது தெரிந்திருக்கும் நம் காதலின் புனிதம். உங்களுக்கு வாய்த்த மனைவியும் எனக்கு வாய்த்த கணவரும் மிக நல்லவர்களாகவும் நம்மைப் புரிந்து கொள்பவர்களாகவும் போனதால் கடந்தகால நம் காதலுக்கு அர்த்தமே இல்லாமல் போய்விட்டது..'

இவன் டைரியை மூடிவைத்தான். இதர வாகனங்கள் சில இரு திசை நோக்கியும் விரைந்தன. இருபக்கமும் பேருந்து வரவில்லை. இவன் எதிர்ப்புறத்தைக் கவனித்தான். அடுமனையில் 'ஊதா கலரு ரிப்பன்...' பாடல் ஒலித்தது. வாழைத்தார்கள் தொங்கிய மளிகைக்கடையிலும் பழைய கால மரப்பெஞ்சுடன் கூடிய தேநீர்க்கடையிலும் ஆட்கள் குழுமியிருந்தனர். அடுத்து ஒரு மதுபானக்கடை ஒட்டிய புளிய மரத்தடியில் மூன்றுபேர் குத்தவைத்து உட்கார்ந்து பீடி குடித்தபடி பத்து ரூபாய்தாள்களை எண்ணிக்கொண்டிருந்தனர். அதில் ஒருவன் ரவி. இளைத்துப் போயிருந்தான். முன் வழுக்கை. ஆங்காங்கே நரையோடிய தாடி. கடை திறக்க இன்னும் அரைமணி நேரத்துக்கு மேல் இருந்தது. பின்பு மூன்று பேரும் எழுந்து அவர்களுக்குள் மாறிமாறி ஏதோ வாதிட்டுக்கொண்டனர். திடீரென ரவி வயதானவன் போல் தெரிந்த ஒருவனை எட்டி உதைத்தான். தடுமாறி விழுந்த அவன் எழுந்து மண்ணை அள்ளி ரவி மீது வீசினான். ரவி மேலும் அவனைக் கீழே தள்ளி உதைத்தான். பேருந்துக்கு நின்றிருந்தவர்களின் பார்வை அவர்களை நோக்கித் திரும்பியது. ஏனோ எவரும் விலக்கிவிடச் செல்லவில்லை. பேருந்து வந்து நின்றது. இவன் ரவியைச் சந்திக்கும் எண்ணத்தை அந்தக் கணத்தில் கைவிட்டான். படியில் ஏறி உள்ளே போனான். குனிந்து சன்னலுக்கு வெளியே பார்த்தான். இப்போது வேட்டி அவிழ ரவி கீழே கிடந்தான். அந்த இருவரும் ஒன்று சேர்ந்து ரவியைப் போட்டு அடித்துக் கொண்டிருந்தனர். பேருந்து நகர்ந்து வேகம் பிடித்தது. புளிய மரங்கள் எதிராக நகரத் தொடங்கின. வறண்ட நிலத்தில் வெயில் ஏறித் தகித்தது!

- (புது விசை, அக்டோபர் 2014)